LỜI CA CỦA GÃ CÙNG TỬ
Tuyển tập 100 Lá Thư Chủ Bút
Nguyệt San Chánh Pháp

VĨNH HẢO

LỜI CA
CỦA GÃ CÙNG TỬ

TUYỂN TẬP 100 LÁ THƯ CHỦ BÚT
NGUYỆT SAN CHÁNH PHÁP

HƯƠNG TÍCH PHẬT VIỆT

LỜI CA CỦA GÃ CÙNG TỬ
Tuyển tập 100 Lá Thư Chủ Bút Nguyệt San Chánh Pháp
Biên Soạn: Vĩnh Hảo
Hương Tích Phật Việt xuất bản, 2020.
Bìa: Uyên Nguyên
Trình bày và layout: Nhuận Pháp và Tâm Thường Định
Copyright © 2020 Vĩnh Hảo, Hương Tích Phật Việt.
ISBN: 9798644156986

Mục Lục

Thay Lời Giới Thiệu

Đọc Vĩnh Hảo:
Lời Ca Của Gã Cùng Tử

Nguyên Giác

L à một nhà văn, một nhà thơ, một nhà báo, và là một người tuyên thuyết Phật pháp – trong vị trí nào, Vĩnh Hảo cũng xuất sắc, và nổi bật.

Tài hoa của Vĩnh Hảo đã hiển lộ từ các tác phẩm đầu thập niên 1990s, và sức sáng tác đó vẫn đều đặn trải dài qua hai thập niên đầu thế kỷ 21. Vĩnh Hảo viết truyện dài, truyện ngắn, làm thơ, viết tùy bút, viết tiểu luận – thể loại văn nào anh viết cũng hay, cũng nổi bật hơn người. Giữ được sức viết như thế thực là hy hữu.

Thể hiện nơi ngòi bút rất mực văn chương, Vĩnh Hảo chính là một tấm lòng thiết tha với đất nước, với đạo pháp, với con người. Tấm lòng đó hiện rõ trong từng hàng chữ anh viết, đặc biệt là trong 100 Lá Thư Tòa Soạn của Nguyệt San Chánh Pháp, là nội dung của sách này với nhan đề Lời Ca Của Gã Cùng Tử.

Tuyển tập 100 lá thư này không chỉ thảo luận về tình hình giáo hội, về chuyện quê nhà, về những nỗi khổ của nhân loại, mà lúc nào cũng tuyên thuyết chánh pháp. Vĩnh Hảo viết về những trận cháy rừng ở California, rồi cũng nói về Khổ Đế và nêu lên Tứ Thánh Đế. Vĩnh Hảo viết về những cánh hoa mùa xuân bắt đầu rơi xuống, để mùa xuân chuyển sang mùa hạ... rồi cũng nói về lẽ vô thường và vô ngã. Vĩnh Hảo viết về những người trong tứ chúng miệt mài ngày đêm chạy theo danh lợi, rồi cũng ngợi ca bậc hiền trí, những người có tâm nhẫn nhục như đất và bao dung như bầu trời, lặng lẽ và đơn độc đi vào nơi thâm áo kỳ tuyệt. Vĩnh Hảo viết về những gian nan trong các Phật sự hoằng pháp của người Việt tỵ nạn, và rồi ca ngợi Hòa thượng Thích Trí Chơn (1933-2011), người đã *"làm tất cả việc với lòng chí thành, tận tụy, nhưng đồng thời buông bỏ tất cả, chẳng vướng mắc lưu giữ gì cho bản thân, từ vật chất đến tinh thần. Tạo dựng rất nhiều đạo tràng, hướng dẫn hàng ngàn phật tử, nhưng chỉ sống đạm bạc trong một căn phòng nhỏ chứa đầy sách báo để khảo cứu, trước tác, dịch thuật, giảng dạy. Có bằng cấp học vị mà không bao giờ phô trương; xuất bản bao nhiêu tác phẩm mà chẳng bao giờ khoe khoang, ra mắt. Âm thầm vãng lai hành đạo; lặng lẽ du phương hoằng pháp. Độc hành trì chí suốt bao năm trường cho việc văn hóa giáo dục."*

Vĩnh Hảo viết về những hỗn loạn và bất trắc của lịch sử, rồi ca ngợi những nhân vật tự nguyện hy sinh cho đạo pháp và quê hương như ngài Thích Quảng Đức, một ngọn lửa hiện thân của *"tư lương và hành trang mà người con Phật đem vào cuộc đời, cứu độ chúng sanh, chính là trái tim, là lòng từ bi, là tâm bồ-đề."* Vĩnh Hảo viết về chức năng của văn hóa, giáo dục, canh tân xã hội, cải cách chính trị... rồi viết lời ca ngợi nhà văn Nhất Linh – Nguyễn Tường Tam (1906 – 1963), người quyên sinh bằng độc dược "*để làm bất tử lý tưởng của mình, đồng thời cất lên nguyện vọng của quốc dân*" trước cường quyền nhà Ngô.

Vĩnh Hảo viết về những bước gập ghềnh của lịch sử quê nhà và giáo hội, và viết về các lựa chọn gian nan của những *"Bậc đại sĩ gánh trọng nhiệm với đời, với đạo, nhiều khi bị đặt vào những cảnh huống khó xử, khó làm hài lòng tất cả. Cân nhắc việc lợi/hại, sinh/tử, còn/mất... có khi phải bạc trắng cả đầu trong một đêm hay nhiều đêm không ngủ...*" Đó là quý ngài Trí Thủ, Huyền Quang với những *"đường bay siêu tuyệt của chim bằng trên trời cao thẳm. Đường bay ấy, chim quạ nào mà hiểu nổi!*"

Chất thơ trong các Lá Thư Tòa Soạn bàng bạc trong từng dòng chữ. Văn xuôi nhưng là thơ, là tiếng nói thiết tha của Vĩnh Hảo, một nhà văn cư sĩ đang mang chánh pháp vào đời. Chất thơ thường hiện rõ trong những đoạn văn đầu trong Lá Thư Tòa Soạn. Vĩnh Hảo viết thư theo kỹ thuật "Tiên tả cảnh, hậu thuyết kinh" --- nơi đó, vào đề bằng những chuyện lá mùa thu rơi với hoa mùa xuân tàn, rồi nói chuyện vô thường, vô ngã; vào đề bằng chuyện thời đại *"suy vong, nguy biến cùng cực của Phật giáo"* và rồi nói về *"những bậc bồ-tát hóa thân, lấy lòng từ bi mà cảm hóa nhân tâm, tỏa trí sáng mà khai mở cho kẻ lầm mê, đem đức uy dũng mà đương cự ác đảng, tà đạo"* như ngài Đức Đệ tứ Tăng thống Thích Huyền Quang.

Có những lúc, ngòi bút tài hoa của Vĩnh Hảo lộ ra xúc động đặc biệt, với lối đặt câu như kiệm lời, rất mực ngập ngừng... Như khi nhớ về người cha.

Thư tòa soạn số 54, tháng 05.2016 viết, trích:

"Ôi, nhớ nụ cười của Cha.

Ngày con bỏ nhà đi hoang, Cha không buồn cản lối. Lặng lẽ ngó theo. Ngón tay điểm về đầu núi biếc có vầng trăng lơ lửng tầng không. Con ương ngạnh, hãnh tiến, không quay đầu. Ngày dài tháng rộng trôi lăn dòng đời cuộn sóng. Si mê khát ái dìm con ngập ngụa sình lầy. Chới với chơi vơi cũng chỉ níu được một ngón tay suông. Dật dờ lê theo bóng mộng. Khóc tràn những giấc mơ hoa. Thoạt khi tỉnh giấc, chỉ muốn quay về nũng nịu bên Cha, vòi một cái xoa đầu. Nhưng con đường, sao dài xa hun hút. Ôi là nhớ, mắt hiền Cha vẫn dõi theo. Không lời oán trách con hư. Nhẫn nại ngón tay điểm nguyệt." (ngưng trích)

Trong tận thâm sâu Vĩnh Hảo cũng là một người yêu thiên nhiên. Trên các trang thư Vĩnh Hảo là những mô tả về lá vàng mùa thu, về hoa mùa xuân, về dòng suối nhỏ, về tiếng chim hót ngoài vườn, về giàn bông giấy rực đỏ, về tia nắng buổi sớm, về tách trà nóng ban khuya, về bóng đêm tịch mịch... Thói quen viết của Vĩnh Hảo là nói về chuyện nhỏ rồi nói chuyện lớn, trước là nói về những gì được thấy, được nghe, được nhớ lại và rồi sẽ nói về những diễn biến lịch sử của đời, về những bậc đại sĩ *"là người thấy biết và cảm nhận sâu xa thực trạng thống khổ của con người và cuộc đời, mạnh dạn dấn vào nơi hiểm nguy, mưu cầu lối thoát cho tất cả."*

Đọc kỹ, khi đọc rất kỹ, và khi đọc rất chậm, chúng ta sẽ thấy trong văn xuôi Vĩnh Hảo không chỉ có chất văn, chất thơ, những cũng đầy những sắc màu hội họa chen vào các âm vang nhiều nhạc tính.

Thí dụ như đoạn đầu Thư tòa soạn số 90, tháng 05.2019, trích:

"Khuya dậy nghe tiếng dế gáy đâu đó ở vườn sau. Trăng hạ huyền mảnh khảnh phương tây. Bầu trời không mây, trong vắt, như tấm gương ảnh hiện một góc sáng, loang dần lên từ phương đông. Gió nhẹ mơn man cành liễu rũ. Hương thơm từ nhiều loài hoa sau vườn tỏa nhẹ vào cửa sổ để hé. Hai con quạ từ đâu bay về đậu trên cây phong, không gây tiếng động. Nỗi cô liêu bất chợt trùm cả hư không." (ngưng trích)

Hay như trong đoạn đầu của Thư tòa soạn số 12, tháng 11.2012, trích:

"Trời đã vào thu. Sớm mai, gió nhẹ bên ngoài đủ đưa khí lạnh len vào cửa sổ để hé. Nhìn ra vườn có thể thấy sương mù bao phủ những thân cây trụi lá, khẳng khiu; và đâu đó trên các lối đi, lá vàng khô chưa kịp quét dọn đã dầy thêm một lớp..." (ngưng trích)

Hai đoạn văn vừa dẫn là nói về cảnh, với văn phong thơ mộng của Vĩnh Hảo. Trong khi đó, khi nói về người, Vĩnh Hảo cũng có ngôn ngữ riêng, với cách viết y hệt như ống kính máy ảnh, như khi kể về một hòa thượng trưởng lão rất mực đáng kính mới viên tịch. Trong Thư tòa soạn số 23, tháng 10.2013, trích như sau:

"Từ khi hành điệu với đầu xanh để chóp cho đến khi lông mày bạc phơ rũ xuống hai gò má nhăn nheo, Sư cụ đã học Phật một cách lặng lẽ non một thế kỷ nơi ngôi chùa lớn nhất thành phố. Trong cương vị trụ trì, hiếm người sống đơn giản dung dị như Sư cụ. Một căn phòng nhỏ, chiếc giường gỗ nhỏ, một vài cuốn kinh trên kệ sách nhỏ, một ghế xích đu phủ manh chiếu rách. Sư cụ là hiện thân của một trưởng lão tỳ kheo phạm hạnh, bần hàn, ngay nơi thị thành phồn hoa nhiệt náo. Kinh qua bao nhiêu thăng trầm lịch sử của ngôi chùa, của đất nước, Sư cụ vẫn vậy, vẫn là hành giả học Phật khiêm

hạ sót lại từ thế kỷ trước. Có chút tiền là mua hoa quả cúng Phật, mua thực phẩm, thuốc men, đích thân đến bệnh viện biếu tặng những người khổ bệnh, nghèo đói. Bàn tay lần chuỗi không ngơi. Mắt từ trao gửi nhân thế. Chưa từng một lần cao đăng pháp tòa thuyết kinh giảng luật, mà bóng Sư cụ đã che rợp cả bầu trời quê hương, bảo bọc bao thế hệ hậu bối. Nhìn Sư cụ là thấy con đường xả ly, thấy cả khung trời tự tại giải thoát. Nếu chưa hiểu thế nào là học Phật đúng nghĩa, chúng ta có thể chiêm nghiệm cuộc đời của vị lão tăng ấy.” (ngưng trích)

Và ngôn ngữ đẹp tận cùng là khi Vĩnh Hảo tuyên thuyết Phật pháp. Như trong Thư tòa soạn số 4, tháng 3.2012, trích:

“Hành trình của một người hướng về giải thoát, giác ngộ, là hành trình của buông xả. Buông xả sự chấp chặt vào bản ngã; buông xả những gì được cho là thuộc về bản ngã; buông xả luôn cả ý niệm là mình đã buông xả hay đang buông xả... Từ nội tâm đến ngoại giới, đều phải buông xả, không vướng mắc, không trói buộc vào bất cứ điều gì.” (ngưng trích)

Tuyển tập Lời Ca Của Gã Cùng Tử là một ấn phẩm mới của Vĩnh Hảo, nhưng cũng là chặng đường 10 năm của Nguyệt San Chánh Pháp, cũng là những bước gian nan của giáo hội trong nỗ lực hoằng pháp tại các chân trời xa quê nhà. Nhiều hơn những gì chúng ta có thể đọc trong các hàng chữ, ẩn sâu trong các trang sách tuyển tập chính là tấm lòng của nhà văn Vĩnh Hảo, và hành trạng của những người con Phật được khắc họa trong sách. Trân trọng chúc mừng những trang văn cực kỳ thơ mộng và thiết tha của Vĩnh Hảo.

Nguyên Giác Phan Tấn Hải

Tựa

Biết mình là cùng tử, biết mình có viên ngọc trong chéo áo, thì không còn là cùng tử.

Không còn là cùng tử thì không còn lang thang.

Nhưng lang thang, một khi không phải là hệ lụy từ vô minh vọng tưởng thì lang thang trở thành tất yếu.

Lên đường đi đâu, về đâu? Ai vạch, ai vẽ nên con đường ấy?

Nếu mọi con đường đều từ tâm khởi thì con đường nào cũng vô tận.

Khổ đau bất tận, thúc bách khát vọng tìm cầu hạnh phúc, cũng bất tận; và cặp đôi này luôn dẫn vào những mê lộ thăm thẳm vô biên.

Không có đích đến cho những truy cầu, vọng tưởng.

Những nơi tạm dừng hay ở lại lâu dài cũng không phải là đích đến.

Thế nên, cuộc lên đường của cùng tử không phải là những bước chân giang hồ lang bạt của một kẻ nghèo cùng khốn khổ, mà là cuộc du hành của một kẻ rất ư tự tin, giàu có. Có thể gọi cuộc rong chơi này là du- hí tam-muội.

Dừng lại là thể; rong chơi là dụng.

Diệu dụng của mọi cuộc rong chơi chính là ba-la-mật.

Trăm lời ca hay ngàn lời ca cũng đều là tiếng vọng của một kẻ lãng du đi qua trần gian mộng huyễn, như gió đùa qua nước. Gió đôi khi cuồng nộ như giông bão, nhưng thường khi chỉ là những thoáng nhẹ vi vu, không dấu vết, để lại đôi vòng sóng lan man, gợn trên mặt hồ tĩnh lặng.

Ngày xa quê nơi quê xa

Vĩnh Hảo

Khởi Đầu
Cho Một Hành Trình

Thư tòa soạn số 1, tháng 12.2011

Chúng ta đang bước vào tháng cuối cùng của một năm nhiều biến động với thiên tai, nhân họa, cùng những thay đổi chính trị ở nhiều quốc gia trên thế giới.

Khủng hoảng kinh tế toàn cầu. Vài quốc gia ở châu Âu đang bên bờ vực phá sản, vỡ nợ. Sóng thần và động đất Nhật Bản, lũ lụt Thái Lan, động đất Thổ Nhĩ Kỳ, bão lụt Việt Nam... Chiến dịch hoa lài Tunisia vào cuối tháng 12 năm trước, lật đổ cả chính quyền nước này, và trở thành niềm gợi hứng cải cách, ảnh hưởng sâu rộng đến các nước Trung Đông, châu Phi: Egypt, Libya, Syria, Algeria, Maroc, Jordanie, Bahrain, Yemen... khiến cho các thể chế chính trị độc tài còn lại trên thế giới phải lo ngại, nao núng, tìm mọi cách ngăn chận tác động của làn sóng dân chủ.

Cũng năm này, đã có 12 Tăng Ni Tây Tạng tự thiêu để phản đối cuộc xâm lăng văn hóa và đàn áp tôn giáo của Trung quốc trên đất nước họ. Phật giáo Việt Nam tại Hoa Kỳ vắng bóng một số chư tôn đức rường cột. Biển Đông và các quần đảo của Việt Nam trở thành điểm nóng cho những tranh chấp chủ quyền, dấy động niềm căm phẫn, khơi dậy lòng yêu nước của nhiều người thuộc nhiều quốc gia, ở quốc nội hay hải ngoại.

Năm 2011 là bức tranh vân cẩu chập chùng những biến thiên, chuyển động, thay đổi. Người con Phật không thể không quán sát các biến động ấy để chứng nghiệm về lẽ vô thường, thống khổ, huyễn mộng và vô ngã mà Phật dạy. Tất cả mọi sự mọi vật đều do nhân duyên kết hợp mà sinh ra, do nhân duyên tan rã mà hoại diệt.

Những quốc gia hùng mạnh, những chế độ vững bền, 30 năm, hay trên 40 năm như chế độ của Gaddafi, cuối cùng cũng lung lay, hoặc sụp đổ. Say trong danh lợi và quyền lực, con người thường quên lãng nỗi thống khổ của kẻ khác, và không sao tưởng tượng được sẽ có một ngày những gì mình vun đắp, củng cố cho lâu đài tự ngã sẽ tan tành như mây khói.

Tu tập theo Phật, chúng ta cởi bỏ dần các vướng mắc nơi tự ngã, khởi đi từ thô đến tế, từ danh đến thực. Thô và danh là điều có thể thấy-nghe từ thân và miệng. Tế và thực là những cái trừu tượng của ý, của tâm thức. Tu tập là chuyển hóa thân, miệng, ý của mình từ xấu-ác đến đẹp-lành; từ tham lam đến thiểu dục, bố thí; từ sân hận đến từ bi, nhẫn nhục; từ si mê đến hỷ xả, trí tuệ. Tu tập là một tiến trình của đổi thay, cải tiến, hoàn thiện đi từ nhân đến quả, từ phàm đến thánh, từ vô minh đến tuệ giác, từ vọng chấp đến giải thoát. Tu tập để phá vỡ danh tướng, lột dần sự chấp ngã, chứ không phải bồi đắp cho thêm bền chắc những vọng tưởng và huyễn danh. Bày ra những chiến dịch, lập ra những tổ chức để rồi chỉ biết tranh nhau danh vọng và địa vị, thì hẳn nhiên đó không phải là mục tiêu của việc tu tập hay cải cách, cách mạng.

Tu tập hay cải cách, chỉ có ý nghĩa khi từng hành động, lời nói, ý nghĩ của mình tương hợp với chánh pháp, với lẽ phải và công bình, luôn hướng về lợi ích an vui cho số đông. Tất cả các hành xử của người học Phật, nếu không đặt nền tảng nơi tâm bồ-đề, thì chỉ là những vọng động của vô minh, chấp thủ.

Nhìn lại những đổi thay chuyển dịch của thế giới, của hành tinh, để tự nghiệm xét về lý tưởng sống và mục tiêu tối hậu của đời mình. Trong cơn bão lốc của vô thường thúc tới từ sau lưng, diễn ra ngay trước mắt, chúng ta nên làm gì, nói gì, nghĩ gì cho kịp và cho xứng đáng với những giây phút mong manh hiện hữu trên cuộc đời?

Chánh Pháp số 1 - bộ mới, trên tay bạn đọc, là một cải tiến nhỏ về hình thức. Cải tiến nhỏ, nhưng cũng là một thành quả đáng kể sau gần 3 năm có mặt trên vuông chiếu văn học và diễn đàn Phật giáo. Đây là nhờ sự tích cực ủng hộ từ tinh thần đến tài chánh của chư tôn đức tăng ni và phật-tử khắp nơi. Để đáp lại sự nhiệt tâm của chư liệt vị, chúng tôi chỉ biết nỗ lực làm việc, sao cho Chánh Pháp từ hình thức đến nội dung, ngày một trang nhã, phong phú, mang lại nhiều lợi lạc hơn cho bạn đọc.

Chúng tôi cũng tâm niệm rằng, thành quả hôm nay là do nhiều trợ duyên từ ngày hôm qua, và chỉ là bước khởi đầu cho những ngày kế tiếp ở mai sau. Thành quả, thực ra chỉ là "khởi đầu cho một hành trình." Với tâm niệm ấy, xin bắt đầu cho Chánh Pháp bộ mới bằng tháng cuối cùng của một năm đầy biến động. Có nghĩa rằng, nơi miền tuyết lãnh, nở những đóa sen tuyệt sắc.

Thành kính tri ân và xin cùng quý bạn đọc khép lại một năm cũ, khép lại những trang báo cũ, đón chào một mùa mới, một khung trời mới.

Lá Thư Xuân

Thư tòa soạn số 2, tháng 01.2012
(chấp bút thay Chủ nhiệm)

Mùa xuân là mùa đầu của năm, đi trước các mùa khác. Xuân sang, khí trời ấm áp, quang đãng hơn, và muôn vật như bừng dậy sau một giấc ngủ dài của mùa đông lạnh lẽo, băng giá. Vậy, nói đến xuân, là nói đến vẻ xinh tươi, xán lạn, rực rỡ, phong nhiêu... của đất trời, sông biển, núi rừng, cây cỏ, muông thú...; và ở nơi người, là sức sống, là tuổi trẻ, là sự khai mở, vươn dậy của cả thể xác lẫn tâm hồn. Đây là ý xuân của thời tiết và đời sống muôn loài. Trong đó, mùa xuân của con người thường được biểu hiện qua những ngày đầu năm, những ngày Tết, dương lịch hay âm lịch, đông phương hay tây phương. Những ngày đầu xuân là những ngày lễ hội rộn ràng, vui vẻ, nhộn nhịp và sinh động với những cuộc thăm viếng, thú vui, lời chúc tụng và quà tặng.

Mùa xuân ấy vui nhưng không tồn tại lâu dài. Mỗi năm chỉ có vài tháng, sau đó là phiên lượt của mùa khác. Vận hành của thời tiết và vận hành của đời người có chung một tính chất: vô thường. Sinh, trụ, dị, diệt. Ai cũng biết vậy nhưng không ai làm được gì để có một mùa xuân vĩnh cửu.

Đức Phật đã chứng nghiệm một mùa xuân như thế, không phải ở một thế giới nào khác, mà chính ngay nơi trần gian này. Trong hữu hạn tìm ra vô hạn, trong vô thường nhìn ra chân thường. Mùa xuân ấy có sẵn nơi mọi người, mọi loài. Cho nên tất cả kinh điển đều nhắm vào việc khai mở, hướng dẫn mọi loài trở về với tánh Phật sẵn có nơi chính mình; và nói một cách ẩn dụ văn chương thì chúng ta tu học theo Phật là để tìm lại mùa xuân trường cửu. Mùa xuân ấy luôn hiện hữu, nhưng chúng ta không thấy. Chúng ta chạy đuổi theo những cái tạm bợ, nhất thời và hữu hạn mà quên đi nó mà thôi.

Nhưng làm thế nào để có mùa xuân hằng hữu nơi chính mình? Có nhiều phương cách tu tập, không thể nói hết. Chỉ có thể mượn mùa xuân của trần thế mà nghiệm ra bản chất của mùa xuân vĩnh hằng. Hạnh phúc và an lạc của chúng ta đến từ đâu, đến như thế nào trong tiếp xử với chính tự tâm của mình và tương giao với con người, với thế giới? Nó không đến từ những phân biệt, đối đãi, xung đột, chấp tranh, vị ngã. Nó đến từ sự hòa hợp, bất phân, vô vi, vô tránh, vô ngã. Các tranh chấp, bất hòa của con người và muôn loài trên thế giới này đều bắt nguồn từ tham lam, sân hận, si mê. Từ bất hòa tranh chấp mà gây tạo khổ đau cho nhau.

Không chấp vào tự ngã, không tranh chấp vọng động với người, không cô phụ bản tâm thanh tịnh sẵn có của mình, đó là chìa khóa để mở ra cánh cửa của mùa xuân bất diệt. Và điều quan trọng nhất là phải tin rằng mùa xuân thường tại ở ngay nơi tự tâm mình; có nghĩa rằng chúng ta tin nơi Phật tánh bình đẳng đã hàm hữu nơi vạn loại chúng sanh. Có tin như thế mới có thể trở về. Chúng ta không tìm kiếm Phật tánh, không tìm kiếm mùa xuân bất diệt—vì cái sẵn có và bất diệt thì không mất đâu mà tìm. Chúng ta chỉ "trở về" mà thôi.

Mùa xuân bất diệt ấy biểu hiện tướng và dụng của nó trong đời sống hàng ngày, và trong mùa xuân sinh-diệt của trần thế. Tùy theo duyên mà đến và đi. Nhưng bản chất của mùa xuân, bản chất của muôn sự muôn vật vốn là vắng lặng, như nhiên:

Chư pháp tùng bổn lai
Thường tự tịch diệt tướng
Xuân đáo bách hoa khai
Hoàng oanh đề liễu thượng.

(Các pháp từ xưa nay
Tướng thường tự vắng lặng
Xuân đến trăm hoa khai
Hoàng oanh hót đầu cành)

Mùa xuân trần thế đang đến với chúng ta bằng hình ảnh một con rồng (Nhâm Thìn), khiến người trong nhà Thiền không khỏi nhớ về Long Nữ con gái của Long Vương trong kinh Pháp Hoa, phẩm Đề-bà Đạt-đa (quyển thứ tư, phẩm thứ 12). Long Nữ tám tuổi đã thành Phật là điều vi diệu, hy hữu, khó tin. Nhưng kinh đã diễn thuyết như thế, cho ta thấy 3 điều khác thường: một là, không phải thân người mà là loài rồng; hai là, tuổi nhỏ (tuổi xuân); ba là thân nữ. Ba điều chướng ngại để thành Phật mà Long Nữ đã làm được, chứng tỏ điều Phật dạy không hư dối: tất cả chúng sanh đều có Phật tánh và đều có thể thành Phật. Nói theo xuân ý nhà Thiền thì ai cũng có thể có được mùa xuân vĩnh cửu, ai cũng có thể đạt được niềm hạnh phúc an lạc chân thật nếu trở về được bản tâm của mình và tu tập đúng cách.

Một mùa xuân an lạc và miên trường, là lời chúc nguyện đầu năm, chân thành gửi đến tất cả.

(lược bớt một đoạn nói về báo Chánh Pháp)
Trước thềm xuân mới, ngày 01/01/2012

Nhìn Dòng Sông Trôi...

Thư tòa soạn số 3, tháng 02.2012

Tết đã qua rồi, xuân còn ở lại. Không lâu sau đó, xuân cũng sẽ ra đi, như mọi năm, như mọi mùa.

Sự đến và đi của các mùa khác, hạ, thu, đông, có vẻ trầm lặng, không sôi nổi như là mùa xuân. Đến trong nhẹ nhàng thì đi cũng trong nhẹ nhàng. Thực ra, mùa nào cũng vậy thôi. Khác chăng là do nơi lòng người đối xử, phân biệt. Khi xuân sắp đến, chúng ta rộn ràng, hăm hở, chuẩn bị đủ thứ cho những ngày đầu năm, những ngày Tết. Đó là những ngày không làm việc, những ngày vui chơi, hoặc làm việc một cách thư thả, không lăng xăng, chộn rộn như suốt năm. Chúng ta đã tạm gác lại nhiều việc, nhiều vấn đề trong cuộc sống, để có những ngày an vui, nhàn hạ. Chúng ta tiếp xử với mọi người trong sự cởi mở, bao dung và hoan hỷ. Chúng ta dễ dàng khoan thứ cho những người, những việc mà đáng ra trong những ngày thường, khó lòng khoan thứ. Tết nhứt mà, chuyện gì cũng bỏ qua được. Là bởi lòng chúng ta vui, và bởi thời gian ngắn ngủi ấy (ba ngày hay một tuần, hay nguyên cả tháng Giêng ăn chơi), chúng ta cần buông xả những nhọc nhằn lao lung của một năm dài qua đi. Chúng ta cần hạnh phúc.

Hạnh phúc chân thật không phải là sự tạm dừng của những nhọc nhằn, khổ đau. Nó không đến như là sự đắp đổi của không gian, thời tiết. Nó đến, chỉ khi nào chúng ta nhìn rõ bản chất và sự vận hành của mọi sự, mọi vật. Bản chất ấy là Vô thường, Khổ, Không (vô ngã). Bản chất này không có nghĩa gì là tiêu cực, bi quan cả. Đó là vận hành tự nhiên của các nhân duyên, của sự nhóm họp và tan rã. Hạnh phúc mong manh, vô thường thì khổ đau cũng mong manh, vô thường. Chẳng có gì tồn tại vĩnh viễn. Trong đời sống, chúng ta luôn bám víu, lo sợ hạnh phúc trôi đi; nhưng chẳng ai bám víu vào khổ đau, lo sợ khổ đau tan mất. Kỳ thực thì hạnh phúc hay khổ đau đều sẽ trôi qua, dù có bám víu hay không bám víu, dù lo sợ hay không lo sợ. "Nỗi buồn như giọt nước, niềm vui như nắng chiều," một nhà thơ—nay đã là người thiên cổ, từng nói thế.

Hạnh phúc hay khổ đau mà chúng ta trải nghiệm hàng ngày, trong suốt cuộc đời, chẳng qua chỉ là hiện tượng, là bèo giạt trên giòng sông chuyển dịch vô thường. Hạnh phúc nhiều hay khổ đau nhiều là do mức độ chấp thủ của chúng ta đối với các pháp (mọi sự, mọi vật). Nỗi khổ to lớn nhất của chúng ta hầu như chính là sự sợ hãi phải bị mất đi những gì mình yêu thương, trân quí. Sợ hãi như thế là sợ bèo không chịu dừng đứng yên vị trên dòng sông; sợ mây trắng không tụ mãi trên bầu trời xanh biếc; sợ mai vàng sẽ rơi rụng như xác pháo ngày xuân...

Người học Phật không sợ hãi sự chuyển biến đổi thay của vạn pháp. Đổi thay, chính là bản chất của cuộc đời. Không có đổi thay, sẽ không có xuân, hạ, thu, đông; sẽ không có giọt lệ hay nụ cười; và sẽ không có bất kỳ một chúng sanh nào có thể tiến đến Phật quả.

Những ngày Tết đã qua đi. Vẻ rộn ràng tươi vui của hoa xuân, bánh mứt, hội chợ... và những nụ cười rạng rỡ đầu năm, đã nhạt dần từng ngày. Nhưng hãy còn đó sự tĩnh tại của tâm chúng ta, những người trầm lặng, biết nhìn và quán sát sự trôi đi của giòng sông...

Những Bước Chân Trần

Thư tòa soạn số 4, tháng 3.2012

Hành trình của một người hướng về giải thoát, giác ngộ, là hành trình của buông xả.

Buông xả sự chấp chặt vào bản ngã; buông xả những gì được cho là thuộc về bản ngã; buông xả luôn cả ý niệm là mình đã buông xả hay đang buông xả... Từ nội tâm đến ngoại giới, đều phải buông xả, không vướng mắc, không trói buộc vào bất cứ điều gì.

Đó là công hạnh của người xuất gia, công hạnh của hành giả thực sự mong cầu giải thoát. Đối với đời sống thường nhật, công hạnh này được biểu hiện cụ thể qua việc bố thí, cúng dường. Bố thí tài sản, vật chất, sức lực, thời giờ; bố thí kinh nghiệm, kiến thức và Phật Pháp; bố thí sự an tâm, vô úy.

Nhờ công hạnh buông xả dần dần tự ngã cho đến khi đạt đến vô ngã hoàn toàn, người con Phật sống trong sự khiêm cung, cởi mở, hòa hợp với tất cả sinh loại. Cho nên không lạ gì trong quá khứ, thái tử Siddhartha rời bỏ cung vàng điện ngọc để xuất gia tầm đạo và thành đạo, bao vương tôn công tử thời ấy nối gót ngài, cũng xa lìa đời sống phú quí xa hoa, làm khất sĩ không nhà. Buông xả tất cả để sống vì tất cả.

Trong vòng một vài năm qua, tại hải ngoại đã có nhiều vị cao tăng đạo hạnh và cư sĩ thời danh ra đi, để lại những công trình đáng kể cho nền văn hóa Phật Việt. Sở học, sở tri và sở hành của họ đáng cho người đời sau chiêm nghiệm, tri ân. Trong số những vị trên, Chánh Pháp số này đặc biệt tưởng niệm Hòa thượng Thích Trí Chơn với hành trạng cao đẹp tuyệt vời, xứng đáng là một bậc tôn sư của thời đại: làm tất cả việc với lòng chí thành, tận tụy, nhưng đồng thời buông bỏ tất cả, chẳng vướng mắc lưu giữ gì cho bản thân, từ vật chất đến tinh thần. Tạo dựng rất nhiều đạo tràng, hướng dẫn hàng ngàn phật tử, nhưng chỉ sống đạm bạc trong một căn phòng nhỏ chứa đầy sách báo để khảo cứu, trước tác, dịch thuật, giảng dạy. Có bằng cấp học vị mà không bao giờ phô trương; xuất bản bao nhiêu tác phẩm mà chẳng bao giờ khoe khoang, ra mắt. Âm thầm vãng lai hành đạo; lặng lẽ du phương hoằng pháp. Độc hành trì chí suốt bao năm trường cho việc văn hóa giáo dục. Ở thời đại này, nhất là trong xã hội thực dụng Âu-Mỹ, không dễ gì giữ được tâm thái và hành xử khiêm cung, bình dị, vô chấp như vậy.

Chúng ta thường đi qua cuộc đời này với những bước chân nặng nề hình thức, danh vọng, chức tước, học vị, lợi lộc... Mỗi bước chân của chúng ta đều lưu lại dấu vết lồi lõm trên cát, mà không hề ý thức rằng chẳng bao lâu sau đó, sóng nước vô thường sẽ phả lấp đi, không còn gì.

Người học Phật tỉnh thức là người đi vào cuộc đời như chim bay ngang trời, như thiên nga bỏ lại hồ nước trong: có thể đến bất cứ nơi đâu, có thể rời xa tất cả chỗ, mà không để lại một vết tích hay gợn sóng nào sau lưng. Chúng ta có thể thực hành được điều này, bằng cách cởi bỏ dần những gì chúng ta sở hữu, thủ đắc. Con đường giải thoát là con đường mà hành giả bước đi với hai tay không, với vai không gánh gồng, và với những bước chân trần, nhẹ nhàng, vô tư lự, trong lặng im cô tịch...

Hạnh Phúc To Lớn
Của Người Con Phật

Thư tòa soạn số 5, tháng 4.2012

Khát vọng kỳ cùng của con người, của chúng sanh, là bất tử. Nhưng bao nhiêu ngàn năm trôi qua, chẳng thấy ai được bất tử, dù kẻ ấy là quân vương nhiều quyền lực, lắm tiền của. Từng cá nhân, từng mệnh đời nằm xuống. Từng chính thể, từng chế độ suy tàn, rồi diệt vong. Bất quá, người ta có thể dùng tiền bạc hay công sức để mua được sự trường sinh bằng y dược, hay các phương thức thể dục, dưỡng sinh. Nhưng trường sinh cũng không thắng nổi nghiệp báo, không vượt qua được cửa ngõ vô thường; nói chi điều viển vông là bất tử.

Đức Phật đản sinh ở cõi này, không phải để ban phát cho chúng ta một đời sống vĩnh hằng nơi thế giới nào đó. Ngài luôn nhắc chúng ta về sự bất định, chuyển biến không ngừng của mọi sự mọi vật. Tất cả các pháp hữu vi, những gì có hình thể, sắc tướng, cho đến những gì thuộc về tâm thức nhưng do duyên hợp mà sinh, thì đều vô thường, biến hoại. Nghĩa là không có một thân xác hay linh hồn trường sanh, bất tử nào cả.

Chỉ cái gì bất sinh, cái đó mới bất diệt.

Kỳ diệu thay! Đó lại là cái mà tất cả chúng sanh đều có, bình đẳng như nhau: Phật tánh.

Phật tánh đã sẵn có nơi chúng ta, dù sinh ra ở giới tính nào, chủng tộc nào, quốc gia nào, cũng đồng đẳng, không hơn không kém; và dù trôi lăn trong vòng lục đạo bao nhiêu đời kiếp luân hồi, cũng không giảm thiểu hay mất đi.

Đức Phật thị hiện nơi đời là để nhắc nhở chúng ta điều ấy. Rằng với Phật tánh sẵn có, chúng ta có khả năng giác ngộ, trở thành bậc đại giác như đức Phật. Tất nhiên việc thành Phật không đơn giản chỉ là tri ngộ về bản thể chân tánh của mình, mà phải qua sự chứng nghiệm toàn vẹn của một tiến trình tu tập, tích tạo công đức, đãi lọc các phiền não và sở chướng, vượt qua các sở kiến sở chấp... Nhưng ít nhất, trong ý chí vươn lên, trong khát vọng giải thoát, thì tri kiến ban sơ của người học Phật, rằng tất cả chúng sanh đều có Phật tánh, chính là nền tảng để từ đó cất những bước chân hướng về chánh quả.

Đây là niềm hạnh phúc to lớn nhất của người con Phật. Hạnh phúc vì đức Phật ra đời, mở bày cho chúng ta về kho tàng mà chúng ta sẵn có. Hạnh phúc vì sau khi Ngài nhập Niết-bàn, đã để lại giáo pháp vi diệu để chúng ta học hỏi, suy nghiệm. Hạnh phúc vì hàng xuất gia đệ tử Phật, thừa tiếp con đường cao rộng của Ngài, trực tiếp hướng dẫn chúng ta tu tập hành trì, cùng hướng về giải thoát giác ngộ.

Như vậy, thay vì tìm cầu một đời sống bất tử không thể có trong thế giới sinh diệt huyễn mộng, chúng ta hãy tu tập theo chánh pháp để đạt đến cảnh giới bất sinh bất diệt. Cảnh giới ấy, chẳng ở đâu xa. Chính là Phật tánh sẵn có nơi tất cả chúng ta.

Cúng dường Phật Đản không gì quí hơn là mỗi người trở về với bản tâm của mình, vận dụng lòng đại bi, hiển hiện tánh Phật trong đời sống hàng ngày, để con người thương yêu nhau, xã hội bình đẳng không tranh chấp, và thế giới thực sự hòa bình an lạc.

Từ Thống Khổ Vươn Dậy

Thư tòa soạn số 6, tháng 5.2012

Theo truyền thuyết, Thái tử Tất Đạt Đa giáng hạ nơi vườn Lumbini, dưới gốc cây vô-ưu, với bảy bước chân được nâng bằng bảy hoa sen. Từ đó, người theo Phật thường gọi mùa Phật Đản là mùa hoa vô-ưu, mùa sen nở, hoặc mùa hoa ưu-đàm (linh thoại), v.v...

Có người nói hoa vô-ưu và ưu-đàm là một, nhưng theo kinh điển thì hoa ưu-đàm cả ngàn năm mới nở một lần, còn vô-ưu là một loại cây hoa nở quanh năm ở Ấn-độ và một số nước Á châu. Sen cũng không phải là loại hoa hiếm quý, vì thường nở rộ vào mùa khô hàng năm. Dù thế nào, truyền thuyết, linh thoại hay thực tế, các loại hoa này đều là những biểu tượng đẹp trong Phật giáo. Đặc biệt là hoa sen, được nhắc đến rất nhiều trong kinh điển và rất phổ thông trong tất cả các hình thức nghệ thuật và kiến trúc Phật giáo.

Sen cũng được dùng để đặt tên cho một bộ kinh nổi tiếng của truyền thống Đại thừa (Diệu Pháp Liên Hoa) mà từ đó phát sinh một tông phái lớn của Nhật-bản và Trung-hoa: Nhật Liên tông, Liên Hoa tông.

Một kinh khác chép rằng, sau khi thành đạo, Đức Phật đã quán xét tâm tính và căn cơ của chúng sanh trước khi quyết định chuyển vận bánh xe chánh pháp. Qua sự chiêm nghiệm của Ngài, muôn loại chúng sanh được biểu thị như là những hoa sen rộ nở trong các hồ mùa hạ. "Như trong hồ sen xanh, hồ sen hồng, hay hồ sen trắng, có một số hoa sen sinh ra dưới nước, lớn lên dưới nước, sống vươn lên trên mặt nước, không bị dính sình lầy, cũng không bị nước ướt đẫm... Cũng vậy, có hạng chúng sanh nhiễm nhiều trần tục nhưng cũng có hạng chúng sanh ít nhiễm trần tục..." (kinh Ariyapariyesana – Trung Bộ). Với hình ảnh thi vị đó, có thể hiểu rằng dù sinh ra trong cảnh giới nào, chủng loại hay chủng tộc nào, bản chất của con người và chúng sanh là sen, là bất nhiễm, vô nhiễm. Bản chất ấy là Phật tánh. Với bản chất thanh tịnh đồng đẳng với chư Phật, tất cả chúng sanh đều có thể tùy theo phước đức, năng lực và hoàn cảnh của mình, hướng về đạo quả vô thượng.

Sen có thể vươn khỏi mặt nước một cách sạch sẽ thanh cao, có thể bị chìm ngập dưới sình lầy, hoặc dính sình lầy nhiều hay ít trong quá trình trưởng thành, nhưng một khi nở hoa, sen nào cũng ngát hương. Cách thế vào đời của Phật, Bồ-tát hay chúng sanh cũng đều như thế: từ nơi sình lầy thống khổ của trần gian mà vươn dậy.

Giải thoát chẳng phải là sinh ra từ hư không, sinh từ nơi thơm sạch, mà chính là từ nơi trần tục, nhiễm ô, tỏa cánh chân thường tự tại.

Nhân mùa sen Phật Đản, xin nguyện cùng với bạn đạo muôn phương, xông ướp hương thơm đức hạnh, giải thoát để dâng tặng trần gian khổ lụy này...

Bản Ngã

Thư tòa soạn số 7, tháng 6.2012

An cư kiết hạ (hay kiết đông) là truyền thống lâu đời của Tăng đoàn, hàng ngũ những đệ tử xuất gia của Phật. Không chỉ là truyền thống, An cư còn là nguyên tắc sinh hoạt bắt buộc phải có. Nơi đâu có tỳ kheo và tỳ kheo ni lưu trú, hành đạo, từ bốn vị trở lên, nơi đó phải được tổ chức An cư. Tuổi thọ (hạ lạp) của tỳ kheo được tính theo mỗi mùa An cư mà họ nhiệt thành và tự nguyện tham dự. Trong ý nghĩa sâu xa hơn, tuổi thọ của Chánh Pháp tùy thuộc nơi truyền thống An cư này. Bao lâu hội chúng tỳ kheo, tỳ kheo ni, còn vân tập trong thanh tịnh hòa hợp để sách tấn và thực hành giới luật, giảng luận và học hỏi giáo lý, Chánh Pháp vẫn còn tồn tại. Bởi vì An cư là biểu hiện sinh động của đời sống Tăng lữ. Qua An cư, giới luật được hội chúng tỳ-kheo nghiêm minh gìn giữ; và cũng qua An cư, tính cách hòa hợp của Tăng đoàn được thể nghiệm.

Một cách cô đọng, có thể nói là trong sinh hoạt Tăng đoàn, nhờ Giới luật mà có thanh tịnh, nhờ Vô ngã mà có hòa hợp. Đây là tiêu chí mà Đức Phật đưa ra để khích lệ các vị tỳ kheo nhằm giữ gìn giới thân huệ mạng của mình cũng như để bảo tồn mạng mạch Chánh Pháp. Hơn hai nghìn năm trăm năm, trải qua nhiều thế hệ tăng lữ của nhiều quốc gia, Chánh Pháp đã được lưu truyền trong cách đó.

Giới luật và Vô ngã không phải là lý tưởng hay lý thuyết để theo đuổi, mà chính là con đường thực hành. An cư là cơ hội cho sự thực hành ấy. Tức là thực hiện tinh thần Giới luật và Vô ngã ngay trong sinh hoạt của một cộng đồng, một tập thể mà trong số những người tham dự, không phải ai cũng đều là người thân thuộc, quen biết. Tôn ty trật tự của cộng đồng Tăng lữ được thực hiện một cách tự nhiên trên tinh thần giới luật và đức hạnh. Giới luật thì có giới bổn để qui chiếu, còn đức hạnh của từng cá nhân là do nơi nội lực thực hành Phật Pháp, không phải nơi việc xuất gia sớm hay muộn, thọ giới trước hay sau. Người đức hạnh là người thực hành Vô ngã. Vô ngã không phải một sớm một chiều tuyệt dứt bản ngã của mình, mà chính là dần dần lột bỏ từng sở chấp nơi tự tâm, buông xả từng vật, từng điều, từng thành tựu, từng sở đắc, từng ý niệm mà mình cho rằng mình đã hay đang sở hữu.

Trong thế giới vô thường hữu hạn này, mọi thứ mà chúng ta tranh thủ để có được trong đời sống, có thể rời khỏi chúng ta bất cứ lúc nào. Nếu chúng không rời chúng ta, thì có thể qua một đêm mơ màng không bao giờ mở mắt trở lại, chính chúng ta sẽ rời khỏi chúng. Một căn nhà, một dinh thự hay tự viện nguy nga; tiền bạc, của cải, và những trang sức đắt giá; bằng cấp, học hàm, danh vọng và chức vị... Tất cả đều là sương khói, huyễn mộng, sẽ không theo chúng ta qua đời sống kế tiếp.

Người thực hành Vô ngã là người không cố gắng theo đuổi hoặc níu giữ một cách vô vọng những điều huyễn mộng của thế gian.

Hương thơm đức hạnh chỉ có thể tỏa ra từ con người Vô ngã ấy.

Nhờ Vô ngã mà khi cần, một hành giả có thể từ bỏ huyễn thân, cúng dường Chánh Pháp. Phật giáo Việt Nam đã từng có những vị chân tăng như thế. Chúng ta tôn xưng họ là những bồ-tát. Gần đây, trên mười hai tăng sĩ và cư sĩ Tây Tạng cũng đã thiêu thân cho lý tưởng tự do của đất nước và nền Phật giáo của họ. Đức vô úy, nhẫn nhục, tâm bố thí, lòng từ bi và hỷ xả, nói chung là tất cả đức hạnh cao đẹp của một hành giả chân tu, đều bắt nguồn từ tinh thần Vô ngã. Chỉ trong Vô ngã, buông hết tất cả, con người mới có được tất cả. Nói một cách quyết liệt hơn, mỗi người chúng ta phải chết đi bản ngã của mình, mới có thể làm sống dậy tinh thần của Chánh Pháp.

Trở Về Biển Lớn

Thư tòa soạn số 8, tháng 7.2012

Trong mùa An cư kiết hạ của Tăng-già, người con Phật thường nghe nhắc đến các tiêu để "thúc liễm thân tâm," "thanh tịnh hòa hợp"... Các tiêu để này nhắc nhở người xuất gia bản nguyện và sơ tâm của mình đối với tự thân, cũng như đối với Phật Pháp và con đường tiếp độ sanh chúng.

Nói đến Tăng-già (Sangha) là nói đến tăng chúng, tập thể của người xuất gia đã thọ giới tỳ-kheo (bhikkhu), tỳ-kheo ni (bhikkhuni), qui định là từ bốn vị trở lên. (Một tỳ-kheo chúng ta gọi là "tăng", một vị tỳ-kheo ni chúng ta gọi là "ni", chỉ là cách gọi cho gọn trong thói quen của Phật giáo Việt Nam, kỳ thực chữ "tăng" hay "ni" không đủ và không đúng để gọi một vị tỳ-kheo hay tỳ-kheo ni)

Ngày nay có người triển khai chữ "Sangha" để gọi chung cho các tập thể cư sĩ không thọ giới tỳ-kheo hay tỳ-kheo ni do Phật chế; có người thí phát cho nam nữ phật-tử tu gieo duyên vài ngày, thọ giới sa-di và sa-di ni, hoặc không thọ giới gì cả, cũng xưng là "tăng, ni".

Các việc xảy ra như thế, là do không qui chiếu nơi giới luật, không nghiên cứu tường tận ý nghĩa và các nguyên tắc sinh hoạt truyền thống của Tăng-già. Không biết mà làm, hoặc biết mà vẫn cứ làm, thì đều là lạm xưng.

Tăng-già là rường cột của Phật Pháp, gồm những vị đã tự nguyện cắt bỏ đời sống gia đình thân thuộc, chọn lựa nếp sống chay tịnh, độc thân suốt đời nơi chốn thiền môn, thành tâm lãnh thọ đại giới (của tỳ kheo, tỳ kheo ni); trong thì vun bồi đạo hạnh, giới đức, ngoài thì thể hiện hạnh vô cầu, vô tránh ("nội cần khắc niệm chi công, ngoại hoằng bất tránh chi đức"), mục đích là để tìm cầu giải thoát giác ngộ và cứu độ chúng sinh.

Trong ý nghĩa cốt lõi ấy, các tỳ-kheo, tỳ-kheo ni, phải sống theo tăng-chúng, tăng-đoàn (Sangha), có nghĩa là không thể tách rời các sinh hoạt của cộng đồng Tăng-già. Dù trong hoàn cảnh phải độc cư hành đạo ở một trú xứ, đạo tràng nào đó, cũng phải tự động trở về với tăng-chúng khi có hội chúng tỳ-kheo, tỳ-kheo ni vân tập để bố-tát, an cư, tự tứ, v.v... Suốt nhiều tháng trong năm, vì hoằng pháp mà phải giao tiếp, hướng dẫn, ứng phó đạo tràng, làm tất cả việc thiệp thế, một tỳ-kheo hay tỳ-kheo ni cần có thời gian cho việc trở về với chính mình, trở về với Tăng-già để tu tập, nghiền tầm giáo điển, thiền quán, lễ tụng... An cư là cơ hội để trở về ấy. Đức Phật là bậc đại giác mà có khi cũng dành thời gian an cư, không tiếp khách; huống hồ hàng đệ tử của ngài, chưa hẳn là tất cả đều đã giải thoát giác ngộ. Hẳn là bậc Đại giác không sợ loạn tâm khi giao tiếp, nhưng ngài đã vì Tăng-già mà nêu gương. Cái gương đó, đệ tử của ngài nên suy nghiệm để nghiêm túc thực hành bổn phận và bổn nguyện của người trưởng tử Như Lai.

Thiện nam thiện nữ phật-tử cũng nên thấu suốt điều ấy để hết lòng hộ trì, ủng hộ các đạo tràng an cư của Tăng-già. Bởi vì thời gian an cư mới chính là đời sống thực của Tăng chúng: dừng lại các sinh hoạt thiệp thế, kiểm soát thân, giới hạn nói năng, quán sát tâm ý, lắng đọng ba nghiệp cho thanh tịnh; dành trọn ngày đêm cho việc tu tập hành trì. Và chính nhờ thời gian này, các hành giả độc cư được tắm gội trong biển đức của Tăng-đoàn, học hỏi những điều thâm sâu uyên áo, giải tỏa những điều khúc mắc chưa gặp minh sư khai thị, soi lại chính mình trong gương sáng của các bậc trưởng thượng và pháp lữ chung quanh. Suốt năm sống xa Tăng-đoàn, nay là dịp thử nghiệm nội lực của chính mình: giữa tăng lữ khắp nơi tụ hội về, mỗi người một tánh ý, xuất thân từ nhiều địa phương khác nhau, sinh từ những thế hệ cách biệt nhau, khác thầy tổ, khác tông môn, có thấy chút tự mãn, bất đồng, hay phiền não nào khởi lên trong sinh hoạt đồng sự suốt thời gian cấm túc an cư hay không? Lục hòa có thể áp dụng được không? Sống xa Tăng-đoàn làm sao biết được tâm mình rỗng rang thanh tịnh có thể hòa hợp với bất cứ ai, bất cứ hoàn cảnh nào? Sinh hoạt với Tăng-đoàn, mới có thể chứng thực được điều ấy.

Đó là ý nghĩa của "thúc liễm thân tâm," và cũng là ý nghĩa của "thanh tịnh hòa hợp" mà một mùa an cư có thể mang lại cho chư vị tỳ-kheo, tỳ-kheo ni, những bậc xuất trần cao cả, những kẻ thừa tự Chánh Pháp của Như Lai.

Người phật-tử tại gia khắp nơi luôn qui hướng các đạo tràng an cư, kỳ vọng nơi tánh đức như hải của Tăng-già có thể tỏa rộng để Phật Pháp được trường tồn và mọi loài chúng sanh nhờ đó mà được nhuần thấm hương đạo.

Con Người Lịch Sử

Thư tòa soạn số 9, tháng 8.2012

Trong những giai đoạn suy vong, nguy biến cùng cực của Phật giáo, vẫn thường xuất hiện những bậc bồ-tát hóa thân, lấy lòng từ bi mà cảm hóa nhân tâm, tỏa trí sáng mà khai mở cho kẻ lầm mê, đem đức uy dũng mà đương cự ác đảng, tà đạo. Đón nhận tất cả khổ nhục mà không lời oán thán. Chịu đựng tất cả gian nguy mà lòng vẫn an nhiên. Nhìn chúng sanh bằng con mắt thương yêu của cha mẹ đối với con cái. Con ngoan, con hư, đều một lòng ân cần chăm sóc. Có khi phải đem cả sinh mệnh của mình để trang trải cho sự sống còn của đạo pháp.

Phật giáo cận đại và hiện đại, nói riêng về Giáo hội Phật giáo Việt Nam Thống nhất, trải qua bốn đời Tăng thống, thì Đức Đệ tứ Tăng thống Thích Huyền Quang, là vị cao tăng trực tiếp đương đầu với thế lực ác, đứng trên đầu ngọn sóng mà lèo lái và bảo vệ con thuyền đạo pháp lúc nguy nan.

Năm 1992, khi Đại lão Hòa thượng Thích Đôn Hậu nằm xuống, Giáo hội dường như phải bị chôn theo, thì chính Hòa thượng

Thích Huyền Quang, một mình giữa trùng vây của bạo lực, ứng khẩu thuyết minh về thực thể của Phật giáo trong lòng dân tộc, tuyên bố lập trường nhất quán của Giáo hội, để rồi từ đó, mở đầu con đường đấu tranh bất bạo động cho sự phục hoạt Giáo hội Phật giáo Việt Nam Thống nhất. Thời điểm ấy, con người ấy, chỉ có một trong dòng lịch sử Phật giáo Việt Nam.

Đến năm 2003 thì Giáo hội, qua Hội đồng Lưỡng viện trong nước và các hội đồng giáo phẩm tại hải ngoại suy tôn ngài lên ngôi vị Tăng thống. Ngôi vị cao tột ấy, không phải do công lao hay thành tích đấu tranh, hoặc do thời gian dài lâu phục vụ Giáo hội, mà chính là do nơi đạo hạnh sáng ngời của một bậc long tượng kỳ vĩ: trong thì hòa hợp lân mẫn với đồng đạo khắp nơi bằng giới đức và lòng khiêm ái; ngoài thì cảm hóa, chinh phục quần sinh bằng hạnh lợi tha và lòng bi mẫn; khi cần cứng cỏi thì sừng sững như núi, không gì lay đổ; khi cần uyển chuyển thì nhu thuận hiền hòa như nước chảy mây bay. Đối với người hiền hay kẻ ác, tiếp xử như nhau: chỉ bằng một lòng từ bi, trang trải cho muôn loài.

Đó là một con người lịch sử. Con người ấy, giai đoạn đầu, giai đoạn giữa, giai đoạn sau, có thể có những đổi thay theo thời gian và tâm lý xã hội, nhưng đạo hạnh thì không thay đổi. Đạo hạnh ấy vượt thời gian, vượt khỏi những ngôi vị, vượt khỏi những cơ cấu tổ chức. Đó là con người khi cất bước chân đi, là vươn đến phương trời cao rộng...

Nguồn Cội Hiếu Kính

Thư tòa soạn số 10, tháng 9.2012

Hiếu là lòng thương kính và ý hướng báo ân. Hiếu không phải chỉ thương kính suông mà còn bao hàm hành động, nghĩa cử báo đền ân sâu của người sinh và dưỡng mình. Báo ân mà lòng không thương kính cũng không thể gọi là Hiếu.

Lòng thương kính là tình cảm tự nhiên của người dưới đối với người trên; của con cái đối với cha mẹ. Lòng thương kính ấy phát sinh từ sự đối đãi, tương giao giữa người trên và người dưới, người thi ân và người thọ ân, không cần kêu gọi hoặc ép buộc phải bày tỏ, biểu lộ. Nhưng thói thường thì con người dễ lãng quên. Một khi rời bỏ nguồn cội của mình để hướng về phía trước, chạy theo những gì mới lạ, sẽ không còn nhớ dĩ vãng và những người dõi mắt kỳ vọng từ phía sau. Kỳ vọng của cha mẹ là con cái được thành đạt, hạnh phúc. Con cái đáp lại niềm kỳ vọng ấy là đủ. Còn đòi hỏi cái gì xa hơn (và thấp hơn) niềm kỳ vọng ấy (chẳng hạn mong đợi con cái phụng dưỡng, phục vụ, chăm sóc mình để đáp trả công lao mình đã ban cho) thì không còn là tình thương yêu chân thật, không điều kiện. Cha mẹ không mong đợi sự đến ơn đáp nghĩa, nhưng con cái cần thương kính và luôn tâm niệm về việc báo ân đối với cha mẹ bất cứ lúc nào có thể. Ân lớn của cha mẹ, nếu không thương kính và không nhớ để báo ân (bằng vật chất hay tinh thần), tất cần phải có sự nhắc nhở. Nhắc nhở ấy là điểm khởi đầu cho Hiếu đạo ở đời, không riêng trong lý thuyết nhà Phật.

Nhưng hiếu kính và báo ân cha mẹ chỉ là một trong bốn ân nặng được nêu cao trong Phật giáo: ân cha mẹ, ân sư trưởng (thầy dạy đời/đạo), ân quốc gia và ân chúng sanh. Do đó, Hiếu hạnh của người con Phật chân chính, nói cho đủ là thực hiện việc "trên đến bốn ân nặng, dưới cứu khổ ba đường." Trên đường học đạo, hành đạo, người con Phật luôn tâm niệm điều ấy, thực hiện việc ấy, trong đời sống hàng ngày, không phải chờ đến lễ Vu Lan mới lo tụng niệm và làm việc đền đáp công ơn cha mẹ, hoặc nghĩ đến việc bố thí, cúng dường, cầu nguyện cho cha mẹ đã qua đời.

Hiếu của người con Phật là ý thức thường trực về nguồn cội từ đó mình được hiện hữu và hành hoạt như một con người, một hành giả đi ngang cuộc đời mộng ảo. Nguồn cội ấy, không chỉ từ cha mẹ, mà còn ở nơi trùng trùng nhân duyên đối với tất cả sanh loại. Đặc biệt là đối với người xuất gia học đạo, sư phụ không những dạy ta chữ nghĩa còn dạy ta làm đại trượng phu, không những giáo dưỡng ta từ thuở hành điệu, còn nuôi dưỡng cả trí tuệ và pháp thân huệ mạng, cho đời này và nhiều đời sau. Quán sát tất cả chúng sanh (từ hữu tình đến vô tình) đều đã từng, và có thể là cha mẹ, là sư phụ của mình, để đem lòng hiếu kính, báo đền. Báo đền bằng cách nỗ lực tu tập để giác ngộ giải thoát, hướng dẫn kẻ khác giác ngộ giải thoát, luôn tâm niệm mang lại hạnh phúc an vui cho muôn loài. Hiếu hạnh như vậy, có thể lạm sánh với hạnh của Phật.

Hàng năm đến mùa Vu Lan, chúng ta nhắc đến chữ Hiếu. Nhưng kỳ thực thì Hiếu hạnh vốn không có mùa, không có giai kỳ để bắt đầu và chấm dứt. Hiếu hạnh là hạnh tu của Phật, của Bồ-tát. Hạnh ấy khởi đi từ lòng bi mẫn đối với tất cả chúng sanh, mong tất cả đều được thoát ly biển khổ, một thời cùng chứng đạo quả vô thượng.

Lõi Cây

Thư tòa soạn số 11, tháng 10.2012

Mục đích tối hậu của người học Phật là để tìm về bản lai diện mục của mình, tức là tìm cách quay về, nắm bắt lại điều cốt tủy mà mình đã có sẵn. Đây là một nghịch lý. Có sẵn thì cần gì phải tìm! Đã là bản lai thì cần gì phải quay về!

Là bởi tuy có sẵn, mà không nhìn thấy, không dùng được; sờ sờ ra đó nhưng lại cách xa nghìn trùng, như kho tàng châu báu trong chéo áo gã cùng tử. Cho nên, phải tìm thì mới thấy, thấy rồi thì mới nắm được, dùng được. Nắm được, dùng được rồi, lại thêm một nghịch lý khác: đã có sẵn, đã là của mình, thì làm gì có sự mất đi, làm gì có sự "tìm được"!

Nghịch lý trên được đức Phật làm sáng tỏ trong "Đại kinh Ví dụ Lõi cây" (Trung bộ), rằng người thực hành chánh pháp không nên tự mãn với những thành tựu của mình. Nghĩa là phải vượt qua những điều gọi là thành công, thành tài, thành danh, thành tích, thành tựu... vượt qua những điều gọi là sở đắc, sở chứng. Nói theo tinh thần Bát-nhã thì phải thành tựu ba-la-mật, tức là vượt qua một cách rốt ráo, đến chỗ không còn gì để vượt qua, không còn gì để chứng đắc. "Bởi vì ở trong Không tánh ấy, chẳng có cái gọi là sắc, thọ, tưởng, hành, thức; không có cái gọi là nhãn, nhĩ, tỷ, thiệt, thân, ý... cho đến... không có cái gọi là vô minh hay chấm dứt vô minh; không có già-chết, cũng không có cái gọi là chấm dứt già-chết;... không có cái gì gọi là tuệ giác, cũng chẳng gì gọi là chứng đắc..." (Bát-nhã Tâm kinh). Để tìm được lõi cây, phải vượt qua cành lá, vỏ cây, giác cây; có được lõi cây rồi thì lõi cây cũng phải vượt qua. Ở đây, có thể nói theo thể điệu ngôn ngữ của kinh Kim Cang: lõi cây không phải là lõi cây, mới chính là lõi cây.

Chúng ta, kẻ phàm phu, suốt đời lăng xăng, xông xáo chạy theo lợi dưỡng, danh vọng, địa vị... không ý thức được tất cả những thứ ấy đều hão huyền. Chỉ một cơn gió nhẹ của vô thường thoảng qua, những gì chúng ta gom góp tích lũy một đời, đều rơi rụng hết. Chúng ta vô minh, tạo khổ đau cho mình, cho người, từ kiếp này sang kiếp khác; để rồi cứ triền miên quờ quạng trong nẻo sinh tử, chẳng thấy đâu là giá trị, là cốt lõi, là gia tài sẵn có của mình. Có khi được nhân duyên tốt học đạo, thấy được lẽ chân, lại không thực hành sự vượt qua, không có được tâm giải thoát bất động, cứ đắm nhiễm, tự mãn trong những thành tựu nhỏ nhoi, tiếp tục làm người vô trí.

Bậc hiền trí, không như vậy. Lững thững đến, lừng lững đi. Nhẫn nhục như đất. Bao dung như trời. Làm tất cả những điều lợi ích cho kẻ khác rồi phủi tay, chẳng cần giữ lại gì. Độc hành đi vào nơi thâm áo kỳ tuyệt, vượt qua những chặng đường và nơi chốn dừng chân; từ nơi cao thẳm, gửi lại nụ cười nhẹ tênh...

Lật Từng Trang Sách
Vào Thu...

Thư tòa soạn số 12, tháng 11.2012

Trời đã vào thu. Sớm mai, gió nhẹ bên ngoài đủ đưa khí lạnh len vào cửa sổ để hé. Nhìn ra vườn có thể thấy sương mù bao phủ những thân cây trụi lá, khẳng khiu; và đâu đó trên các lối đi, lá vàng khô chưa kịp quét dọn đã dầy thêm một lớp.

Mùa thu đến, đã làm cho lá vàng đi. Người ta vẫn thường nói hoặc nghĩ như thế. Kỳ thực mùa thu không làm cho lá vàng. Mùa thu chỉ là một trong những nhân duyên tác động lên cỏ cây, hoa lá. Cũng như gió không làm cho những chiếc lá kia rụng đi, mà chỉ là điều kiện cho sự rơi rụng nhanh hơn của lá. Nếu tự bản chất lá không biến hoại thì trăm mùa thu cũng chẳng đổi được màu, ngàn cơn gió cũng không lay được khỏi cành.

Không phải chỉ có lá vàng, lá úa. Mọi sự mọi vật đều tàn tạ và biến hoại theo thời gian. Bởi vì bản chất của lá, của hoa, của núi, của mây, của con người, thân xác và tâm hồn, đều bất định, không có tự tánh. Nhờ bất định và không có tự tánh mà nó mới duyên được với cái không phải là nó. Lý này được gọi là vô thường, là duyên sinh; cũng gọi là vô tự tính hay vô ngã. Nói cách khác, (bản) thể của sự vật là vô ngã, vô tự tánh; (hoạt) dụng của sự vật là duyên sinh; tướng (trạng) của sự vật là vô thường.

Chúng ta thường chỉ nhìn hiện tượng hoại diệt của con người và cuộc đời mà sinh khổ đau, hờn oán. Nếu quán sát sâu sắc bản chất của muôn vật, sẽ thấy vô thường cũng có bộ mặt khả ái, dễ chịu của nó. Vô thường, biến đổi, chẳng phải là tốt đẹp lắm hay sao? Không có vô thường làm sao một hài nhi có thể trưởng thành; làm sao một phàm phu có thể tiến lên quả vị Phật; làm sao một kẻ mê lầm có thể trở thành người tỉnh giác; làm sao một kẻ vướng mắc trói buộc có thể trở nên giải thoát tự tại! Và làm sao những sầu đau thống khổ của mình, của trần gian có thể vơi đi được nếu cái gì sinh ra cũng tồn tại mãi không đổi thay?

Sương mai tan dần trong nắng thu dìu dịu. Lá vàng như sẫm màu hơn. Thoang thoảng hương thơm của một loài cỏ nào đó. Tiếng gió reo vui qua hàng thông xanh đầu ngõ, vọng về một điệu nhạc êm đềm. Lòng thanh thản, bên chung trà nóng, lật từng trang sách vào thu...

Bạn Hiền

Thư tòa soạn số 13, tháng 12.2012

Sương thu buổi sớm hãy còn giăng mờ bên ngoài khung cửa sổ. Những ánh đèn đường như dịu lại sau một đêm dài tỏa sáng. Các dây đèn giăng mắc trước nhà hàng xóm vẫn còn kiên trì chớp loé trong một trời mù sương. Ông già Noël hình nộm vẫn cười hỉ hả trước sân nhà ai. Chỉ mới sau tuần lễ Tạ Ơn là thiên hạ đã trang trí đón chào mùa lễ Giáng Sinh và Tân niên. Không khí những ngày cuối năm thật rộn ràng, vui vẻ. Nhưng giờ này thì mọi người đang còn chìm sâu trong giấc đông miên.

Lặng lẽ ngắm nhìn khu vườn nhỏ mờ đục trong sương mai, lòng dấy một niềm vui nhẹ nhàng, thư thả. Nghĩ về những bạn hiền đã đến và đã đi, những người bạn hiền đang có, đang gần gũi. Những người bạn, cũng là những bậc thầy, thật hiền và dễ thương...

Tinh thần viễn ly, buông xả, có thể nói là chất liệu nền tảng mà tuyệt vời nhất của hành giả trên đường học đạo, cũng như của văn nhân nghệ sĩ Phật giáo trong cảm hứng sáng tạo nghệ thuật. Nhưng viễn ly, buông xả không chỉ dừng nơi lý thuyết mà phải là thái độ và hành xử thường trực của một con người hướng vọng giải thoát.

Không thể nói suông về vô ngã khi tự thân đầy vọng chấp và ý thức phân biệt nhân-ngã, bỉ-thử.

Không thể nói suông về giải thoát khi càng lúc tâm thức và hành động chỉ biết tự trói mình vào trong ổ kén của những sở hữu, sở kiến, sở đắc.

Có viễn ly, buông xả mới có vô ngã, giải thoát.

Hành động thiết thực nhất của tinh thần viễn ly, buông xả, chính là bố thí, là sự cho đi, là sự hiến tặng, với niềm thương yêu, trân trọng, vì lợi ích an vui cho kẻ khác.

Đông phương có hình ảnh hòa thượng Bố Đại (được truyền tụng là hóa thân của Phật Di Lặc); tây phương có ông già Noël (Santa Claus). Họ là hiện thân của sự bố thí, hiến tặng, của sự ban vui cứu khổ. Cho đi những gì mình có, hiến tặng những gì kẻ khác cần. Đó là bước đầu của tâm bồ-đề. Không khởi đi bằng bước chân đầu tiên này thì đừng nên bàn nói gì về vô ngã, giải thoát.

Cho nên, hình ảnh con người tuyệt vời, được xưng tụng là hiền giả, thánh giả, đại trượng phu, xuất trần thượng sĩ... trong ngôn ngữ văn học Phật giáo, là con người vượt ra khỏi mọi danh vọng, quyền lợi, sở hữu (vật chất hay tinh thần) của thế gian. Sự cao cả vĩ đại của họ nằm ở chỗ buông xả, từ bỏ, không phải nơi sự tom góp, tích lũy. Trong khi kẻ khác tự mãn với những thành công về cơ ngơi, tài sản to lớn, đồ sộ, thì một hành giả viễn ly lặng lẽ đi vào chỗ tận cùng của cô liêu, hoang vắng – nơi ấy không còn những bung xung rộn ràng của các sở hữu vật chất, đồng thời vượt khỏi mọi vọng tưởng đảo điên của tâm thức.

"Nhất bát thiên gia phạn

Cô thân vạn lý du

Kỳ vi sinh tử sự

Giáo hóa độ xuân thu"

Một bình bát, khất thực muôn nhà; đơn thân rảo bước muôn dặm xa. Chỉ có sinh-tử là việc lớn; tận tụy hóa độ khắp hà-sa.

Bằng tâm thức và hành động viễn ly, buông xả, con người cao vời siêu tuyệt ấy không nhất thiết phải là một trưởng giả giàu có, mà đôi khi là một khất sĩ không nhà; không nhất thiết phải là một trưởng lão hòa thượng, mà có khi chỉ là một tiểu đồng sa-di; không nhất thiết phải là một vị tăng, mà thường khi cũng là những vị ni; không nhất thiết phải là kẻ xuất gia, mà đôi khi còn có những cư sĩ thế tục. Có thể gọi họ là những thiện tri thức, hay một cách gần gũi hơn: bạn hiền.

"Gần gũi những người bạn hiền giống như đi trong sương mù. Tuy sương không ướt áo liền, nhưng dần dần cũng thấm đượm." (Cảnh Sách Văn)

Bạn hiền ấy là ai, ở đâu? – Là những ai có thể có mặt khi mình cần đến; là những ai giúp khi mình gặp khó khăn; là những ai hướng dẫn khi mình bị bế tắc; là những ai cho khi mình thiếu hụt; là những ai nâng đỡ khi mình vấp ngã. Từ vật chất đến tinh thần, những người bạn hiền ấy luôn trao tặng chúng ta mà không đòi hỏi một điều kiện nào, dù là sự biết ơn. Nhưng chúng ta phải trân trọng. Bởi vì, khi nói bố thí hiến tặng là bước đầu của tâm bồ-đề thì sự trân trọng biết ơn những người bố thí cũng chính là nhận thức sơ khởi về tâm bồ-đề ấy.

Xin cảm ơn tất cả những bạn hiền lớn-nhỏ, già-trẻ, nam-nữ... đã đến và đã đi, đang đến hoặc sẽ đến trong cuộc đời chúng ta.

Ngày Tháng Mới

Thư tòa soạn số 14, tháng 01.2013

Cuối năm dương lịch, trời lạnh cắt và mưa rỉ rả lâm râm ngày đêm, tạo nên những vũng nước lênh láng trên mặt đường. Những người phu làm vườn đã cào hốt lá vàng hai hôm trước, mà nay đợt lá khác đã phủ thêm một lớp nơi công viên. Nhìn từ xa, chỉ thấy một thảm lá nâu vàng, không thấy đâu là lối đi và màu xanh mướt của bãi cỏ. Trong khi khách vãng lai ngập ngừng tìm lối thì những người quanh vùng đã quen đường, tay che dù, chân vẫn bước mau trong mưa, dẫm trên lá sũng nước...

Người ta vẫn thường đổ lỗi cho hoàn cảnh xã hội, hoặc trường hợp đặc biệt nào đó của cá nhân, hoặc nhân danh sự bảo vệ và phát triển tổ chức (chính quyền, đảng phái, tôn giáo...) để làm sai, làm tổn hại đến kẻ khác, tập thể khác. Làm sai mà biết phục thiện, hối cải, sửa đổi thì còn đáng tha thứ, đáng khen. Làm sai mà còn ngoan cố tìm mọi cách để biện minh cho sự sai lầm của mình, vấy tội cho người khác, thì không xứng để gọi là người lương thức, càng không xứng là người con Phật.

Nhà Phật nói có hai hạng người đáng quí: một là người không hề làm lỗi, hai là người làm lỗi mà biết ăn năn, phục thiện.

Đi xa hơn, người không làm lỗi không khinh ghét người làm lỗi, mà xem họ như là những nạn nhân của vô minh, tham ái; luôn rộng lòng tha thứ và tìm cách thay đổi họ; nếu không chuyển hóa được họ thì cũng giữ lòng từ bi, khoan dung của mình, không để cho sự ác, sự lỗi của người trở thành mối phiền não làm vẫn đục tự tâm.

Đã có những nhà lãnh đạo rất sai: vì danh vọng và quyền lợi cho cá nhân hay cho phe phái của mình mà phá bỏ qui ước chung của tổ chức, của xã hội; dẫm đạp lên quyền sống và nguyện vọng của số đông. Những người này cần phải học làm người hiền (hiền nhân), học làm người con Phật (thiện nhân), để sám hối, sửa đổi và nhận được sự khoan dung tha thứ của đại chúng.

Ở đời hay trong đạo cũng thế: để thành tựu việc lớn, phải giữ tâm cho rộng và sáng. Rộng thì mới dung được thiên hạ; sáng thì mới bước được những bước chân vững chãi, không sai lầm.

Ngày đã qua, năm cũ tàn. Cuộc sống trăm năm xem vậy mà chẳng là bao. Chỉ là thoáng chốc trong chuỗi dài trầm luân một khi ác nghiệp đã gieo.

Một ngày mới, một năm mới vừa đến. Chúng ta đang đứng trước một cửa ngõ mới của tương lai, của những chuỗi ngày mà không ai đoán trước được những gì sẽ xảy ra.

Vậy thì, người ác hãy tự làm mới cho mình và cho người bằng sự chân thành hối cải, điều chỉnh những sai lầm, dứt bỏ những điều ác, tận lực làm điều lành. Đừng quên rằng những người viết sử công tâm ở mai sau sẽ không viết theo ý của người lãnh đạo thời nay. Điều sai, điều ác sẽ để lại vết nhơ muôn đời, thật là dài lâu, so với cuộc sống trăm năm bươn chải theo bã lợi danh hư huyễn.

Và này, hỡi những người bạn hiền, từng giây phút tinh khôi ngay nơi hiện tiền, tiếp tục mở ra những ngày tháng mới của niềm an lạc, hạnh phúc, của sự tĩnh lặng vô biên nơi tự tâm.

Mưa sẽ dứt. Lá vàng sẽ được dọn sạch. Rồi một vùng trời biêng biếc mở ra. Ánh triêu dương sẽ chan hòa trên những lối đi và bãi cỏ xanh trong khu vườn đẹp của chúng ta.

Bắt Rắn Mùa Xuân

Thư tòa soạn số 15, tháng 02.2013

Mùa xuân được xem là tiết khởi đầu của một năm. Tựa như trong kinh Phật diễn tả sự sinh diệt biến chuyển của muôn sự muôn vật (nhất thiết hữu-vi pháp) qua sinh, trụ, dị, diệt và thành, trụ, hoại, không. Xuân là mùa của sinh khởi, hình thành. Đó là nói trong phạm vi tương đối, trong giới hạn của một năm. Kỳ thực trong chuỗi dài sinh diệt của vũ trụ vạn hữu, không có mùa khởi đầu, cũng chẳng có mùa kết thúc: mùa xuân đi trước mùa đông của năm nay, mà lại đến sau mùa đông của năm ngoái. Đời người cũng vậy: không phải khi sinh ra là bắt đầu cho một cuộc sống, và mất đi là kết thúc vĩnh viễn cuộc sống ấy. Có một chuỗi liên lỉ trùng trùng nối tiếp nhau của những đời sống, những cảm giác, những tư tưởng, những hành nghiệp và tri giác. Cũng như có một trăm mùa xuân mà trong giới hạn một đời người, chúng ta có thể được trải qua. Các mùa xuân có vẻ tờ tợ như nhau, nhưng thực ra thì rất khác, là do cảm nhận của mỗi chúng ta, thay đổi theo hoàn cảnh, tâm trạng và tuổi tác.

Dẫu sao thì hãy cứ xem như là xuân năm nay được khởi đầu với hình ảnh con rắn, nói theo sự phân chia rạch ròi cố định của âm lịch. Theo nếp nghĩ thông thường với đời, lật kinh Phật ra, đọc "Kinh Người Bắt Rắn," (Trung A Hàm, Hán tạng – tương đương Kinh Xà Dụ của Pàli tạng). Trong kinh này, Đức Phật dạy hãy học hỏi giáo pháp để thực hành, để tìm cầu giải thoát, không phải để ba hoa tranh luận; phải khéo léo, cẩn trọng, thông minh, và biết cách thực hành giáo pháp, giống như người bắt rắn. Dụng cụ để bắt rắn là Giới; chú tâm không sơ hở khi bắt rắn là Định; hiểu được vận động của rắn và biết cách nắm bắt là Huệ. Giáo Pháp chỉ mang lại lợi ích cho người thực hành, và trở thành vô dụng đối với kẻ chỉ biết loanh quanh trong chữ nghĩa, lý thuyết suông-nếu không muốn nói là rắn độc, có thể tổn hại mình và người khác. Cũng chính trong kinh này, Đức Phật ví giáo pháp như chiếc bè. Chiếc bè ấy chỉ lợi ích cho người qua sông. Đây là điểm then chốt của Kinh Người Bắt Rắn. Kinh này cũng là nền tảng cho các Kinh Đại Thừa trong thời kỳ Phật giáo phát triển.

Ở một đoạn quan trọng khác trong Kinh Di Giáo mà hầu như ai cũng đọc qua, Đức Phật ví "phiền não trong tâm" giống như rắn hổ ngủ trong nhà; phải dùng móc sắt giữ giới mà kéo nó ra rồi mới yên tâm ngủ nghỉ.

Qua hai kinh nói trên, chúng ta thấy rắn được ví như kinh điển, giáo pháp, và cũng được ví như phiền não (tham, sân, si, mạn, nghi, ác kiến...).

Giáo Pháp mà hiểu sai, diễn dịch điên đảo thì trở thành rắn độc; hoặc đã hiểu nhưng không thực hành và không vì mục đích giải thoát thì cũng là rắn độc.

Phiền não mà không tìm cách giải trừ, chế ngự thì chẳng khác rắn hổ, có thể mổ chính mình và mổ luôn những người khác bất cứ lúc nào.

Bài học từ hai kinh trên, chỉ có một điều đáng nhớ mà thôi: đó là, thực hành, thực hành, và thực hành.

Và dẫu sao, mùa xuân đang đến bên ngoài. Thời tiết ấm áp hơn. Bầu trời quang đãng hơn. Lá vàng khô đã được dọn quét, và bãi cỏ xanh như lóng lánh dưới nắng xuân rực rỡ.

Một mùa xuân an lạc, thanh bình đến với tất cả chúng ta.

Mây Trắng Bay

Thư tòa soạn số 16, tháng 3.2013

Kẻ lữ hành đi ngang khu chợ huyện náo. Lắng nghe trong im lặng.

Âm thanh ngôn ngữ của con người có khi nhẹ nhàng tợ hoa rơi (như lời tình tự, hay lời khuyên nhủ ân cần của một cao nhân); có khi rổn rảng, bén nhọn như gươm giáo (như khi phỉ báng, chỉ trích nhau); có khi rất ồn ào, nhức tai (như khi mời hàng hoặc khoa trương thành tích, bằng cấp, tác phẩm, chức vị...)...

Thực ra chẳng có gì đáng để tranh cãi, khoe khoang.

Khoe khoang, tranh cãi chỉ xuất hiện ở những người tự mãn nơi chỗ thấp, và nơi họp chợ. Ở đó, mọi thứ đều có vẻ quan trọng, đáng để bận tâm. Có sự hơn-thua, thắng-bại, tốt-xấu, nhiều-ít, hay-dở... ở nơi ấy.

Nhưng khi một kẻ đã xuống ở tận cùng hố thẳm, đã đi hết một đêm hoang vu trên mặt đất, [*] và leo đến chóp đỉnh cao sơn ngút ngàn, thì mọi thứ tư tưởng, lý tưởng, kiến giải, kiến thức, ngôn ngữ, văn tự, chứng từ... đều chỉ là giẻ rách.

Có một cái gì thật nhẹ, thật mỏng, như tơ.

Như mây trắng, như sương mai trên đầu lá cỏ.

Từ xa thì như có, đến gần thì dường như không.

Một cái gì lồng lộng mênh mang khi tất cả mọi thứ đều tuyệt dứt.

Ai đó vừa bước ngang cánh cửa đời huyễn mộng.

Tịch lặng. Mây trắng bay.

Đường Bay Siêu Tuyệt

Thư tòa soạn số 17, tháng 4.2013

Trên bầu trời vần vũ mây đen, mấy con quạ đen lượn đuổi một con chim ưng lớn. Chuyện cũng lạ! Nhưng ngẫm cho kỹ thì cũng không lạ. Đã từng có bầy dã can rượt đuổi sư tử trong rừng già châu Phi. Đó là chuyện thật được thấy trong phim tài liệu, chẳng phải chuyện kể trong thần thoại, cổ tích.

Chim ưng đã làm gì khi bầy quạ ồn ào xua đuổi để giành một khoảnh không gian trên bầu trời bát ngát? - Chẳng làm gì cả. Chỉ bay cao hơn, cao hơn, tuyệt tích vào nơi thinh lặng, nơi mà bầy quạ không thể vói đến. Có vẻ như là một sự thua trận. Trong khi đó, bầy quạ hả hê, vui say chiến thắng, rồi hạ cánh xuống mặt đất, tiếp tục tranh giành với nhau những miếng mồi tanh hôi, rữa nát.

Bậc đại sĩ gánh trọng nhiệm với đời, với đạo, nhiều khi bị đặt vào những cảnh huống khó xử, khó làm hài lòng tất cả. Cân nhắc việc lợi/hại, sinh/tử, còn/mất... có khi phải bạc trắng cả đầu trong một đêm hay nhiều đêm không ngủ (trong khi mọi người say giấc, rồi thức dậy thì đòi hỏi câu trả lời, câu quyết định, xem có vừa ý mình hay không).

Năm 1981, Hòa thượng Thích Trí Thủ đã kinh qua việc ấy. Quyết định của ngài làm xôn xao Phật giáo cả nước. Quyết định chịu nhục. Quyết định làm cây cầu, bắc qua hai bờ sinh/tử, bắc ngang cái cũ/mới. Chỗ then chốt nhất trong hành xử của ngài vào thời điểm ấy–mà nếu không tinh tế thì khó mà hiểu nổi–đó là, không có bất cứ lập ngôn hay chứng từ nào để khai tử cái cũ. Trong cương vị lãnh đạo tối cao của giáo hội, nắm cả hai viện (Phụ tá Đức Tăng Thống và Viện trưởng Viện Hóa Đạo), ngài đã không ban hành bất cứ một giáo chỉ, thông bạch, thông tư, quyết định nào để ép toàn thể thành viên phải chịu nhục sát nhập, hoặc phải giải tán. Nhờ vậy mà 11 năm sau, năm 1992, Hòa thượng Thích Huyền Quang mới có cơ hội để đơn thân đứng dậy, đòi hỏi pháp lý và quyền phục hoạt cho Giáo Hội Phật Giáo Việt Nam Thống Nhất; và nhờ vậy, 11 năm tiếp theo, năm 2003, mới có Đại hội Bất Thường tại Tu viện Nguyên Thiều để dựng lại Hội đồng Lưỡng viện một cách vẻ vang, diệu thường.

Những điều ngài làm được trong cuộc đời, nhiều người cũng làm được: nêu những ý tưởng cao xa, bảo vệ danh dự và phẩm giá của mình trước nghịch cảnh, bày tỏ được khí tiết của kẻ sĩ trước vũ lực. Nhưng trong hoàn cảnh tế nhị, khó xử, liên quan đến vận mệnh của số đông, của cả một truyền thống dài lâu, hiếm người có đủ cái dũng để chịu nhục, đưa vai lưng của mình ra cho những người sau dẫm lên mà tiến bước. Cái dũng ấy, không có từ bi thì không thể biểu hiện, mà thiếu trí tuệ cũng không sao vận dụng.

Nhưng hành xử thượng thừa ấy, cũng chỉ là một vốc nước trong biển đức bao la của đời ngài.

Biển có cần phải đong đếm? Đức có thể nào khai ngôn, ghi chép?

Thôi thì, hãy cứ vọng nhìn đường bay siêu tuyệt của chim bằng trên trời cao thẳm. Đường bay ấy, chim quạ nào mà hiểu nổi!

Bước Chân Nhẹ Nhàng

Thư tòa soạn số 18, tháng 5.2013

Bước chân nhẹ nhàng. Nở sen tịch lặng. Chuyển động ba nghìn thế giới.

Từ đó, con đường rộng mở; mà huyền diệu thay, nghìn xưa nghìn sau, ai cũng có thể cất bước để chạm đến nơi chốn thẳm sâu, cao vời, tuyệt cùng của trí tuệ, giải thoát. Nhưng nguyên khởi để vẽ một con đường vượt qua trùng trùng sinh-diệt diệt-sinh thì không thể lặp lại lần thứ hai.

Chỉ có một, con người siêu tuyệt ấy, con người của lịch sử nhân gian, con người của huyền thoại trời rồng các cõi, là thực thể hay siêu thể, trải bóng dài trong không gian và thời gian vô tận, thị hiện một cuộc đến-mà-không-đến, đi-mà-không-đi, vô tiền khoáng hậu.

Trần gian chưa từng có diễm phúc nào to lớn cho bằng, từ mảnh đất trầm luân thống khổ, bừng nở những đóa sen thanh khiết đón nhận bước chân nhẹ nhàng của người, bậc đại hùng, đại trí, đại từ bi: Đức Phật của chúng ta, Đức Phật trong chúng ta.

Bài Học Từ Trái Tim

Thư tòa soạn số 19, tháng 6.2013

Thế kỷ thứ 5, pháp sư người Thiên Trúc, tên Cưu-ma-la-thập (Kumārajīva) viên tịch; sau lễ hỏa thiêu, toàn thân ra tro, riêng lưỡi vẫn còn nguyên, hiển thị rằng việc dịch thuật Tam Tạng Kinh từ Phạn ngữ sang Hán văn, không sai, không dối.

Thế kỷ 20, pháp sư người Việt Nam, đạo hiệu Quảng Đức, tự thiêu thân, sau lễ hỏa táng, để lại trái tim, đốt thêm lần nữa vẫn không cháy, hiển thị rằng *"Phật giáo Việt Nam được trường tồn bất diệt."*[1]

"Phật giáo Việt Nam được trường tồn bất diệt" là nguyện vọng tha thiết được người con Phật cất lên trên quê hương vào thời điểm ấy, trước nguy cơ bị tiêu vong. Kỳ thực Phật giáo ở bất kỳ quốc gia

---

[1] Nguyên văn trong *"Lời nguyện tâm quyết"* của Hòa thượng Thích Quảng Đức viết bằng chữ Nôm, để ngày 04 tháng 6 năm 1963.

nào, trường tồn không phải chỉ do đấu tranh với ngoại giáo hay thế quyền đối nghịch, dù là đấu tranh bất bạo động để tự vệ, tự tồn.

Phật giáo như một tổ chức tôn giáo, hay giáo hội, có thể tồn tại hay tiêu vong, hưng thịnh hay suy yếu, tùy thuộc phần nào theo ngọn triều của chế độ chính trị mà nó đang hành hoạt, nhưng phần lớn và chính yếu, là do người con Phật trong tổ chức ấy có thực hành Chánh Pháp hay không.

Đành rằng *"Bồ tát thấy dân kêu ca, do vậy gạt lệ, xông mình vào nơi chính trị hà khắc để cứu dân khỏi nạn lầm than,"*[2] nhưng sự dấn thân nếu không đặt trên nền tảng của lòng từ bi thì không phải là hành xử của con Phật. Vì lòng từ bi mà thực hành tất cả hạnh đức. Chính vì lòng từ bi mà tất cả những cuộc dấn thân, đấu tranh, chuyển hóa, cải cách, canh tân... của người con Phật đối với tự thân Phật giáo, hay đối với quốc gia, đối với nhân quần xã hội, là cuộc đấu tranh bất bạo động, là cuộc đấu tranh để giải thoát con người ra khỏi sự tham đắm (ngũ dục), sân hận (với tha nhân hay kẻ đối nghịch), và cuồng vọng (đối với chân lý, lý tưởng, nhận thức); chứ không phải là cuộc đối đầu giữa thế lực này với thế lực khác.[3]

Hòa thượng Thích Quảng Đức là một trong hàng triệu người con Phật *"xông mình vào nơi chính trị hà khắc,"* nhưng hành động của ngài, quả là hết sức phi thường. Chỉ có ai thực hành Chánh Pháp

---

[2] *"Truyện số 68 trong Lục độ tập kinh tờ 36c24-25, với chủ trương* "Bồ tát thấy dân kêu ca, do vậy gạt lệ, xông mình vào nơi chính trị hà khắc để cứu dân khỏi nạn lầm than," *(Bồ tát đổ dân ai hiệu vi chỉ huy lệ đầu thân mệnh hồ. Lệ chánh, tế dân nạn ư đồ thán)."* (Lê Mạnh Thát, Lịch Sử Phật Giáo Việt Nam, Tập I, Từ Khởi nguyên đến thời Lý Nam Đế, NXB Thuận Hóa, Huế, 1999).

[3] Thích Trí Quang: *"Tôi nguyện đem xương máu trang trải cho Phật pháp, nếu chết thì như cái chết của chân lý trước bạo lực chứ không phải chết vì bạo lực nầy kém bạo lực khác!"*

một cách nghiêm cẩn, thực chứng lẽ đạo một cách sâu xa, mới có thể làm được điều phi thường ấy. Tôn xưng ngài là "Bồ-tát" thật xứng đáng, và có lẽ không tôn hiệu nào xứng hợp hơn.

Sau nửa thế kỷ, ngày nay người ta đã rút được rất nhiều bài học từ cơn đại định trong ngọn lửa hồng của Bồ-tát cũng như trái tim bất diệt để lại. Trái tim ấy đã nói lên điều gì? – Đó là lòng từ bi, là tâm bồ-đề.

Tưởng niệm 50 năm ngày Bồ-tát vị pháp thiêu thân, không phải để khơi lại những đúng-sai, chánh-tà, thiện-ác... của một quá khứ vừa đau buồn vừa bi tráng trong lịch sử Phật giáo và quê hương Việt Nam. Tưởng niệm, chính là để chúng ta luôn tâm niệm, luôn ý thức rằng, tư lương và hành trang mà người con Phật đem vào cuộc đời, cứu độ chúng sanh, chính là trái tim, là lòng từ bi, là tâm bồ-đề. Phật giáo, biểu tượng hình thức của Chánh Pháp, được trường tồn bất diệt hay không, chỉ do một tâm ấy mà thôi.

Sống Trong Lòng Lịch Sử

Thư tòa soạn số 20, tháng 7.2013

Nhất Linh – Nguyễn Tường Tam (1906 – 1963) là nhà văn có ảnh hưởng sâu rộng nhất đối với nền văn học Việt Nam cận đại. Ảnh hưởng của ông, qua Tự Lực Văn Đoàn (thành lập năm 1932), cho đến ngày nay, gần một thế kỷ, không thể nói là đã chấm dứt vai trò của nó, mà vẫn còn âm ỉ tác động lên nếp suy nghĩ, cách hành xử, lối viết, lối sống, của nhiều thế hệ cầm bút cũng như độc giả, từ thành thị đến thôn quê; từ những những người cầm quyền cho đến các chính khách đảng phái; từ hàng trí thức khoa bảng cho đến sinh viên, học sinh...

Có được sức ảnh hưởng như thế là bởi ông có viễn kiến: vạch con đường trăm năm của văn hóa, giáo dục, luôn tiên phong, dẫn đạo những khuynh hướng canh tân, cải cách, trong văn học hay trong chính trị xã hội...

Cuộc đời chỉ hơn nửa thế kỷ của ông là cả một pho sách vô giá, để lại nhiều bài học nhớ đời cho hậu thế. Không phải lúc nào cũng thành công, nhưng ông không nản chí, thất vọng: luôn hết lòng, tận tụy thực hiện những gì mình thích và cho là đúng. Viết văn, vẽ, làm báo, xuất bản sách, hoạt động chính trị, hoạt động từ thiện xã hội... không việc nào mà chẳng đam mê, tận tình.

Hai điểm nổi bật trong đời ông là sống mãi với văn chương và, chọn cái chết cho nguyện vọng ích nước lợi dân.

SỐNG: Ngoài các tác phẩm thời danh để lại, tinh thần của Tự Lực Văn Đoàn, là cái sống mãi.

CHẾT: Cái chết do ông chọn lựa, quyên sinh bằng độc dược, là chết để làm bất tử lý tưởng của mình, đồng thời cất lên nguyện vọng của quốc dân. Trong di chúc để ngày 07.7.1963, ông viết ngắn gọn 71 chữ:

"Đời tôi để lịch sử xử. Tôi không chịu để ai xử tôi cả. Sự bắt bớ, xử tội tất cả các phần tử đối lập quốc gia là một tội nặng sẽ làm cho nước mất về tay cộng sản. Tôi chống đối sự đó và tự hủy mình cũng như Hòa thượng Thích Quảng Đức đã tự thiêu để cảnh cáo những người chà đạp mọi thứ tự do."

Cuộc đời của người làm văn hóa, làm công việc của trăm năm, ngàn năm, thì các thể chế chính trị nhất thời lấy tư cách gì mà xét xử! Chỉ có lịch sử mới đủ tư cách ấy. Lịch sử đó là gì, là ai? Là những cuốn sử viết theo tài liệu nhà nước ư? Là những sử gia ăn lương các nhà cầm quyền ư? Là những người chịu ơn chính quyền đòi xét xử ông bằng văn từ tạp nhạp viết bằng những ngòi bút bẻ cong chăng? Là những người quí mến ngưỡng mộ hoặc ganh ghét tị hiềm ông chăng? – Không, không phải.

Lịch sử ấy là sự thực. Sự thực thì không bao giờ khác đi theo chuyển dịch của thời thế và hoàn cảnh.

Một con người sống thực với chính mình, sống thực với mọi

người thì không bao giờ sợ hãi lịch sử. Ngay khi đang sống, họ đã sống trong lòng lịch sử rồi.

Nhìn Chúng Sanh Với Lòng Từ Bi

Thư tòa soạn số 21, tháng 8.2013

Trong một đoạn diễn tả công hạnh của Bồ-tát Quán Thế Âm, phẩm Phổ Môn trong kinh Pháp Hoa nói *"từ nhãn thị chúng sanh,"* nghĩa là nhìn chúng sanh bằng đôi mắt từ bi. Thiền sư Nhất Hạnh dịch rất thơ, là *"mắt thương nhìn cuộc đời."*

Nhìn ở đây là quán tưởng, là thể nhập, là "thấy" mình với chúng sanh, với cuộc đời, chỉ là một. Để có cái "nhìn" và "thấy" như thế ắt phải kinh qua một quá trình tu tập, thiền quán liên tục và sâu xa về lòng từ bi, về nhân duyên, về tánh không, về vô ngã... Không thực chứng các nguyên lý này, thật khó mà khởi được lòng thương và đức kham nhẫn đối với những con người xấu-ác, những chúng sanh vọng động, vô minh, ế độ, đầy dẫy trong cuộc đời.

Cụ thể hóa lòng từ bi và đức kham nhẫn này, kinh Phật dùng hình ảnh của bậc cha mẹ. Cha mẹ *nhìn* con cái thế nào thì Phật và bồ-tát *nhìn* chúng sanh, *nhìn* cuộc đời như thế ấy. Cái nhìn đầy thương yêu, không điều kiện.

Hơn 25 thế kỷ qua, người con Phật khắp các quốc gia, tùy theo mức độ nhận thức và thành quả tu tập của mình, đã biểu hiện lòng từ bi và đức kham nhẫn đối với cuộc đời và tha nhân, bao hàm những người hãm hại, đàn áp, tiêu diệt mình. Nhờ vậy, trong khi những người khác đạo say máu mở ra những cuộc "thánh chiến" với gươm giáo ngày xưa; rồi những vụ ruồng bố, áp bức cải đạo, thủ tiêu và bỏ tù phật-tử vào thế kỷ trước; cho đến những vụ đánh bom khủng bố, phá hủy Phật tượng và thánh tích ngày nay, người con Phật vẫn giữ được mắt thương để nhìn cuộc đời. Người con Phật không có đạo quân chiến tranh, dù chiến tranh nhân danh bất cứ ý nghĩa, mục đích hay biểu tượng thần linh nào. Có chăng một tập thể hay tổ chức Phật giáo lớn mạnh, thì đó là tập thể của những người yêu chuộng hòa bình, có cùng mục đích duy nhất trong việc truyền đạo là mang lại hạnh phúc an vui cho con người và cuộc đời.

Bạo lực của thế gian có thể hủy diệt sinh mệnh người theo Phật, có thể san bằng những ngôi chùa và thiền viện, có thể phá sập các Phật tượng và những thánh tích xa xưa, nhưng không thể phá hủy được sự thật. Sự thật ấy là, có một đạo Phật hòa bình, có một đạo Phật từ bi, có những người phật-tử từ bi trên cuộc đời. Lòng từ bi ấy là vốn liếng, là nguồn cội sinh ra muôn vàn đức hạnh cao đẹp của nhân sinh trong mọi thời đại.

Nếu có thể làm được những cha mẹ tốt đối với con cái, hãy cố gắng bước xa hơn nữa: làm người con Phật đầy lòng từ bi và kham nhẫn, luôn thương yêu, tha thứ cuộc đời.

Nhẫn

Thư tòa soạn số 22, tháng 9.2013

Trong một câu đối để tặng tu viện Quảng Đức bên Úc, thầy Tuệ Sỹ có dùng mấy chữ *"vá áo, chép kinh"* để nói công hạnh và chí nguyện của người tăng sĩ hành đạo nơi đất khách.

Vá áo là công việc đối với tự thân: giữ gìn, bảo vệ chiếc áo mình đang khoác mặc, dù rách nát đến đâu cũng không bỏ (như ca dao tục ngữ nói *"giấy rách phải giữ lấy lề"*). Nghĩa sâu xa là giữ gìn pháp y mà Thầy-Tổ truyền trao. Pháp y ấy là di sản, là gia sản của người tăng sĩ được kế thừa từ tiền nhân (như kinh Phật nói *"thừa tự Chánh Pháp"*).

Chép kinh, trước hết cũng là công việc đối với tự thân: theo cách của người xưa là vừa chép vừa học, nhờ chép kinh mà được đọc kinh chậm rãi từng chữ, trong lặng lẽ, hiểu kinh tường tận hơn. Nghĩa rộng rãi ở đây là công việc đối với tha nhân, là hoằng pháp.

Gần 40 năm có mặt trên nhiều châu lục và quốc gia trên thế giới, hàng tăng sĩ Phật giáo Việt Nam mấy thế hệ, đã có những đóng góp đáng kể trong việc hoằng pháp, giáo dục, đối với bản xứ cũng như đối với quê hương. Có 3 việc tiêu biểu được ghi nhận như sau:

- **Xây chùa:** rất nhiều ngôi chùa, từ nhỏ như tư gia cho đến đồ sộ nguy nga không kém các nhà thờ hay đền đài bản xứ. Vừa xây dựng cơ sở chùa chiền tại hải ngoại, vừa dành dụm gửi tiền về xây dựng hoặc tu bổ các tự viện trong nước.

- **In kinh sách, làm báo; giảng dạy:** kinh sách và báo chí được in và phát hành miễn phí trong hầu hết các tự viện; nhiều khóa tu học, khóa an cư, lớp giáo lý, các buổi hội thảo, dành cho tăng ni hoặc cư sĩ, được tổ chức định kỳ hoặc bất định kỳ mỗi tuần, mỗi tháng hoặc mỗi năm trong các tu viện, tự viện Phật giáo ngoài nước; ngoài ra còn góp phần yểm trợ cho việc hoằng pháp ở trong nước.

- **Tranh đấu cho tự do, dân chủ và nhân quyền của dân tộc Việt Nam:** một số tăng sĩ góp mặt hoặc góp tiếng nói của mình với các tổ chức chính trị, xã hội bên ngoài; một số tăng sĩ tích cực hơn, thành lập hoặc trực tiếp tham gia sinh hoạt trong các tổ chức ấy.

Những việc kể trên, việc nào cũng quan trọng, đáng làm, nhưng đa phần thì khi dành nhiều thời gian cho việc này thì bỏ việc khác; một số ít người gánh vác cả hai việc, và một số thật hiếm hoi khác, có thể gánh vác được cả ba. Hòa thượng Thích Minh Tâm là một trong số hiếm hoi ấy.

Nhưng có một việc vô cùng quan trọng khác mà không ai trong số nhiều, số ít, số hiếm hoi ấy, kể cả trong và ngoài nước, có thể làm được. Đó là việc đặt một nền tảng rõ rệt, cụ thể, cho sự hòa hợp, đoàn kết của Tăng đoàn.

Trong khi nhiều người dành hết cả đời xây dựng cơ sở, đã không có thời gian để làm được việc gì khác; trong khi nhiều người chủ trương chỉ lo việc giáo dục đào tạo, không cần xây chùa; trong khi nhiều người chủ trương thuần túy tu học, không tham gia chính trị; trong khi một số người quá chú trọng việc đấu tranh chính trị, đã rời xa Chánh Pháp, thậm chí gây phân hóa và làm hủy hoại niềm tin của quần chúng đối với Tăng đoàn; thì Người, chỉ duy một người, Hòa thượng Thích Minh Tâm, đã đảm đương tất cả việc: xây dựng và thành lập tự viện ở khắp nơi; giảng dạy và khởi xướng tổ chức các khóa tu học Phật Pháp dành cho hàng cư sĩ (tại Âu châu, rồi gián tiếp tác động lên Úc châu và Bắc Mỹ); tranh đấu không mỏi mệt cho tự do dân chủ cho quê hương Việt Nam; và chủ xướng việc củng cố nội lực Tăng đoàn qua sự thành lập Tăng Ni Việt Nam Hải Ngoại với Ngày Về Nguồn - Hiệp Kỵ Lịch Đại Tổ Sư tổ chức hàng năm.

3 việc trước, rất cụ thể, ai cũng thấy và cũng có thể làm được. Chỉ việc thứ tư là việc khó nhìn, khó thấy, khó làm. Hòa thượng Thích Minh Tâm đã làm được, là do đâu? Không phải nhờ bằng cấp, học vị. Không phải nhờ có chùa to Phật lớn. Không phải nhờ có chức vụ hay quyền uy trong thực tế hay trên giấy tờ hành chánh. Chỉ nhờ một tâm mà thành tựu: **Nhẫn.**

Suốt đời miệt mài hành đạo không biết mỏi mệt. Tụng niệm, giảng dạy, cho đến hơi thở cuối cùng. Từ bi chịu đựng mọi phỉ báng của kẻ ác và của người sai đường lạc lối. Lặng lẽ, khiêm nhường đối với mọi người. Vô chấp, vô thủ đối với tất cả những gì mình đã làm, đã đóng góp cho đời, cho người.

Tâm ấy, chữ Nhẫn ấy, một đời gìn giữ như là vá áo chép kinh, không dễ gì tìm thấy nơi đời ô trược. Người như thế, xứng danh là rường cột của Phật Pháp, xứng đáng được cung kính đảnh lễ, và phải tôn xưng là bậc đại sĩ thượng nhân của Tăng đoàn.

Khi một bậc đại sĩ nằm xuống, cảm giác thật như là một mặt trời vừa rụng.

Học Phật

Thư tòa soạn số 23, tháng 10.2013

Học Phật là học con đường trở về với chân tâm, với Phật tánh—vốn hàm tàng nơi chính mình và tất cả chúng sinh. Con đường ấy dài hay ngắn, lâu hay mau, là tùy nơi căn cơ và điều kiện nhân duyên của mỗi người, mỗi loài. Và bởi vì đó là con đường, hành giả phải bước đi, từng bước vượt qua những chặng mốc của không gian, thời gian và tâm thức, vượt qua những bước cũ và chốn xưa, vượt qua tất cả, cho đến khi không còn nơi chốn hay thời điểm nào để đặt bước chân tối hậu. Con đường như thế, gọi là con đường xả ly, con đường giải thoát, con đường giải thoát tri kiến, con đường không đường, con đường không chỗ đến. Đặt bước chân trên con đường ấy, Thiền tông gọi là bình thường tâm, vô tâm; Tịnh độ tông gọi là nhất tâm (bất loạn); Mật tông gọi là thai tạng giới (mạn-đà-la); Thiền sư Huệ Năng gọi là vô niệm; kinh Kim Cang gọi là vô trụ, vô sở trụ; kinh Đại Bát Nhã gọi là bất nhị, là không—và vì đặc tính của các pháp là không nên không có gì gọi là tri kiến hay trí tuệ, cũng không có gì được gặt hái, không có gì gọi là đạt thành.

Suy ra, một khi chúng ta tự mãn, dừng chân ở những điểm đến, bám víu vào những điểm tựa, hài lòng với những thành tựu, thì chúng ta chưa phải là người học Phật đúng nghĩa.

Học Phật không nhất thiết là trong một đời phải chứng thành đạo quả như đức Phật, dù rằng ai cũng có khả năng để đạt được điều ấy như đức Phật từng tuyên bố. Chỉ đơn giản là phải thực hành hạnh xả ly, hạnh vượt qua (ba-la-mật), trên con đường hướng về Phật quả. Tuệ giác của Phật khởi đi từ hạnh xả ly. Không có xả ly thì không có giải thoát. Không có xả ly thì cũng không có gì gọi là tuệ giác. Xả ly là dụng công của người học Phật; thể của nó là giải thoát.

Từ khi hành điệu với đầu xanh để chóp cho đến khi lông mày bạc phơ rũ xuống hai gò má nhăn nheo, Sư cụ đã **học Phật** một cách lặng lẽ non một thế kỷ nơi ngôi chùa lớn nhất thành phố. Trong cương vị trụ trì, hiếm người sống đơn giản dung dị như Sư cụ. Một căn phòng nhỏ, chiếc giường gỗ nhỏ, một vài cuốn kinh trên kệ sách nhỏ, một ghế xích đu phủ manh chiếu rách. Sư cụ là hiện thân của một trưởng lão tỳ kheo phạm hạnh, bần hàn, ngay nơi thị thành phồn hoa nhiệt náo. Kinh qua bao nhiêu thăng trầm lịch sử của ngôi chùa, của đất nước, Sư cụ vẫn vậy, vẫn là hành giả học Phật khiêm hạ sót lại từ thế kỷ trước. Có chút tiền là mua hoa quả cúng Phật, mua thực phẩm, thuốc men, đích thân đến bệnh viện biếu tặng những người khổ bệnh, nghèo đói. Bàn tay lần chuỗi không ngơi. Mắt từ trao gửi nhân thế. Chưa từng một lần cao đăng pháp tòa thuyết kinh giảng luật, mà bóng Sư cụ đã che rợp cả bầu trời quê hương, bảo bọc bao thế hệ hậu bối. Nhìn Sư cụ là thấy con đường xả ly, thấy cả khung trời tự tại giải thoát. Nếu chưa hiểu thế nào là học Phật đúng nghĩa, chúng ta có thể chiêm nghiệm cuộc đời của vị lão tăng ấy.

Cuộc đời của Sư cụ đã nói gì? – Học Phật, là học làm Phật. Đơn giản như thế.

Thành kính cúi lạy lão tăng vừa chống gậy lên đường tây qui.

Nghiêng mình cúi lạy những người học Phật và tất cả những vị Phật tương lai.

Lắng Nghe

Thư tòa soạn số 24, tháng 11.2013

Nếu bảo rằng vì ngôn tự âm thanh đều vô thường nên không muốn đọc, không muốn nghe, thì chẳng khác nào đà điểu vùi đầu vào cát (để tránh hiểm nguy, hay trốn chạy thực tế?).

Che mắt, bịt tai, từ ngàn xưa, vốn không phải là hành vi và thái độ của người trí. Người trí là người luôn mở mắt lắng tai để thấy, để nghe, để nắm bắt thực tại. Từ hàng thứ dân cho đến kẻ lãnh đạo (chính quyền, đảng phái, tôn giáo, tổ chức xã hội/dân sự, cơ quan truyền thông...), đều phải mở mắt, lắng tai, mới mong hiểu được sự thực.

Vừa qua, vì thiếu sự lắng nghe, đối thoại và cảm thông giữa hai đảng phái, đã xảy ra việc "đóng cửa" chính phủ. Thực là một thảm họa! Nhưng thảm họa ấy cũng không gì lạ. Trong quá khứ (và mãi đến ngày nay) cũng không thiếu những trường hợp nhắm mắt, bịt tai, không chịu đối thoại, không chịu nhượng bộ và cảm thông của các chính quyền trước ý nguyện của toàn dân, đã dẫn đến (và sẽ dẫn đến) sự sụp đổ cả một hệ thống cầm quyền tưởng là trường trị muôn năm. Cho nên, những nhà lãnh đạo tôn giáo, kể cả các tổ chức giáo hội Phật giáo, nếu cũng nhắm mắt, bịt tai trước tiếng nói của người thân hay kẻ lạ, của người đồng thuyền hay kẻ ngoại môn, thì cũng đồng dạng với các chính thể độc tài, phi dân chủ.

Trong bài sám nguyện "Quỳ trước điện," Hòa thượng Thích Trí Thủ có câu mô tả thói quen của kẻ phàm trần: *"Tai thích tiếng mật đường, dua nịnh."* Thói quen thích lời ngon ngọt xu phụ, ghét lời trái tai phật ý, chính là một trong những yếu tố lôi kéo chúng ta đi vào vòng thị-phi, chấp ngã, lẩn quẩn trong sinh tử luân hồi. Người con Phật không như thế. Phải biết lắng nghe, như bồ-tát Quán Thế Âm: lắng nghe tất cả âm thanh của chúng sanh các loài, lắng nghe âm thanh của muôn vàn thế giới (dù là tiếng hay hay tiếng dở, tiếng chân thật hay tiếng hư dối, tiếng khen hay tiếng chê, tiếng ca tụng hay tiếng phỉ báng...).

Sự thực của thế gian (thông qua hình ảnh, lời nói) có khi chướng mắt, trái tai (đối với mình), nhưng vẫn là sự thực. Nhân loại ngày nay có nhiều phương tiện và cơ hội để nhìn-thấy và lắng nghe nhau. Hình sắc và âm thanh hiện đại là bức tranh toàn vẹn của cả hành tinh. Nhưng chúng ta phải biết cặn kẽ quan sát, lắng nghe, mới có thể tiến đến hiểu biết và cảm thông; từ cảm thông mới có hòa hợp.

Bối cảnh tan tác, phân ly của Phật giáo Việt Nam tại hải ngoại trong thập niên trước đã dẫn đến nhu cầu thành lập một Tăng đoàn hòa hợp với danh xưng khiêm tốn là Tăng Ni Việt Nam Hải Ngoại: ước nguyện ngồi lại với nhau không phân biệt giáo hội, hệ phái, tông môn; lấy giới-luật làm Thầy dẫn đường cho hội chúng; nêu cao chí nguyện của kẻ xuất trần làm chất liệu hàn gắn những dị biệt; truy tán công hạnh của Thầy-Tổ nhiều đời làm gương sáng soi chung. Ý nguyện cao đẹp và cấp thiết này được kết tinh và thể hiện qua Ngày Về Nguồn - Hiệp Kỵ Lịch Đại Tổ Sư, tổ chức lần đầu tiên vào tháng 9 năm 2007 tại Chùa Pháp Vân, Canada; và đã nối tiếp mỗi năm cho đến năm nay, 2013, là lần thứ 7. Đáng tiếc và buồn cười thay là có những kẻ che mắt, bịt tai, không chịu tìm hiểu, đã cố tình hủy báng, xuyên tạc sự ngồi lại trong hòa hợp ấy. Lãnh đạo sợ mất quyền lãnh đạo. Ngồi cao sợ rơi xuống ghế thấp. Nỗi lo sợ và ám ảnh mất mát của những người này vô tình đẩy con thuyền Phật giáo vào một giòng sông bi kịch phân ly khác.

Nhưng những kẻ xuất trần cao đẹp vẫn tiếp tục dũng mãnh lên đường.

Về nguồn. Về với nguồn cội chân tâm. Về với tự tánh thanh tịnh của tăng đoàn.

Lắng nghe. Tiếng nhiệm mầu lung linh ảo diệu. Tiếng vọng về từ thế gian thống khổ. Tiếng thanh tịnh từ bản thể thậm thâm. Tiếng sóng dâng từ đại dương sinh diệt. Tiếng vô hạn vượt ngoài cõi tam thiên.

Lắng nghe. Có những giòng sông nhập vào biển lớn. Có những con thuyền vượt sóng ra khơi. Chẳng có gì phải âu lo sợ hãi. Mở mắt, lắng tai, lóng lòng mà nhìn và nghe. Tiếng gió khua trên ngàn hoa nội cỏ. Tiếng lá chuyển mình đầu mùa thay sắc mới. Lá xanh, lá vàng cùng một cội gốc duyên sinh. Đất trời mênh mông, có bước chân nào mà chẳng dẫm lên con đường vô hạn vô biên!

Bất Sinh

Thư tòa soạn số 25, tháng 12.2013

Lá đã úa màu trên cây. Cũng có những lá đã vàng, khô, rơi lác đác trên thảm cỏ xanh, và trên những con đường dẫn quanh khu xóm. Trời bắt đầu lạnh. Từ lúc trời sẩm tối cho đến buổi sớm hôm sau, sương giăng dầy đặc khiến cho ngọn đèn đầu đường chỉ có thể tỏa ra một vùng sáng nhỏ, lòa nhòa.

Khi mùa thu chuẩn bị qua đi, mùa đông chớm đến.

Thực ra thì mùa đông đã có trong mùa thu. Mùa thu đã có trong mùa hạ. Mùa hạ đã có trong mùa xuân. Mùa xuân đã có trong mùa đông.

Cái này luôn có mặt trong cái khác, và ngược lại.

Nếu cái này có một thực thể, một tự tánh nhất định thì không cái gì khác có thể làm duyên hay kết hợp với nó, và ngược lại.

Như vậy, nhờ không có tự tánh nhất định mà tất cả mọi sự vật đều có thể nương vào nhau mà sinh khởi, cũng nương vào nhau mà thay đổi và hủy diệt.

Triết lý nhà Phật nói sát-na sinh-diệt: nếu cái sinh ra không diệt đi ngay trong sát-na ấy thì nó sẽ sanh mãi không ngừng.

Thực ra thì không có cái gì sanh mãi. Nếu sanh mãi thì đất rộng trời cao này, không gian vũ trụ kia, có chỗ đâu mà dung chứa những con người, muông thú và sự sự vật vật!

Cho nên dù thế nào, tất cả những gì có thể nắm bắt, thấy, nghe, ngửi, nếm, cảm nhận được, đều phải sinh-diệt.

Mong đợi hay trốn chạy, nó vẫn như thế, vẫn đến trên những chập chùng có-không, mộng-thực; vẫn đến lững thững chậm chạp như con ốc sên bò qua vùng cỏ rối, như lá xanh chuyển màu thơ mộng trên những hàng cây, hay cuồng nộ thần tốc như bão lũ cuốn trôi những con người, làng mạc và ruộng đồng...

Chúng ta sáng tạo, diễn tả, hân thưởng cuộc sống của chính chúng ta và muôn loài muôn vật trên dòng thời gian chuyển biến và trong không gian đổi dời ấy. Vẽ trên mặt cát những ước mơ thật đơn giản đến ngây ngô, cho đến những giấc mộng hão huyền vĩ đại không bao giờ trở thành hiện thực. Những ước mơ và giấc mộng ấy có khi là thảm họa dài lâu cho đồng loại.

Vậy mà, đâu đó quanh ta, vẫn có những con người dường như không hề hay biết gì về những thống khổ bất an của kẻ khác. Vẫn có những con người loay hoay một đời, chuẩn bị cho mình nơi chốn an thân, nhàn nhã; mặc tình cơn bão lốc vô thường có thể quét qua những lâu đài thần thoại cổ tích, cuốn đi những dinh thự kiên cố hiện đại, hoặc phủi sạch những dự án mơ hồ ngày mai...

Và cũng đâu đó quanh ta, có những kẻ nghịch thường, đi ngược dòng đời, như thể đang đi tìm một cái gì trường cửu bất diệt.

Có chăng một cái gì bất diệt? — Đó là cái chưa từng sinh. Đó là cái bất sinh. Cái đó không thể tìm (vì chưa bao giờ mất); không thể sở hữu (vì luôn hằng hữu). Vậy mà vẫn tìm kiếm. Cũng không phải là tìm kiếm, mà thực ra là lên đường, trở về cội nguồn xưa.

Trần gian trôi mãi trong giòng cuồng lưu biến-dị vô cùng. Con đường trở về cũng dài bất tận, bởi lẽ, nó chưa từng được sinh ra, chưa từng được vẽ vời hay sáng tạo bởi bất cứ ai trong cõi trời, cõi người.

Và trong khi những con thú đông-miên chuẩn bị tìm nơi an ổn cho giấc ngủ dài, từ nơi băng tuyết, vươn lên những loài dị thảo.

Hoa Xuân

Thư tòa soạn số 26, tháng 01.2014

Cuối năm, người ta thường đúc kết những sự kiện, tin tức, những bài học về sự thành công hay thất bại, thu hoạch hay tổn thất, được và thua, còn và mất... trong suốt một năm, qua cuộc đời của từng cá nhân hay tập thể (danh tiếng hay vô danh), của các ngành nghệ thuật, nhân văn và khoa học, của tổ chức (tôn giáo, xã hội, quốc gia, cộng đồng nhân loại).

Có những người nằm xuống mà lưu lại danh thơm muôn thuở; cũng có những người đang còn đó mà tiếng xấu đã đồn xa. Bia miệng và sử sách không thiên vị và khoan nhượng khi ghi lại những tác động và ảnh hưởng do chính chúng ta tạo nên, tốt hay xấu, lành hay dữ, trong đời sống. Lịch sử cũng không ghi lại những biến cố và sự kiện đã qua như là những tình cờ ngẫu nhiên của may/rủi, hên/xui (như câu chuyện của Tái Ông mất ngựa—cho rằng trong rủi có may, trong may có rủi), mà là sự vận hành của nhân/quả, của một chuỗi trùng trùng nhân duyên thuận/hợp, đồng/dị trong dòng tiến hóa bất tận.

Thường khi, chúng ta dễ chạy theo danh vọng và địa vị mà đánh mất chí nguyện cao đẹp ban đầu của mình, làm tổn thương đến những người chung quanh.

Người học đạo, hành đạo không bận lòng chuyện danh thơm hay tiếng xấu mà chỉ lưu tâm nơi ba nghiệp (hành động, lời nói, ý nghĩ) của mình trong từng giây phút, có mang lại lợi ích cho bản thân, gia đình, xã hội, đất nước, nhân loại và chúng sinh nói chung hay không. Biết cái nhân đã gieo, đang gieo, sẽ gieo; và hiểu rõ được cái quả tất nhiên đã gặt, đang gặt và sẽ gặt—đó là thái độ và hành xử quang minh của người hiền trí.

Bức tranh của thế giới và chúng sinh được vẽ nên bởi sự hội tụ và kết hợp từ những mảng màu sắc của từng cá thể. Không có màu sắc nào độc lập và độc quyền hiển thị trong bức tranh ấy. Dù có một màu chủ điểm của bức tranh, chủ điểm kia cũng không là gì nếu chung quanh không có những sắc màu khác, hài hòa hay đối chọi, trắng hay đen, để làm nổi bật nó.

Người ta thường cho rằng phải có sự mâu thuẫn, xung đột, cạnh tranh, mới làm đà cho sự tiến bộ trong mọi phương diện đời sống. Điều này đúng phần nào trên mặt hiện tượng, cụ thể là trong thương trường, chính trường. Nhưng đời sống toàn diện vốn không hạn cuộc trong những ván bài của mua bán, đổi chác, đua tranh, loại trừ nhau.

Tột đỉnh của đời sống văn minh vật chất hay tinh thần, chính là sự hòa hợp, an tâm, giữa người với người, giữa lãnh đạo (tôn giáo, quốc gia) và người dưới, giữa người và vật, giữa người với thiên nhiên.

Hãy đọc một đoạn trong bài "Hoa Cúc" (gồm 6 đoạn thơ, 24 câu thất ngôn) của Thiền sư Huyền Quang – Lý Đạo Tái (1254 – 1334) nói lên tâm cảnh và bức tranh xuân tuyệt đẹp này:

"Hoa tại trung đình, nhân tại lâu
Phần hương độc tọa tự vong ưu
Chủ nhân dữ vật hồn vô cạnh
Hoa hướng quần phương xuất nhất đầu."

Trong khí xuân ấm áp, thắp hương ngồi một mình trên lầu, lặng lẽ ngắm hoa cúc nở dưới sân. Lòng vô ưu, quên hết bao phiền muộn. Người với hoa hồn nhiên không tranh cạnh. Trong các loài hoa, hoa cúc đứng hàng đầu.

Nói hoa cúc đứng đầu trong các loài hoa không phải là cảm nhận chủ quan của thiền sư về mặt mỹ thuật. Ở đây, thiền sư chỉ muốn nói cái "hồn" của hoa, mà thực sự là cái tâm của đạo nhân. Hoa cúc nở hồn nhiên, không cạnh tranh đua sắc khoe hương với các hoa khác. Đạo nhân cũng thế, sống hòa với người, với vật, với thiên nhiên. Không cạnh tranh nhưng không vì vậy mà hoa cúc không biểu lộ vẻ đẹp lặng lẽ, đặc dị của nó. Đạo nhân thực hành con đường trung đạo, chẳng nhàm chán cách ly cuộc đời, cũng chẳng đắm nhiễm tranh đua với người, mà vẫn thể hiện phẩm cách của bậc thượng sĩ xuất trần. Người và hoa như thế, khác gì nhau. Lòng không tranh thì tâm an. Hòa với người thì không còn âu lo, phiền lụy.

Không tranh (vô tránh) là một môn thiền định (vô tránh tam muội). Vô tránh không phải chỉ là không tranh cãi, mà là một trạng thái, một tâm cảnh, ở đó hành giả có thể hòa nhập làm một với tổng thể vạn hữu; không còn sự ngăn cách giữa chủ thể và đối tượng, không còn vướng mắc vào tướng đối đãi, nhị nguyên, mâu thuẫn; vượt khỏi lằn ranh nhân/ngã, bỉ/thử... Đây cũng gọi là cảnh giới bất nhị, vô phân biệt.

Mùa xuân, nguyện cầu thế giới hòa bình, chúng sinh an lạc, trước hết hãy giữ tâm bình, thân an. Tâm còn tham vọng, hận thù, tranh chấp thì không làm sao có được hòa bình. Thân còn bạo động hung tàn, miệng còn thô ác dối gian, sẽ không sao có được an lạc.

Đốt trầm hương, ngồi tĩnh lặng bên chung trà nóng, lòng buông thư, nhẹ nhàng. Hoa nở ngoài sân. Hoa trong thư phòng. Hoa nơi bàn viết. Nhìn đâu cũng thấy hoa. Và đóa hoa tâm cũng bừng nở trong ngày đầu xuân khi ánh triêu dương rực rỡ ở hiên ngoài. Từ niềm bình an tịch lặng của tự tâm, cảm thương con người và cuộc đời; cất lời nguyện cầu cho trần gian vơi đi thống khổ, tất cả vui hưởng một mùa xuân bất diệt.

Mùa Hoa

Thư tòa soạn số 27, tháng 02.2014

Mọi sự mọi vật có vẻ trầm lắng khi đêm buông xuống. Những âm thanh thủ thỉ, nhẹ nhàng (của lời tình tự, thương yêu; lời trung thực, khiêm ái...) cho đến những âm thanh cuồng nộ từ các loại động cơ (của xe cộ, phi cơ, máy móc... cùng với những lời sáo ngữ, khoa trương, sỉ vả, bôi bác lẫn nhau), đã dịu xuống dần và im bặt trong đêm sâu.

Có vẻ như con người mưu tìm cái đẹp cái hay cho cuộc đời (hay cho chính mình) bằng những toan tính, mặc cả, biện giải, hơn-thua..., bằng sự tranh sống và biểu hiện sự tồn tại nổi trội của mình; bằng việc làm mờ nhạt đi những đặc tính của kẻ khác. Nhưng trên thực tế, và trong ý nghĩa tương sinh, vẻ đẹp của đời sống không phải là loại trừ lẫn nhau.

Hoa không giống như người. Tất cả loài hoa đều đơm nhụy và nở theo mùa của chúng. Dù có hương hay không hương, có sắc hay không sắc (theo cảm quan của con người), hoa vẫn nở, cho chính nó, bởi chính nó; không phải vì hoa khác không nở mà nó phải nở, cũng không phải vì hoa kia đã nở mà nó không nở. Hoa cũng chẳng tranh đua gì trong việc khép hay mở những cánh hoa của nó. Đúng thời và đúng chu kỳ thì nở, chỉ đơn giản như thế.

Người không giống như hoa. Trí khôn của loài người cho phép họ tìm ra những nguyên lý của không gian, thời gian, tác động hỗ tương giữa vật lý, tâm lý, sinh lý... áp dụng nhân quả vào những sáng chế, sáng tác, và sản xuất, tạo nên một đời sống đa hình, đa dạng, tiến bộ không ngừng nghỉ từ dạng thái thô kệch cho đến tinh vi, từ đơn giản cho đến phức tạp nhất.

Thế nhưng con người chỉ thành công ở những gì cụ thể, hữu hình, trên những sản phẩm đa năng, đa dụng, tiện ích, và trên những đồng tiền, món vật nắm được trong tay, giữ được trong nhà hay ngoài xã hội. Luật nhân quả mà họ áp dụng là để đạt đến những thành tựu như thế. Tiến xa hơn chẳng qua là dùng những món vật hữu hình để mua lấy danh vọng và quyền lực. Khổ đau, phiền lụy không nhờ những thứ ấy mà vơi đi, trái lại, còn tăng lên đến vô hạn; không chỉ làm khổ mình mà còn làm khổ cả những người chung quanh.

Hiểu được nhân quả không thôi, chưa đủ. Phải thấy được sự tương sinh (có trong nhau), tương duyên (làm điều kiện cho nhau) giữa muôn sự, muôn vật, giữa con người và thiên nhiên, giữa cá nhân và tập thể.

Đêm là đêm của ngày. Ngày là ngày của đêm. Đêm không phải là nhân hay quả của ngày; ngày cũng không phải là quả hay nhân của đêm. Cái này có vì cái kia có. Không có cái này thì cũng không có cái kia.

Nhân quả cũng không phải là một diễn trình nhất định trong chu kỳ ngày và đêm, tháng và năm, đời này và đời sau; mà chính ở trong từng khoảnh khắc hiện tiền. Ngay nơi khoảnh khắc ấy, gieo nhân hay không gieo nhân, khởi niệm hay không khởi niệm. Hệ lụy một đời hay nhiều kiếp, từ nơi ấy mà khởi xuất; cái vô tận vĩnh cửu, cũng từ nơi ấy mà bừng lên.

Đêm đã qua. Đã có tiếng xe chạy trên đường. Đâu đó có tiếng nói cười. Sương mù còn dày đặc nhưng bầu trời đã ửng sáng nơi phương đông. Hoa trong vườn lặng lẽ sắc, hương. Mùa xuân dường như bất tận.

Trầm Tư Bên Sông

Thư tòa soạn số 28, tháng 03.2014

Những cơn mưa lớn chợt đến rồi chợt dứt, nhưng kéo dài suốt hai ngày như một cuộc tẩy trần lớn, khiến xe cộ đậu ngoài đường sạch loáng, và lá cây trong vùng cơ hồ xanh mướt thêm lên giữa màn trời mờ đục. Mưa đã tạnh mà nước vẫn không ngừng tuôn chảy dọc theo lề đường. Lượng nước quá lớn không kịp rút hết, đọng thành vũng, tràn lên lối đi. Thỉnh thoảng một vài chiếc xe dè dặt lướt qua, xé làn nước thành hai cột sóng tung toé. Khách bộ hành lần lượt rời những chỗ trú mưa; có người băng nhanh ra chỗ đậu xe, có người tiếp tục vội bước trên đường, cũng có người chần chừ đứng lại bên bờ sông, dưới những mái hiên của các cao ốc, hoặc nơi trạm xe buýt. Mọi người hầu như đều im lặng. Chỉ nghe tiếng gió rít trên những cành cây cao, và tiếng nước rơi từ các máng xối đâu đó chung quanh. Trên sông không một bóng thuyền. Những chiếc ca-nô lớn nhỏ đã cập bến và được neo lại từ những ngày trước, khi có dự báo mưa bão. Mặt sông gợn sóng làm cho những thuyền bè chòng chành theo nhịp. Một vài chiếc xuồng và ghe câu nhỏ được lật úp, máng trên các giàn gỗ dọc theo bờ.

Khi sử dụng xe cộ, thuyền bè, ai cũng biết chúng đều là phương tiện. Lớn-nhỏ, tốt-xấu, đắt-rẻ, mới-cũ, đều là để chuyên chở, đi-lại. Quan trọng là các phương tiện ấy đưa đến bến bờ nào. Đời sống thế tục có muôn vàn bến bờ, muôn vàn mục đích. Nhưng trong nẻo đạo, chỉ có một bến bờ duy nhất là giải thoát, giác ngộ. Nếu bờ bên kia chỉ là bờ của quyền lợi, quyền lực, hay danh vọng thì cả mục đích lẫn phương tiện đều sai lầm, hư dối.

Ngay cả khi đã chọn được một phương tiện tối hảo, không hẳn là phương tiện ấy sẽ đưa người ta cập được bến bờ như ý. Sở thích, cảm giác cá nhân hoặc định hướng sai lệch của hoa tiêu có thể làm thay đổi lộ trình. Sương mù có thể làm cho thuyền mất hướng. Mưa bão có thể làm cho thuyền phải cấp thời cập vào một bến bờ nào đó không phải là nơi chốn nhắm tới từ ban đầu.

Trong kinh Kim Cang Bát-nhã Ba-la-mật, đức Phật dạy: *"Pháp ta nói chỉ như chiếc thuyền. Pháp còn phải xả, huống gì phi-pháp."* Lời dạy cô đọng trong một tỷ dụ, mà hình ảnh thì rất đơn giản; ai cũng có thể hiểu, có thể suy diễn, nói rộng. Nhưng "xả" như thế nào, và "xả" cái gì, lại là nan đề không phải chỉ tổn hao giấy mực và ngôn thuyết, mà chính là phải vận dụng trí tuệ và công phu thực hành trong một đời, hay nhiều đời, để thâm nhập.

Hãy cùng chiêm nghiệm ý nghĩa và thái độ "xả" ấy bằng cách nói khác, cũng trong kinh Kim Cang, đó là *"ưng vô sở trụ nhi sinh kỳ tâm."* Đừng trụ tâm, đừng để tâm vướng mắc, bám víu vào bất kỳ nơi chốn, thời điểm, khoảnh khắc hiện tiền, trạng thái khinh an, giai đoạn hỷ lạc, bờ bến tối hậu, tuyệt cùng... nào. Hoặc trong Bát Nhã Tâm Kinh, *"Gate, gate, paragate, parasamgate..."* Vượt qua, lại vượt qua, vượt qua cả sự vượt qua, vượt qua một cách rốt ráo (tất cả sự vượt qua)...

Chỉ bằng cách ấy mới có thể đến được bờ bên kia. Đáo bỉ ngạn. Đến, mà thực ra là chẳng đến. Đó mới thực là đến.

Mưa ngừng rơi nhưng gió vẫn tiếp tục thốc qua từng cơn làm rung cả những cành cây cao. Có vẻ như là những đám mây đen vần vũ suốt ngày đã bị gió cuốn đi, để lộ nửa vòm trời ửng bóng hoàng hôn. Gió giảm dần. Cầu vồng bắc một nhịp tráng lệ hư ảo ở phía tây của mặt sông lấp lóa nắng chiều. Đâu đó vẫn còn tiếng nước chảy róc rách. Xe cộ đã qua lại không ngớt trên đường. Và quang cảnh bên sông trở lại nhịp sống bình thường của một chiều đầu xuân.

Sóng Và Nước

Thư tòa soạn số 29, tháng 04.2014

Sóng, thực ra chỉ là nước. Không có nước, không có tác động của gió, sẽ không có sóng.

Sóng chỉ là hiện tượng bề mặt của nước. Khởi sinh từ nơi nước, mà biến diệt thì cũng trở về với nước. Khi sinh, sóng không tăng thêm nước; khi diệt, sóng không làm giảm lượng nước.

Bản thể của nước là lặng yên.

Đi trên biển là đi giữa động và tĩnh, giữa những lao xao bèo bọt và sự lặng yên tịch mịch.

Đi trên biển bằng những chiếc thuyền nan bé nhỏ thì càng dễ tiếp cận và thâm nghiệm sự bất phân, bất nhị giữa sóng và nước, giữa sinh và diệt, giữa cá biệt và tổng thể, giữa khổ đau và hạnh phúc, giữa nước mắt và tự do.

Đi trên biển mới thấy cái bao la của nước, và thấy chiếc thuyền chở mình cùng những kẻ đồng hành xa lạ chỉ là một hạt bụi, một chiếc lá vàng, thật bé nhỏ, mong manh. Sóng to, gió lớn, đói khát, không được tắm rửa nhiều ngày, lo sợ bị bắt lại, khiếp hãi gặp hải tặc... Vậy mà đã có hàng triệu người, già-trẻ lớn-bé, chọn đi trên biển bằng những thuyền nhỏ. Can đảm chăng, anh hùng chăng? – Không. Chẳng qua, chỉ vì khát vọng tự do quá lớn, trùm lấp hết mọi nỗi sợ.

Có lẽ chỉ hai phần ba số người đi trên biển được đến bờ tự do. Phần còn lại, một phần ba, không phải là nhỏ: hàng trăm ngàn người với hàng ngàn chiếc thuyền, lớn, nhỏ, đã chìm khuất trong lòng đại dương. Họ có tên mà trở thành vô danh. Khi họ bị mất tích, người thân không dám khai báo. Không có hàng tỷ người trên thế giới theo dõi tìm kiếm. Không có báo chí đăng tải rầm rộ mỗi ngày, mỗi giờ. Không có những lễ cầu nguyện công khai. Không có những người thân khóc công khai. Tất cả đều lặng lẽ, âm thầm. Đi âm thầm, mất hút trong âm thầm, khóc trong âm thầm. Họ, những người thân, cha mẹ, anh chị em, bạn bè của chúng ta đó. Họ lên đường với quyết tâm và ngạn ngữ quen thuộc: tự do hay là chết!

Cái chết của họ trong lòng biển, trong sóng và nước, ghi lại trang sử bi tráng của hành trình tìm tự do, và cũng cho ta nhiều bài học: cái gì sinh ra trong điều kiện thì cũng bị hủy diệt trong điều kiện. Các phong trào, tổ chức, đảng phái, chính quyền, chính thể, chủ nghĩa... đều là sóng, chỉ có dân, lòng dân mới là nước. Nói theo Nguyễn Trãi thì dân là nước; nâng thuyền cũng là nước, lật thuyền cũng là nước. Sống ở đời phải biết cái gì tạm thời, hữu hạn, cái gì trường cửu, vô hạn. Suốt đời chỉ biết chạy theo sóng, chỉ biết con thuyền của mình thì làm sao an lòng dân?

Người học đạo cũng thường quán chiếu về (vọng) thức và (chân) tâm. Thấy được chỗ khởi sinh và hủy diệt của sóng chính là con đường trở về sự yên lắng của nước.

Sóng, thực ra cũng chỉ là nước. Sóng không thể tự sinh, không thể tự diệt. Nó sinh và diệt trong điều kiện. Khi nó hoàn toàn lắng xuống, chỉ còn nước, chỉ còn sự tịch lặng.

Nhà thơ Phạm Công Thiện có thi phẩm với tựa để lấy từ cảm hứng một câu thơ của Goethe, *"Trên Tất Cả Đỉnh Cao Là Lặng Im."*

Người học từ sóng và nước, nhìn ở tận cùng đáy sâu thăm thẳm và bề mặt mênh mông của biển, cũng có thể nói: đàng sau, ở dưới, bên trong tất cả những biến động, lăng xăng, náo nhiệt của ý thức cá nhân và toàn bộ cuộc đời, là sự im lặng.

Trên Đỉnh Cô Phong

Thư tòa soạn số 30, tháng 05.2014

Từ vị trí đỉnh đồi chạm chân mây, không ít người phấn khích, một mình cất lên tiếng hú sảng khoái để âm hưởng của mình từ trên cao dội xuống thung lũng, từ vách đá này vang sang vách đá kia, và có thể làm lạnh cả vòm trời xanh lơ trên đầu.

"Hữu thời trực thướng cô phong đảnh
Trường khiếu nhất thanh hàn thái hư"
(Thiền sư Không Lộ)

Có khi lên tận đầu non quạnh
Cười tràn một chuỗi lạnh hư không.

Trên đồi cao, nhìn mây trắng bay. Mây dầy đặc nhưng không che hết bầu trời xanh ngát. Mây chẳng qua chỉ che được trời khi nhìn lên từ nơi cạn thấp.

Một tâm thức tự do, từ đỉnh cao chót vót, thì không gì có thể ngăn trở, vương bận.

Tâm thức ấy, được khởi đầu bằng thái độ của con người trước niềm tin và tri kiến. Vượt qua niềm tin, vượt qua tất cả những tri kiến, mới có thể chạm đến chỗ vô cùng. Nhưng con người thường khi bị dẫn dắt bởi những kẻ quyền uy, hoặc muốn được dẫn dắt bởi kẻ khác, không muốn tự mình tìm ra và chứng nghiệm sự thực.

Những kẻ ù lỳ, lười biếng không bao giờ muốn trèo lên đỉnh núi cao.

Những tâm thức cạn cợt và luôn tùng phục thì không bao giờ có tư tưởng độc lập, sáng tạo. Họ sẽ tiếp tục dẫm trên những lối đi đã mòn nhẵn dấu chân người đi trước.

Nhưng cái vô tận thì không có con đường, không có vết tích.

Chỉ có Người, độc nhất Người, phủ nhận tất cả uy quyền, thẩm quyền của vương quốc thổ ngơi và ngay cả vương quốc tâm linh, khích lệ những kẻ sùng bái tôn thờ mình hãy vượt qua vầng hào quang chói sáng của chính bậc đạo sư, vượt qua tất cả những vướng mắc của đức tin và kiến giải, để từ đó tri nghiệm và chứng thực chân lý:

"Đừng tin vì nghe truyền khẩu; đừng tin vì đó là truyền thống; đừng tin vì nghe đồn đãi; đừng tin vì điều đó được ghi trong kinh điển; đừng tin vì lý luận, suy diễn; đừng tin vì đã tư duy trên mọi lý lẽ; đừng tin vì dựa theo ý kiến đã được cân nhắc; đừng tin vì vị ấy có vẻ có uy quyền; đừng tin vì nghĩ rằng vị ấy là thầy của mình." (Kinh Kalama – Tăng Chi III. 65)

Không có nghĩa là "không tin gì cả," mà là: đừng vội tin, đừng vội kết luận, xác quyết bất cứ điều gì trước khi tự thân chứng nghiệm sự thực. Có nghĩa là phải vượt khỏi những đấng uy quyền, vượt khỏi những bậc thầy, không dính mắc, nô lệ vào bất cứ thần tượng, biểu tượng, ngẫu tượng, đối tượng... nào, dù là nô lệ thân xác hay nô lệ tín lý, nô lệ tri thức.

Đoạn kinh dẫn trên trở thành chìa khóa của tư tưởng tự do, là bước đầu cho tiến trình hướng về giải thoát, niết-bàn. Không có tư tưởng tự do (và tự do tư tưởng), sẽ không bao giờ có giải thoát, niết-bàn. Lý này thật căn bản, ít ra là trên trình tự của nhân quả: nhân tự do mới có thể dẫn đến quả giải thoát.

Thiền phái Lâm Tế đã dùng cách nói quyết liệt và ấn tượng hơn: *"Phùng Phật sát Phật, phùng Tổ sát Tổ,"* nghĩa là hãy vượt qua Phật, vượt qua Tổ. Nói thế nào thì cũng không ngoài tư tưởng tự do, vượt thoát. Tất cả những giáo lý siêu đẳng thượng thừa nào khác từ sau thời kỳ của Phật, cũng đều suy diễn từ đoạn kinh quan trọng trên.

Thật hạnh phúc có được một bậc thầy như Người: Đức Phật.

Người đã đến thế giới này để mở lối đi cho tất cả. Lối đi ấy ai cũng có thể cất bước, chung bước, nhưng khi chạm đến ngút ngàn đỉnh cao thì không còn con đường, và tất cả mọi thứ đều trở nên tịch mịch, cô liêu, sâu lắng. Những kẻ đồng hành, đồng nguyện, đều tan biến. Không còn ai. Không còn Đức Phật, không còn đạo sư, không còn thần tượng. Kẻ lên đường chỉ một mình, trên đỉnh cô phong hiu hắt. Nghĩ gì, nói gì, đều trở thành vô nghĩa.

Có một nguồn hứng cảm vô tận cho những kẻ lữ hành đi qua cuộc đời bằng tâm thức tự do. Nhờ đó, từ đỉnh cao hay vực sâu, từ biển lửa hay ngục tù, từ nơi thôn dã hay chỗ phồn hoa, đều có thể cất lên được tiếng hét, hay chỉ một nụ cười, hay chỉ là sự im lặng, làm rung chuyển cả ba ngàn thế giới.

Tĩnh Lặng

Thư tòa soạn số 31, tháng 06.2014

Suốt gần hai tuần đầu tháng Năm, những luồng gió quỷ[1] từ các hốc núi xa, liên tục quét qua rừng, thốc vào đồng bằng và đô thị, rồi tuôn ra đại dương. Những ngọn gió khô khốc, làm biến đổi khí hậu cả một địa vực rộng lớn. Một vài nạn cháy rừng xảy ra, lan vào một số gia cư trên các đồi cao. Trời oi bức. Lá cây co quắp vì háp nắng. Cỏ hoa khô héo như vừa trải qua một trận lửa dữ.

Gió qua rồi, mặt hồ tĩnh lặng phản chiếu một bầu trời không mây, xanh ngát.

Không phải ai cũng vui thích sự hiếu động, hoạt náo. Ngay cả những người lăng xăng rộn ràng nhất cũng có những lúc muốn tìm sự yên tĩnh. Bởi vì bản chất của tâm vốn tịch tịnh, vắng lặng.

Sự ồn ào, sôi nổi, chẳng qua là do tác động của bản ngã, của khuynh hướng muốn biểu hiện sự tồn hữu của mình trước những

---

[1] Santa Ana winds (gió Santa Ana) còn được mệnh danh là "devil winds."

cá ngã dị biệt, cũng như trước sự nhiêu khê phức tạp của xã hội, của cuộc đời.

Bản ngã, như con bạch tuộc, dễ trồi lên mặt nước khi có gió thổi qua. Một khi trồi lên, nó vươn dài những cánh tay trơn láng, mềm mại nhưng rất mạnh mẽ, để tóm thâu, nắm bắt bất cứ thứ gì trong tầm hoạt động của nó; thậm chí còn cố gắng vươn xa hơn, đến những thứ, những nơi ngoài khả năng của nó. Nhà Phật đặt tên cho những ngọn gió thường lùa qua mặt nước là "bát phong"[2]; đặt tên cho những cánh tay vươn dài của bản ngã là Tham, Sân, Si, và những tên gọi phụ thuộc khác (Mạn, Nghi, Ác kiến...).[3]

Thực hành Phật Pháp là học cách kiểm soát sự vươn dậy của bản ngã, của Tham, Sân, Si; nói cách khác là, làm thế nào để giữ cho biển tâm luôn vắng lặng, yên bình, không bị khuấy động bởi các phiền não.

Nhưng để thành tựu điều này một cách rốt ráo—nghĩa là thành Phật, kinh nói phải trải qua 3 a-tăng-kỳ kiếp (vô số kiếp). Dù Thiền sư Bodhidharma giải thích chỉ cần vượt qua Tham, Sân, Si là thành tựu đạo quả bồ-đề, người học Phật cũng nên hiểu rằng sự vượt qua này khó và lâu dài như thể phải thực hành trong 3 a-tăng-kỳ kiếp.

Giữ được tâm bất động như nhiên, không phải việc đơn giản. Gió qua, mặt nước không thể không gợn sóng. Nhưng mặt nước có thể gợn sóng hoặc dao động mạnh mà không nhất thiết phải trồi lên một con bạch tuộc với những cánh tay vươn dài. Bởi vì,

"Tri nhơn pháp vô ngã

---

[2] Tám ngọn gió: Lợi, Suy, Vui, Khổ, Vinh, Nhục, Khen, Chê.
[3] Ác kiến gồm Thân kiến, Biên kiến, Kiến thủ, Giới cấm thủ, Tà kiến.

Phiền não cập nhĩ diệm
Thường thanh tịnh vô tướng
Nhi hưng đại bi tâm." [4]

Giác ngộ rằng bản ngã là không thực, phiền não và các sở tri chướng (tham, sân, si, mạn, nghi, ác kiến...) cũng không thực; thực tướng của tất cả các pháp vốn thanh tịnh, thường hằng. Từ suy nghiệm và nhận thức sâu xa như thế mà phát khởi lòng Đại Bi.

Khi tám gió thổi qua, thay vì để cho phiền não Tham, Sân, Si vươn dậy, hãy phát khởi lòng Đại Bi. Tu hành không phải là cắt đứt, tuyệt diệt Tham, Sân, Si (vì không thể dứt bỏ những cái gì không thực có), mà chính là chuyển hóa tất cả phiền não thành lòng Đại Bi.

Người con Phật đi vào cuộc đời, tâm không thể không động, nước không thể không gợn sóng. Nhưng tất cả ý nghĩ, lời nói, và hành động của mình phải được phát khởi từ nơi lòng Đại Bi, không phải vì bản ngã, không phải vì Tham, Sân, Si.

Trong tương quan với xã hội, người con Phật không thể từ chối những trách nhiệm liên đới. Có khi phải đánh đổi cả chiếc áo để bảo vệ non sông; có khi phải tự đốt mình để thức tỉnh những kẻ say ngủ trong giấc mơ quyền lực hão huyền; có khi phải chấp nhận ngục tù và cái chết để mưu cầu phúc lạc cho muôn dân. Tất cả sự đánh đổi, hy sinh này, đều bắt nguồn từ lòng Đại Bi. Không như vậy thì đều là những hoang tưởng, manh động của bản ngã.

Một vài chiếc thuyền máy lướt qua, tạo những vòng sóng từ nhỏ đến lớn, tỏa ra rồi tan biến trên mặt hồ. Bọt trắng lao xao nổi bật trên giòng nước xanh. Gió vi vu thổi qua những hàng thông cao

---

[4] Kinh Lăng Già.

vút dọc bên đường. Càng về chiều, ghe thuyền càng thưa thớt qua lại. Trời phương tây bảng lảng ráng hồng, rơi xuống êm đềm trên mặt hồ yên tĩnh.

Độc Hành

Thư tòa soạn số 32, tháng 07.2014

Trăng hạ huyền chếch trên đầu ngọn thông cuối đường. Một mình giữa đêm. Trụ đèn kiên nhẫn đứng thẳng và im lặng; bên cạnh cây bạch đàn cao ngất đang lao xao trước gió. Đèn vàng lay lắt tỏa bóng trong màn sương. Màu bông giấy đỏ rực dưới nắng mai, giờ trở nên tím sẫm. Con mèo lầm lũi, bước nhẹ trên mái nhà ai. Hoa một đóa, nở trong vườn đêm tịch mịch. Mùi cỏ dại phảng phất đâu đây. Trong phút giây bỗng thấy đời thênh thang, vô cùng.

Chẳng có gì đơn độc sinh ra, tồn tại, chuyển động, và biến mất giữa cõi đời. Chẳng có gì gọi là độc hành, độc lập, độc bộ, độc cư, cô thân, cô độc, cô đơn... Tất cả sự sinh xuất, chuyển động đều là sinh xuất, chuyển động của tổng thể, của những tập hợp các nhân duyên, các điều kiện. *"Núi không là núi; sông không là sông."*[1]

---

[1] Thiền sư Duy Tín, một thiền sư Trung Hoa, đời Tống, từng nói *"Trước khi học đạo, thấy núi là núi, sông là sông. Đang lúc học đạo, thấy núi không là núi, sông không là sông. Sau khi ngộ đạo, thấy núi vẫn là núi, sông vẫn là sông."* Phát

Chẳng có gì có thể tự sinh ra; chẳng có gì có thể được sinh ra từ một nguyên nhân (duy nhất) khác; chẳng có gì có thể vừa được sinh ra bởi chính nó và cùng lúc từ một nguyên nhân khác; cũng chẳng có gì có thể sinh ra mà không cần nguyên nhân nào cả.[2]

Thế nhưng trong đời sống thực tế, người ta vẫn thường cho rằng, hoặc mặc nhiên xác tín rằng, họ đã sinh ra và tồn tại như một cá thể độc lập; có riêng một thể xác, tâm hồn và tên họ, thủ đắc những sở hữu phụ thuộc (như tài sản, tài năng, sắc đẹp, danh vọng...); từ đó dẫn đến những khổ đau, hệ lụy cho mình, cho người, và cho cả cuộc đời. Chỉ đến khi, do một biến cố hay thảm họa nào đó, bị vuột mất tất cả những gì đinh ninh là của mình, thuộc về mình, mới nếm được nỗi thống khổ cùng tận (mà mình đã từng gieo đến cho kẻ khác) để rồi chạy đôn chạy đáo, tìm đến tập thể; đồng hóa mình với một tổ chức, nhằm cứu vãn sự tồn tại của bản ngã thông qua phóng ảnh của tổ chức ấy. Nghĩa là trong mộng tưởng, lại vẽ vời thêm mộng tưởng; nơi chiếc giẻ rách, lại vá thêm miếng giẻ rách. Sự vay mượn, vá víu, chẳng thể nào là giải pháp hay cho sự tìm cầu giá trị tự thân và hạnh phúc chân thật của cuộc tồn hữu.

Như vậy, có chăng sự độc hành của lữ thứ trên mộng dài xa quê, ngang qua cuộc đời chập chùng khổ đau, phiền lụy? Có chăng bước độc hành của thiền giả trên đường về cố quận bồng bềnh mây

---

biểu này được xem như một khẩu quyết, một chỉ nam tóm thâu kiến giải và trình tự liễu ngộ về Thiền.

[2] *Chư pháp bất tự sinh. Diệc bất tùng tha sinh. Bất cộng bất vô nhân. Thị cố tri vô sinh.* Các pháp không thể tự sinh; không sinh từ pháp khác; không sinh bởi cả hai (tự và tha) hợp lại; cũng không thể tự nhiên mà sinh (vô nhân – không có nhân); vì vậy nên biết rằng các pháp vốn không sinh (chẳng có gì thực sự sinh ra). (Bài kệ thứ 3 của *Trung Luận*)

trắng?

Vẫn có đấy. Mỗi bước chân nở từng đóa sen; hay đường sen nở, đón mỗi bước chân êm. Bước chân ấy, không có người khởi động, không có động tác bước đi, không có thời gian diễn ra bước đi, không có con đường. Kẻ độc hành, vô ngã; một mình cất bước mà cùng ba cõi chạm đến khung trời tự tại thênh thang.

Trời Cao, Biển Rộng

Thư tòa soạn số 33, tháng 08.2014

Không đo không lường được tình thương, người ta thường lấy vẻ bao la của trời biển để tạm so sánh. Nhưng kỳ thực, trời và biển có những giới hạn, biên tế. Trời, vẫn chỉ là một vòm không gian hữu hạn trong tầm mắt con người; biển, là bốn đại dương trên mặt địa cầu; không thể nói là vô biên, vô lượng.

Tình thương của cha mẹ dành cho con cái, thì khác: không giới hạn.

Tình thương vô hạn chỉ khi nào nó được biểu lộ một cách không điều kiện, không phân biệt và so sánh đối tượng (hư hay nên; xấu hay đẹp; cãi lời hay vâng lời), và quan trọng nhất: không đòi hỏi sự đền đáp.

Người Á-đông có vẻ xem thường nền văn hóa thực dụng của tây phương, nhất là trong tương quan tình cảm và ứng xử giữa cha mẹ và con cái; cho rằng con người ở đó không biết, không sống với chữ Hiếu—đạo lý lâu đời của truyền thống đông phương; và vì không có Hiếu đạo, gia đình và xã hội trở nên bất toàn, rối loạn. Quan niệm này đúng trong nhiều trường hợp, nhất là đối với những người con: không nhắc nhở, không gợi ý, thì đứa con có thể không nhớ và không cảm thấy mình có bổn phận phải làm điều gì đó để gọi là đền đáp công ơn sinh dưỡng rất to lớn của cha mẹ.

Cha mẹ và con cái ở xã hội tây phương, do nếp suy nghĩ truyền thống và cũng do vì phúc lợi và an sinh xã hội được cung cấp đầy đủ bởi guồng máy chính phủ, thường không có ý niệm hay nhu cầu về sự đền đáp khi cha mẹ về già. Những đứa con tây phương được sinh dưỡng tự nhiên trong gia đình, ăn học, lập thân, rồi trở thành những bậc cha mẹ nuôi dạy con cái thế hệ kế tiếp, mà không hề bận tâm, lo nghĩ việc báo đền ân đức cha mẹ. Điều mà con cái tây phương dành cho cha mẹ là lòng thương kính, biết ơn, chứ không có bổn phận hay trách nhiệm "nuôi" lại cha mẹ lúc tuổi già. Cha mẹ tây phương không vì con cái không chăm nom mình mà gán tội bất hiếu, bất nghĩa; bởi vì họ vốn không đòi hỏi sự báo đáp nào ngay từ lúc ban đầu mới sinh con, nuôi con. (Từ điểm này, có thể đặt dấu hỏi là cha mẹ tây phương có "thực dụng" không, hay ngược lại!)

Trong khi đó, cha mẹ và con cái ở xã hội đông phương, sống với đạo Hiếu cao đẹp lâu đời, luôn được nhắc nhở về sự đền ơn, ngay từ lúc con cái còn ấu thơ. Còn nhỏ chưa biết sinh kế thì phải ngoan ngoãn, biết nghe lời, chăm học, học giỏi (làm ngược lại thì đều là bất hiếu); trưởng thành thì phải biết sinh nhai để tự lo bản thân, lập gia đình, có con nối dõi, và "nuôi" lại cha mẹ lúc tuổi già không người chăm sóc (không làm được điều sau cùng này thì bất hiếu; hoặc có làm mà kể lể quá thì cũng bất hiếu, cho nên mới có câu than oán trong tục ngữ: *Cha mẹ nuôi con biển hồ lai láng, con nuôi cha mẹ con tính tháng tính ngày"*). Nói chung, con cái đông phương được giáo dục phải nói, nghĩ và làm gì để đền đáp công ơn cha mẹ, nên việc tri ân báo hiếu là điều tự nhiên.

Từ sự khác biệt trên, có thể nói là đông hay tây phương đều có nét đẹp cần áp dụng cũng như điểm không hay cần thay đổi. Có thể đề nghị một hình ảnh lý tưởng như vầy chăng: làm con, nên sống như người con phương đông; làm cha mẹ, nên sống như cha mẹ phương tây.

Yêu thương, tận tụy nuôi dưỡng con cái mà không đặt điều kiện hay đòi hỏi bất kỳ sự báo đáp nào, thì tình thương của cha mẹ, trời biển cũng không sánh bằng.

Tình thương vô hạn ấy tất nhiên sẽ được cảm nhận từng ngày bởi con cái từ lúc thơ ấu đến khi trưởng thành, để rồi với niềm thương kính tự nhiên và chân thành, con cái tự biết cần làm gì để bày tỏ sự nhớ ơn và lòng thương của mình đối với cha mẹ; không cần phải kêu gọi, nhắc nhở, trách móc hoặc gán những tội danh nào đó cho con.

Làm con, không phải tất cả đều sẽ làm cha mẹ khi trưởng thành; nhưng tất cả bậc cha mẹ đều đã là những người con. Hãy nhìn những gì đang làm cho con cái ngày nay mà tưởng nhớ những gì cha mẹ đã làm cho mình trong quá khứ; tự hỏi mình đã làm gì trong vai trò đứa con đối với cha mẹ, đừng đặt vấn đề con cái sẽ làm gì cho mình ở tương lai. Có điều kiện, không điều kiện, vô hạn hay hữu hạn, đều bắt đầu từ vị trí làm cha mẹ. Đừng đặt tình thương bao la của mình dành cho con vào bất cứ cái khuôn nào, dù là cái khuôn được cho là truyền thống cao đẹp; bởi vì có khuôn khổ là có điều kiện; có điều kiện thì không còn vô hạn, vô biên.

Người con Phật dấn thân vào đời có một câu nằm lòng: *"Thi ân đừng cầu đền đáp, vì cầu đền đáp là việc làm có mưu tính."* Bậc cha mẹ cần hành xử như thế đối với con cái. Cũng có thể nói ngược lại rằng, người con Phật khi cứu giúp chúng sanh, nên học tinh thần ấy từ nơi lòng thương không điều kiện của cha mẹ dành cho con cái. Không điều kiện là bước khởi đầu cho hành trình làm cha mẹ, cũng là bước khởi đầu của bồ-đề tâm, của bồ-tát hạnh.

Và hạnh phúc thay cho những người con khi gần gũi cha mẹ, như được tắm gội trong đại dương yêu thương bất tuyệt; và khi xa, nhớ về cha mẹ như bầu trời êm ả, che chở và bảo bọc lấy mình giữa cuộc đời đầy bất trắc, gian nan.

Trời cao, biển rộng, không đủ lớn để hình dung hay so sánh tình thương cha mẹ; bởi vì không phải lúc nào, ở đâu, cũng có thể nhìn thấy trời, biển. Nhưng cha mẹ thì luôn luôn, bất cứ lúc nào, bất cứ nơi đâu, cũng ngự trị trong lòng con.

Cái Còn Mãi...

Thư tòa soạn số 34, tháng 09.2014

"When all is lost, there is still a memory"
(Dejan Stojanovic)

Bãi biển vào cuối hạ, đông nghịt những người là người. Ánh nắng chói chang, trải những vệt dài lấp lánh trên mặt nước rộng. Những dấu chân người in trên mặt cát ướt. Những lâu đài được xây vội vã. Những dòng chữ và hình tượng được vẽ thật nhanh trước khi sóng phả vào bờ. Suốt bãi biển dài rộng, không ai mong đợi một cái gì trường cửu. Tất cả đều tạm bợ, có đó, rồi để cho sóng vô tình cuốn đi.

Từ đông sang tây, từ cổ chí kim, đã nhiều triết gia, văn hào, thi nhân, nhạc sĩ... có cùng ý tưởng rằng, mọi thứ đều sẽ phai nhạt, qua đi hoặc mất đi, chỉ có kỷ niệm, ký ức, là còn lại.

Thực ra ký ức chẳng chọn lựa sự tồn tại của nó: có việc chẳng đáng nhớ, lại nhớ; có việc không muốn quên, lại quên. Nó như thước phim vô tình ghi nhận tất cả những gì trình hiện trong đời sống. Chỉ có kỷ niệm thì dù cố ý hay vô tình, dù muốn hay không, vẫn lưu lại trong tâm khảm thật lâu dài; bởi vì, nó là dấu ấn thật đậm của niềm hạnh phúc hay nỗi khổ đau cùng tột mà con người kinh qua.

Người ta có thể đặt tên cho những dấu ấn ấy bằng các từ khác nhau: hạnh phúc, êm đẹp, thơ mộng thì gọi là kỷ niệm; khổ đau, hãi hùng, khiếp đảm thì gọi là nỗi ám ảnh, cơn ác mộng... Nhưng dù là tên gọi nào, bản chất của những ấn tượng là sự ghi nhớ, tích lũy.

Kiến thức và văn minh nhân loại được xây dựng từ cái nền ghi nhớ và tích lũy ấy. Đó là điều mà ai cũng có thể tự suy nghiệm để hiểu, hoặc được sách vở, học đường dạy như thế.

Suy ra, người ta tất hiểu rằng tiểu sử của một cá nhân hay lịch sử của tập thể, của dân tộc và nhân loại, cũng dựa trên sự tích lũy của ký ức mà viết nên. Nhưng sử sách chỉ ghi chép được các sự kiện và hiện tượng từ con người, từ thiên nhiên, xảy ra trong một khoảng không gian và thời gian ấn định, hoặc ước định, phỏng định. Một cách khoa học, khách quan, ký ức cá nhân hay tập thể được sử sách chép lại bằng những hình ảnh và câu chữ cô đọng, giản lược đến mức tối đa, giản lược đến mức vô tình, đánh rơi tất cả những cảm xúc thực sự của những con người được nhắc đến một cách chung chung trong từng thời đại.

Người ta có thể làm nên lịch sử bằng máu và nước mắt, nhưng sách sử thì chỉ có thể được viết bằng mực, từ một thiểu số (cá nhân hay tập thể), từ vài sử gia trung thực hay từ những nô bộc cầm bút thụ ân các bạo chúa và các nhà cầm quyền độc tài. Trung thực hay bóp méo lịch sử, vẫn không thể mô tả được dòng chảy của máu lệ.

Trở lại tiền đề mọi thứ đều qua đi, chỉ có kỷ niệm là còn mãi.

Sách của sử gia, tác phẩm của văn nhân thi sĩ, có thể là ký ức biểu trưng của tập thể, của thời đại, sẽ được ở lại lâu dài, hoặc còn mãi với thời gian tương đối nào đó.

Nhưng niềm hạnh phúc và nỗi thống khổ của chúng ta, tất cả những xúc cảm thực sự của từng thân phận lẻ loi, đã cùng thời trải nghiệm hay đơn độc trải nghiệm, thì không sách vở nào ghi chép được. Chúng đến rồi ở lại thật lâu trong tâm khảm mỗi người, và rồi sẽ thầm lặng theo chúng ta rời khỏi thế giới này.

Còn mãi, đến bao lâu, không làm sao biết được.

Còn mãi, để làm gì, mỗi người tự biết.

Thực ra, chẳng có gì bất tử. Chẳng có gì còn mãi, dù là ký ức, kỷ niệm có dấu ấn sâu đậm nhất. Bất tử chẳng phải nhờ ghi chép của các sử gia; cũng không phải nhờ ôm hoài những dấu ấn dĩ vãng, mong đợi chúng tồn tại mãi trong tương lai mơ hồ nào đó. Hoài niệm quá khứ, dự phóng tương lai, đều là ảo tưởng. Bởi vì, cái gì có thể ghi nhận và tích lũy được, cái đó không thể trường tồn, bất diệt.

Chỉ khi nào, trong từng phút giây hiện tại, buông bỏ mọi ký ức, ấn tượng, hình tượng, trở về với chính mình, trở về với tâm ban sơ—khi chưa có bất cứ một ý niệm nào khởi lên để ghi nhận, tích lũy—mới có thể bắt đầu cho hành trình hướng về cái vô hạn, bất biến.

Mùa Thu

Thư tòa soạn số 35, tháng 10.2014

Nói đến mùa thu, người ta nghĩ ngay đến lá vàng. Trên cây là những tán lá vàng rợp. Dưới đất là những thảm lá vàng, trải lấp cả lối đi. Trời dìu dịu, không có nắng chói chang. Gió se lạnh, lùa qua hàng cây bên đường. Tâm và cảnh dường như có sự giao cảm tương ứng nào đó, gợi lên một nỗi buồn man man, vời vợi. Đẹp, mùa thu thật đẹp.

Phân tích chi ly thì cũng khó mà nói được vẻ đẹp của mùa thu nằm ở đâu. Không lẽ chỉ vì lá vàng, lá cam, lá đỏ? Thế thì ở đô thị nhà cửa san sát, xe cộ nườm nượp, lề đường thiếu bóng cây, thì có lá vàng đâu mà mơ mộng, hân thưởng?

Những kẻ nghèo cùng khốn khổ, vật lộn với đời từng phút giây để kiếm sống, không có xuân, hạ, thu, đông; chỉ có đói-no, ấm-lạnh.

Những kẻ đêm ngày tranh danh đoạt lợi, mưu cầu hạnh phúc cá nhân, cũng không có lá xanh, lá vàng, lá cam, lá đỏ; chỉ có màu xanh trên những tờ giấy vuông vắn.

Có lẽ mùa thu chỉ có mặt với những người nhàn hạ, thảnh thơi, ở những nơi có lá vàng, hoặc không có lá vàng mà chỉ có thời gian tàn úa, rơi rụng theo bóng hoàng hôn mỗi ngày—nơi ấy, những người ấy, có thể cảm nhận được sự đến và đi của mùa thu, thấy được vẻ tàn tạ của cuộc đời trôi trên chính thân xác của mình. Rồi người ta gọi đó là vô thường.

Nhưng vô thường không phải chỉ có nghĩa là tàn tạ, héo úa, tả tơi... của một thân xác, một sự vật. Vô thường là sự thay đổi, bất định của vạn vật, bao gồm cả mặt tâm lý của con người. Sự thay đổi ấy không đi theo một chiều duy nhất từ sinh đến diệt, mà còn từ diệt đến sinh; điều này hợp lý và hiển nhiên để có những cuộc canh tân, cải cách, thay đổi cái xấu thành tốt, ác thành thiện, phàm thành thánh. Vô thường hủy hoại tất cả, nhưng cũng xây dựng nên tất cả.

Vì vậy, nói đến vô thường, không phải là nói điều tiêu cực, yếm thế, mà nói về một nguyên lý, một sự thực về sự tương quan, tương thuộc. Sự thực ấy không ai đặt ra, tạo ra. Nó hiện hữu khắp nơi, trong mọi sự mọi vật, trong tất cả mọi hình tướng, và tâm thức của chúng sinh, của nhân loại. Vô thường—qua sự chuyển biến không ngừng mà chúng ta có thể nhìn thấy nơi sự vật hữu hình, và quán chiếu nơi tự tâm—xét ra, chỉ là hiện tượng. Bản chất của nó là duyên sinh, duyên khởi. Tất cả mọi sinh khởi hay hủy diệt đều tùy thuộc và tương thuộc những điều kiện nhân duyên khác, không thể có sự sinh khởi hay hủy diệt độc lập. Chính vì vạn vật được sinh khởi bằng sự kết hợp của các nhân duyên, chúng sẽ bị hoại diệt bởi các nhân duyên. Đó là vận hành tất nhiên của vô thường.

Không phải chờ đến khi thấy lá vàng rơi rụng, xác thân già yếu, tài sản trắng tay, thân bại danh liệt... rồi mới thức ngộ vẻ mong manh, biến hoại của cuộc đời. Ngay từ ban đầu khi mới sinh ra, vô thường đã đến trong từng khoảnh khắc, với chúng ta, với cả thế gian này, không chừa một ai, không ngoại lệ một chúng sanh hữu tình hay vô tình nào.

Nhận thức sâu sắc về vô thường như là kết quả hiển nhiên của nguyên lý duyên sinh, duyên khởi, chúng ta sẽ không còn bám víu, chấp chặt vào sắc thân, tâm lý và ngoại cảnh; và dĩ nhiên là sẽ không bất ngờ trước những chuyển biến đổi thay của lòng người, của cuộc đời. Với một tri kiến như thế, có thể được gọi là chánh kiến, là sự thấy biết như thực của người học đạo, hành đạo.

Dù thế nào, những làn gió lạnh chớm thu đã bắt đầu lướt qua các hàng cây, làm rung động và lả tả rơi xuống những lá vàng, lá cam, lá đỏ, như những cánh bướm lao xao đón chào mùa mới. Trong vẻ hiu quạnh tàn úa, chạnh nhớ mùa thu nào nơi vùng tuyết lạnh xa xưa... Dường như vẻ đẹp của đất trời cũng có mặt ngay ở nơi những gì mong manh nhất, nơi đó, đã ươm sẵn những mầm xanh, chuẩn bị cho một mùa hoa rực rỡ của ngày mai tươi sáng.

Tự Do, Dân Chủ, Hòa Bình

Thư tòa soạn số 36, tháng 11.2014

Gió mùa thu năm nay, trở nên khô khốc, ảnh hưởng bởi nạn hạn hán trầm trọng nhất trong nhiều thập kỷ qua ở xứ này. Nhưng đâu đó trên hành tinh, mưa thu lất phất bay, và gió thu se sắt gợi buồn; cũng có nơi mưa ngập cả các con lộ chính của thành phố lớn để người và xe cộ phải lội bì bõm trong giòng nước ngầu đục. Và chỗ nọ, chỗ kia, làn gió dân chủ, hòa bình, khơi niềm hứng cảm cho sự vươn dậy của ý thức tự do, khai phóng.

Hòa bình không phải chỉ là ngưng chiến tranh, dừng tranh chấp. Nếu chỉ là một tình trạng, một hoàn cảnh đối nghịch hay đảo ngược với tranh chấp, nó sẽ tiếp tục là đầu mối của những tranh chấp mới. Cái gì nằm trong tương đãi, đối lập, sẽ không vĩnh viễn giữ nguyên vị thế của nó theo thời gian.

Dân chủ không phải chỉ là một thể chế đối nghịch với quân chủ, độc tài. Dân chủ theo cách hiểu phổ quát hiện nay là quyền làm chủ của người dân (power / rule of the people) trực tiếp hay gián tiếp đối với việc điều hành guồng máy quốc gia, thông qua thể thức phổ thông đầu phiếu. Nhưng nếu việc bỏ phiếu của người dân bị giới hạn trong một danh sách ứng viên được chỉ định sẵn bởi một đảng phái hay nhà cầm quyền thì không còn là dân chủ.

Đơn giản như thế, nhưng nhân loại đã phải trải qua mấy ngàn năm xây dựng nền văn minh (tinh thần hay vật chất, quốc gia hay quốc tế), đổ bao máu xương, khổ nhục với hàng ngàn cuộc canh tân và cách mạng (lớn hay nhỏ, riêng hay chung), mà vẫn chưa thiết lập được một thế giới hòa bình, tự do, dân chủ thực sự như mong đợi.

Tự do, dân chủ, hòa bình cho đến nay vẫn còn là giấc mơ của nhân loại trên toàn hành tinh. Để biến giấc mơ thành hiện thực, người ta đã phải đấu tranh bằng nhiều hình thức: ứng cử, bầu cử, biểu tình, bất hợp tác, bất tuân dân sự, chiếm giữ (occupy), đấu tranh bất bạo động, và thậm chí chủ trương bạo lực (âm thầm hoặc công khai), khởi xướng chiến tranh nhằm tiêu diệt đối lập hoặc để tranh thủ vị thế của mình, v.v... Ngoài ra, còn có hình thức khích lệ bằng cách trao giải thưởng cho những ai có đóng góp to lớn hoặc ảnh hưởng sâu rộng trong công cuộc vận động vì hòa bình, dân chủ, nhân quyền... (Buồn cười thay, trong một số trường hợp, giải thưởng lại trở thành mục tiêu cho những kẻ hoạt đầu, tư lợi cá nhân, thay vì nhắm đến hạnh phúc cho số đông).

Phật giáo đã xây dựng nền móng cho tự do, dân chủ từ 25 thế kỷ trước, ngay khi đức Phật còn tại thế; và hòa bình đối với Phật giáo, không chỉ là ngưng tranh chấp, không chiến tranh giữa các dân tộc, quốc gia hay liên quốc gia, mà vượt xa hơn trong ý nghĩa là hòa hợp và an bình nơi tự tâm, cùng lúc thể hiện trong tương quan xã hội.

Không cần phải vận dụng hàng vạn lời dạy trong Ba tạng (Kinh, Luật, Luận) để chứng minh nền tảng tự do, dân chủ và hòa bình của Phật giáo. Chỉ cần suy nghiệm từ những Phật ngôn từng được phổ cập trong các bộ phái Phật giáo hơn hai nghìn năm trăm năm qua, ai cũng có thể nhận biết: đức Phật từng cổ xúy cho sự bình đẳng xã hội, không phân biệt giai cấp, giới tính. Điều này được chứng thực trong cơ cấu tổ chức tăng-đoàn (sangha) cũng như các nguyên tắc yết-ma (karma) và sáu pháp hòa-kính rất dân chủ trong sinh hoạt của cộng đồng tăng lữ.

Một trong những lời dạy bất hủ của đức Phật, được đời sau đánh giá như là tuyên ngôn của bậc thầy vĩ đại nhất của nhân loại nhằm giải thoát niềm tin và sự nô lệ tư tưởng của con người trước các thần tượng, thần quyền; khai mở con đường tri thức tự do, siêu thoát:

"...Chớ có tin vì nghe báo cáo, chớ có tin vì nghe truyền thuyết; chớ có tin vì theo truyền thống; chớ có tin vì được kinh điển truyền tụng; chớ có tin vì lý luận suy diễn; chớ có tin vì diễn giải tương tự; chớ có tin vì đánh giá hời hợt những dữ kiện; chớ có tin vì phù hợp với định kiến; chớ có tin vì phát xuất từ nơi có uy quyền, chớ có tin vì vị Sa-môn là bậc đạo sư của mình.

Nhưng này các Kàlàmà, khi nào tự mình biết như sau: 'Các pháp này là thiện; các pháp này không đáng chê; các pháp này không bị các người có trí chỉ trích; các pháp này nếu thực hiện và chấp nhận sẽ đưa đến hạnh phúc an lạc,' thời này Kàlàmà, hãy tự đạt đến và *an trú!"*[(*)]

Những lời trên, thật đơn giản, nhưng có thể làm rung chuyển và lật nhào tất cả các chủ thuyết và hệ thống tư tưởng từng giam hãm con người trong khuôn khổ và vị thế hèn kém trước các thần linh, giáo chủ, lãnh tụ, thần tượng... Cho đến những thế kỷ cận đại, nghĩa là sau gần ba thiên kỷ Phật giáo lưu truyền, những lời dạy này vẫn còn làm cho giới khoa học thán phục, và vẫn còn trực tiếp hay gián tiếp làm nền tảng, hoặc gây ý thức cho tư tưởng tự do, phong trào đấu tranh vì dân chủ, nhân quyền, và hòa bình thế giới.

Không vội tin bất cứ điều gì, bất cứ ai, mà phải dùng lý trí để xét đoán, suy nghiệm kỹ trước khi thực hiện: đây là phương thức tiếp cận và xác minh sự thực của khoa học, là khởi đầu cho mọi văn minh tiến bộ, và là tinh thần tự do, dân chủ của nhân loại ngày nay.

Khi thực hiện và chấp nhận điều gì thì đều vì lòng thương, hướng về niềm hạnh phúc, an lạc cho mình, cho người: đây là con đường hòa bình của Phật giáo.

Người con Phật đã dẫn đầu nhân loại về hòa bình trong suốt hai ngàn năm trăm năm qua, và sẽ tiếp tục nêu gương hòa bình, bất bạo động cho toàn hành tinh này trong tương lai vô tận.

Những gì người con Phật làm là để đem lại hạnh phúc cho số đông, chứ không phải để được ban thưởng, khen tặng từ thần linh hay từ bất kỳ cá nhân, tổ chức tôn giáo và thế tục nào. Phần thưởng cao quý và to lớn nhất của người con Phật chính là niềm an lạc,

---

[(*)] Đức Phật dạy phương cách chọn lựa, suy nghiệm và truy tầm sự thực cho những người thuộc bộ tộc Kàlàma, được ghi lại trong *Kinh Kàlàma, Tăng Chi Bộ III. 65* (trích đoạn từ bản dịch của Hòa thượng Thích Minh Châu).

hạnh phúc thực sự của tha nhân, của xã hội, quốc gia, và cho toàn thế giới. Và để có được phần thưởng ấy, trước hết hãy quên mình đi. Từng bước, nhẫn nại, kiên định, không làm những điều xấu-ác, thực hiện những điều lợi ích cho mình, cho người, với một tâm ý tĩnh lặng, trong sáng. Đó là mẫu hình lý tưởng của người con Phật trong mọi hoàn cảnh, mọi thời đại.

Cho Người, Cho Mình

Thư tòa soạn số 37, tháng 12.2014

Mùa thu dường như chưa qua mà gió đông đã về tới. Mặt trời mọc sớm nhưng ánh nắng vẫn không xuyên qua nổi những tầng mây xám trên cao và sương mù nặng trĩu trên những con đường nườm nượp xe cộ của thành phố. Thời tiết bắt đầu lạnh, hơn cả tuần nay. Người không nhà đứng co ro nơi hiên của một ngân hàng ở góc đường, chờ đợi kẻ từ tâm.

Mùa lễ Tạ Ơn và Giáng Sinh cách nhau một tháng. Đó là hai dịp lễ cuối năm rất quan trọng trong đời sống của người dân bản xứ nơi đây. Vượt ngoài ý nghĩa và lý do tôn giáo, hai lễ này từ lâu đã mặc nhiên trở thành mùa lễ của mọi gia đình, là dịp để đoàn tụ, sum vầy. Lễ Tạ Ơn (Thanksgiving), thay vì tạ ơn đấng thiêng liêng thì *"tạ ơn người, tạ ơn đời"*[(*)], nhớ nghĩ những ai và những gì mình được hạnh phúc đón nhận. Mùa Giáng Sinh (Christmas), nhà nhà giăng đèn năm sắc bên ngoài và bên trong thường trang trí một cây thông nơi phòng khách—đó là chỗ hội tụ của **sự cho và**

[(*)] Lời từ bài hát "Tạ ơn" của nhạc sĩ Trịnh Công Sơn.

nhận trong mùa lễ, hầu như không còn mang tính cách tôn giáo. Các món quà được gói trịnh trọng, xinh xắn, của người trong gia đình trao gửi nhau, hoặc từ bà con, bạn bè gửi tặng, đều được đặt dưới gốc cây thông, chờ đến đêm 24 hoặc ngày 25 tháng 12 để cùng tháo nơ, bóc giấy...

Đến với cuộc đời này, chúng ta đã cho đi những gì? – Dường như sự cho bao giờ cũng ít thua sự nhận. Mỗi ngày, mỗi giờ, nếu tự kiểm, tự hỏi, chúng ta sẽ thấy rằng mình cho đi rất ít (nếu không muốn nói là không cho gì cả), mà chỉ đón nhận không thôi. Chúng ta luôn sung sướng, hả hê khi thủ đắc một điều gì, vật chất hay tinh thần; mà hiếm khi nghĩ rằng việc cho đi sẽ mang lại hạnh phúc, thường là nhiều hơn cả thu nhận.

Tại sao việc cho đi thường mang lại niềm vui cho mình? – Đơn giản là vì ở đời ai cũng muốn nhận, ai cũng thấy vui khi được nhận một cái gì về cho họ. Chưa có, họ sẽ làm sao cho có; có rồi, họ muốn có thêm, không bao giờ cùng. Vì sự nhận là không cùng, sự cho cũng không cùng. Vì sự cho là không cùng, niềm vui cũng không cùng tận.

Nhưng chúng ta có gì để cho? – Miếng ăn cho người đói. Thuốc men cho người bệnh. Áo quần cho kẻ rách nát. Chăn mền cho người giá lạnh. Lời khuyên cho người xấu ác. Tiếng khen cho người hay giỏi. An ủi người mất mát. Khích lệ kẻ từ tâm. Chia vui người thành công. Chia buồn kẻ thất bại. Cho đến câu chuyện ý nghĩa, bài thơ nhẹ nhàng, đoạn văn bay bổng, lời ru tha thiết, tay ấm thân tình, nụ cười thân thiện, ánh mắt cảm thông... đều là những món quà có thể trao đến cho người, mang lại niềm vui cho người; mà mang lại niềm vui cho người, cũng chính là mang lại niềm vui cho mình. Một người thu nhận và vui, mình được vui theo một lần; nghìn người thu nhận và vui, mình được vui theo nghìn lần. Cứ như vậy, cho đi bất cứ thứ gì, cũng đều nhận về một niềm vui.

Nhưng nếu đời chúng ta vốn đầy những phiền não, khổ đau, bất an, thiếu thốn, tự ti, ganh ghét, hờn giận, chán nản, bất đắc chí, thất vọng, tuyệt vọng, thống hận, sầu bi... thì ai là người có thể nhận lấy, ai là người có thể chia sẻ gánh nặng khủng khiếp ấy? Ta cho người những gì vui, hay, tốt, đẹp, thế còn những thống khổ của ta, ai nhận? Đại dương chẳng đủ sức chứa. Quả đất cũng chẳng thể kham. Ta trao ai?

– Hãy gửi chúng vào hư không.

Cho, không phải chỉ là làm vui kẻ đón nhận; mà còn là một thái độ, một nghệ thuật sống ở đời để có hạnh phúc. Nghệ thuật ấy chính là buông xả những gì mình có, từ niềm vui cho đến nỗi buồn. Niềm vui, gửi cho người; nỗi buồn, gửi vào hư không. Đời chúng ta được hạnh phúc, thảnh thơi, nhẹ nhàng không phải nhờ sự thu nhận, chất chứa, mà chính là buông bỏ, buông bỏ tất cả, cho đến khi không còn gì để trao đi, không còn người cho và không còn ai đón nhận.

Sao Mai, Một Sớm Trời Phương Đông

Thư tòa soạn số 38, tháng 01.2015

Từng đợt lá thay nhau úa vàng, héo khô, lả tả rơi theo gió mùa.

Từng cơn mưa nặng hạt, rơi xuống những mảnh đất đã cằn khô, nứt nẻ.

Mưa tuyết rơi xuống làng mạc yên ngủ, phủ đầy những đồng cỏ hoang.

Máu lệ rơi trên xác thân người hiền, kẻ ác, người vô tội, kẻ vô minh.

Khổ đau đổ xuống những thân phận giàu-nghèo, sang-hèn, tự tôn hay tự ti.

Ngày tháng rớt theo những tờ lịch, ảo vọng vùi theo thời gian.

Thời gian tàn theo bóng nắng, và đời người phai theo phút giây.

Ý nghĩ rời, trôi trong dòng tâm lắng.

Dĩ vãng buồn lạc về giữa cơn mê.

Ôi thời gian, dằng dặc chuỗi dài mông lung không đầu mối, không chỗ cùng tận.

Bao nhiêu lầu đài thành quách đã xây bên bờ nước lấp lánh ánh triêu dương, lạ lùng chi, dưới bóng hoàng hôn hiu hắt, thoắt đã xiêu vẹo ngổn ngang trên bãi quạnh, điêu tàn.

Thảng thốt bao năm, trong giấc mộng vật vờ, chỉ để dựng nên một cái gì bền vững, dài lâu. Từng đêm, từng đêm, rồi nghìn đêm mờ mịt, không thấy đâu là ánh sáng. Chỉ có năng lực của ý chí tồn sinh là không ngừng đốt cháy, bập bùng hay lập lòa, suốt những đêm sâu. Dựng nên, rồi sụp đổ; sụp đổ, lại dựng nên. Con kiến bò quanh miệng chén. Dã tràng se cát bãi hoang. Chỉ là sự kiên trì của kẻ mê muội.

Cho đến một lần, trải cỏ bên sông, lặng lẽ ngồi xuống. Một thân lau sậy trụ vững như núi cao. Một mình điềm nhiên giữa rừng sâu u tịch. Đêm đêm thú dữ tru tréo, gầm thét. Ngày ngày gió chướng, mưa sa, nắng quái và sương mù. Có khi sấm sét ầm ì, xé rách màn trời, xẻ toang mặt sông dậy sóng. Lòng không nao núng. Niềm tịch lặng tỏa từ bên trong làm lắng cả đại thiên giới.

Rồi một sớm tinh mơ, khi vạn vật, và loài người, hãy còn chìm trong những giấc mộng u trầm huyền ảo, vầng Sao Mai chợt hiện ở trời đông. Tuệ giác bừng khai, vén màn đêm nghìn đời tăm tối. Ẩn sĩ không nhà nở nụ cười an nhiên bất tuyệt. Không ai trên thế gian này có thể có được nụ cười như thế—nụ cười của kẻ bao năm hụp lặn nổi trôi để tìm kiếm, để xây dựng căn nhà, nay thấy rõ là không gì mất đi để phải tìm kiếm, và không cần phải xây nhà nữa. Kẻ không nhà đã từng từ bỏ vương quốc, vương quyền, nay tiếp tục vượt bỏ, không giữ lại gì, ngay cả ý tưởng về một tổ chức, giáo quyền; và ngay cả ảo tưởng là có một kẻ không nhà, muốn xây nhà, ngưng xây nhà.[*]

Không xây dựng nữa, nhưng tuệ giác của người vượt ngoài ba cõi, có thể mở ra cho trần thế con đường tự tại, thênh thang, lìa xa những khổ đau, ách nạn. Trời phương đông, Sao Mai tỏa ánh sáng của niềm tịch lặng. Đêm huyền bừng giấc. Muông chim cất tiếng hoan ca. Hương thơm của ngàn hoa nội cỏ như lan khắp cả rừng sâu, sông dài. Mặt sông dẫn ửng sáng theo ánh bình minh chỗi dậy từ phương đông. Lá rừng xanh biếc như ngọc, lấp lánh sương mai; mỗi giọt sương ảnh chiếu một mặt trời.

Mới. Tất cả những gì hiện hữu đều mới lạ—dù rằng lối mòn của quá khứ, của lịch sử có thể được trùng lập vô hạn trong hiện tại và tương lai. Nhưng tuệ giác và cảm giác của người vào sớm tinh mơ ấy, khi Sao Mai vừa mọc trời phương đông, hoàn toàn mới mẻ, tinh khôi, trong ngần, không bao giờ có thể được lặp lại lần thứ hai.

---

[*] Diễn ý từ Kinh Pháp Cú (Dhammapada), câu 153-154; trích lại từ bản dịch của Phạm Kim Khánh, *Đức Phật và Phật Pháp*, trang 73: "*Xuyên qua nhiều kiếp sống trong vòng luân hồi, Như Lai thênh thang đi, đi mãi. Như Lai mãi đi tìm mà không gặp. Như Lai đi tìm người thợ cất cái nhà này. Lặp đi lặp lại đời sống quả thật là phiền muộn. Này hỡi người thợ làm nhà, Như Lai đã tìm được người. Từ đây người không còn cất nhà cho Như Lai nữa. Tất cả sườn nhà đều gãy, cây đòn dông của người dựng lên cũng bị phá tan. Như Lai đã chứng nghiệm Quả Vô Sanh Bất Diệt và Như Lai đã tận diệt mọi Ái Dục.*"

Khai Tâm
Cho Mùa Xuân Mới

Thư tòa soạn số 39, tháng 02.2015

Ước vọng của con người luôn là những gì tốt đẹp, sung túc và dài lâu, cần phải đạt được trong một tương lai gần nhất. Nói cách thực tế theo quán tính của người bình phàm, thì đó là hạnh phúc (phước), thịnh vượng (lộc), sống lâu (thọ). Với các chính trị gia, và những nhà đấu tranh cho dân tộc, cho đất nước, thì đó là tự do, dân chủ, nhân quyền. Với đạo gia thì đó là giải thoát, giác ngộ, và niết-bàn.

Tất cả những ước vọng nói trên, có thể được biểu tượng hóa trong một chữ: XUÂN.

Xuân ấy tất nhiên không phải là xuân của mùa màng, thời tiết. Nhưng một biểu tượng nếu không được cụ thể hóa, tức là thực hiện bằng hành động và lời nói cụ thể, thì mãi mãi nó chỉ là một ước vọng, không bao giờ nắm bắt được.

Và để đạt được một cái gì đó trong tương lai, ai cũng biết là người ta phải bắt đầu từ hiện tại. Không khởi sự từ bây giờ, từ hôm nay, thì ước vọng, thành quả, mục tiêu... của ngày mai, của tương lai, sẽ không bao giờ có được. Thế nhưng, nhân loại trong mấy ngàn năm qua cứ loay hoay, lẩn quẩn mãi ở chỗ khởi đầu, chứ không tiến về hướng mục tiêu để đạt ước vọng như mong đợi. Nghĩa là cứ mơ ước một cái gì tốt đẹp ở tương lai, mà lại cất bước một cách sai lệch, thiên kiến, mù quáng nơi hiện tại. Quả đẹp thì muốn nhưng nhân tốt lại không gieo, hoặc chỉ biết gieo nhân xấu. Muốn hòa bình mà cứ khai binh, khai hỏa bằng những đạo quân nhân danh lý tưởng (hay ảo tưởng? hoang tưởng?) của lãnh tụ nọ, của thần linh kia; muốn hòa hợp mà cứ khai khẩu, khai ngữ bằng lời châm chọc, chửi bới đối phương; muốn tự do dân chủ mà cứ tước đoạt tự do dân chủ của kẻ khác; muốn hòa đồng (các tôn giáo) mà cứ luôn cho đạo của mình là tốt nhất, đạo kia là tệ nhất... Ai cũng cho lý tưởng, mục tiêu, tôn giáo, đoàn thể, đảng phái... của mình là trên hết, sẵn sàng bịt miệng, thậm chí giết hại kẻ khác chỉ vì họ không giống mình, hoặc đã có lời lẽ xúc phạm cá nhân hay tập thể của mình. Như vậy thì làm sao có được mùa xuân thực sự an vui, hòa bình, thịnh vượng cho cá nhân, gia đình, xã hội, đất nước, hay cho toàn thế giới!

Không cần phải chờ đến ngày đầu năm mới khai bút, khai thị, khai giảng, khai trương... để có một mùa xuân an vui và một năm đầy hứa hẹn. Mỗi người chúng ta hãy ngồi xuống trong phút giây này, lặng yên, dừng hết mọi xung động của ý nghĩ, lời nói, hành động; tâm thật lắng đọng, không còn lăng xăng tính toán, sợ hãi, âu lo; không còn những tham lam, thù hận, ganh ghét, nghi kỵ...; không còn những phân biệt, đối đãi thiên vị thân/sơ; không còn biên giới quốc gia, không còn ngăn cách màu da, chủng tộc, ý thức hệ, tôn giáo... Trong giây phút ấy, một nỗi gì, như là niềm thương, mở ra, lan tỏa đến vô cùng. Dù trên thế gian này có xuất hiện hay không các bậc thần linh, các bậc giáo chủ, các vị lãnh đạo các tôn giáo, chính quyền, đảng phái (minh triết hay phàm phu), thì tấm lòng ấy, niềm thương ấy, vẫn hiện hữu, vẫn luôn ở đây, nơi này.

Tâm như hoa, nở ra cho thơm đẹp cuộc đời. Tâm như hư không, mở ra để dung chứa tất cả, để ôm lấy tất cả những phiền muộn, khổ đau của thế gian—tất cả cùng lúc tan biến vào cõi lòng vô tận này.

Mỗi người khai tâm như thế, ở từng giây phút hiện tại, thì ước vọng của chúng ta, mùa xuân của chúng ta, hiển hiện miên trường.

Thế Giới Ảo

Thư tòa soạn số 40, tháng 3.2015

Mai năm nay nở sớm trước Tết. Qua Tết thì những cánh hoa vàng đã rụng đầy cội, và trên cây, lá xanh ươm lộc mới. Quanh vườn, các nhánh phong lan tiếp tục khoe sắc rực rỡ giữa trời xuân giá buốt. Đêm đến, trời trong mây tịnh, vườn sau đón ngập ánh trăng, tạo một không gian huyền ảo lung linh.

Đã không có những ngày xuân rực nắng, không có những đêm xuân ấm cúng tiếng đàn câu ca và những chung trà bằng hữu; nhưng chân tình của kẻ gần người xa, vẫn luôn tỏa sự nồng nàn, tha thiết. Cái gì thực thì còn mãi với thời gian thăm thẳm, vượt khỏi những cách ngăn của không gian vời vợi.

Nhân loại ngày nay đang tiến, và còn tiến xa hơn, trong công nghệ thông tin điện tử, thế giới mạng, không gian mạng. Kỹ thuật hiện đại như trao cho mỗi cá nhân phép thần thông biến hóa để giao tiếp, liên lạc, tìm và thấy nhau qua cầu nối có dây (internet), cầu nối không dây (wifi), trên màn ảnh lớn, màn ảnh nhỏ, nơi bàn làm việc, và ngay cả trên bàn tay nhỏ bé. Nhưng thần thông cách nào thì thế giới mà họ đang đắm mình, tiêu phí gần hết thời gian vào đó, vẫn được xem như là thế giới ảo (the virtual world), không gian ảo (the virtual landscape, cyberspace).

Ảo ở đây không có nghĩa là không có, mà là có trong ý nghĩa không thực, không hiện hữu như thực tế (fact, reality). Biết là ảo, nhưng người ta không thể phủ nhận nó; trái lại, đối với một số người, đó là cả đời sống thực của họ, không thể thiếu vắng mỗi ngày. Hậu quả là có những nhân vật ảo, công ty ảo, hàng hóa ảo, tiền bạc ảo, trò chơi ảo, tình yêu ảo... tạo thêm khổ đau, khủng hoảng, bất an cho cuộc đời và những con người đang tìm kiếm hạnh phúc. Các nhà giáo dục luôn cảnh giác tuổi trẻ (mà cũng ngầm nhắc luôn cho những người lớn ham vui), chớ đắm mình trong thế giới ảo mà hãy trở về với thực tế đời sống—tức là phải đủ can đảm và nghị lực để rời khỏi máy vi tính, máy chơi game, điện thoại cầm tay... Nhưng theo khảo sát của các nhà tâm lý, đa phần những người nghiện "thế giới ảo" đều không có hạnh phúc, hoặc có nhiều khúc mắc trong đời sống thực—những người này tìm quên trong thế giới ảo, hy vọng có thể khỏa lấp sự bất toàn của cuộc sống hoặc biết đâu, may mắn tìm ra một nhân dáng hay sự việc ảo (mà cũng là người thật, việc thật) cho đời mình.

Suy cho cùng, dù có ra khỏi thế giới ảo, trở về với đời sống gọi là "thật" đi nữa, chưa hẳn là con người có thể tìm thấy hạnh phúc, an lạc cho đời mình. Bởi vì, hãy tự hỏi đời sống "thật" này có thực sự là "thật" không. Nếu là thật thì phải còn mãi trong không gian, thời gian. Thực tế cho thấy không có gì, từ vật chất đến tinh thần, có thể giữ nguyên vẹn tính nguyên thủy của nó. Những lâu đài, tượng đài nguy nga kiên cố có thể tan thành tro bụi trong vài phút;

những ngai vàng, các chế độ, các tổ chức và đảng phái được cho là bền vững, trường trị muôn năm, có thể bị lật đổ bởi các cuộc cách mạng, canh tân; và tình yêu, dù là tình yêu chân thật, keo sơn, thủy chung nhất, cũng phải có lúc dẫn đến chia lìa khổ đau.

Thực tế cũng cho thấy, ngay trong đời sống thực, chúng ta lại luôn sống trong ảo tưởng, quá nhiều ảo tưởng. Từ người ít học đến hàng trí thức, từ kẻ vô danh đến kẻ nổi danh, từ hàng thuộc cấp đến kẻ lãnh đạo... từ chuyện nhỏ đến chuyện lớn, từ văn học đến chính trị, xã hội, tôn giáo... đều dễ vướng cái bệnh ảo tưởng, hoang tưởng—được vài tiếng khen đã cho mình là thiên tài, trung tâm vũ trụ; được người khác bầu chọn (hoặc ép họ bầu chọn, hoặc tự mình bầu chọn mình) đã cho mình là trên hết, nổi trội hơn hết. Tự cao tự mãn, say đắm trong ảo tưởng về sự vĩ đại của bản ngã, thì sẽ không bao giờ thấy được thực tánh, thực chất của con người và cuộc đời.

Theo kinh nghiệm và tuệ giác của những bậc minh triết để lại, muốn tìm ra sự thực, chân lý, trước hết phải nhận thức đúng đắn về cái ảo, cái không thực. Phải "**giải ảo**" thì may ra mới thấy được cái Chân. Một khi cái Chân xuất hiện, mọi điều tốt (Thiện) và đẹp (Mỹ) mới thực sự có mặt, trong cuộc sống toàn diện, cũng như trong văn học nghệ thuật. Và điều mà tất cả chúng ta có thể áp dụng là hãy sống rất thực, rất chân tình, như là bước khởi đầu để thoát khỏi thế giới ảo và các ảo tưởng.

Dù thế nào, hai vầng nhật nguyệt vẫn luôn lơ lửng trên bầu trời ngày đêm. Có hay không nền công nghệ thông tin hiện đại, có hay không thế giới ảo và không gian ảo, thì trời và trăng vẫn thế, vẫn tỏa sáng từ vạn cổ.

Dưới ánh trăng xuân, chiêm nghiệm trần gian ảo hóa: *Như giấc chiêm bao của người mỏi mệt, như trò huyễn mị của ảo thuật gia, như bọt nước lao xao bờ sông mé biển, như ảo ảnh xuất hiện trên sa mạc bỏng cháy khô khan, như sương mai đọng trên đầu ngọn cỏ, như ánh chớp xuyên qua trời đêm mịt mùng...*[*] Thế giới ảo không có gì xấu xa, tội lỗi. Nó huyền diệu và đẹp như thơ, nếu được lặng nhìn và lắng nghe như là chính nó.

---

[*] Mượn hình ảnh của một bài thi kệ trong kinh Kim Cang Bát-nhã Ba-la-mật.

Bão Lửa Ngày Tàn Xuân

Thư tòa soạn số 41, tháng 4.2015

Những ngày tàn xuân năm ấy, gió bấc thổi không mang theo giá lạnh mà lại thốc vào cả một luồng bão lửa nóng bức, kinh hoàng. Không ai mong đợi một cơn bão lửa như thế. Bão lửa, từ bắc vào nam, từ cao nguyên xuống đồng bằng, từ rừng sâu ra hải đảo, từ thôn quê vào thị thành... thiêu rụi bao cội rễ của rừng già nghìn năm, đốt cháy bao cành nhánh của cây xanh vườn tược. Tất cả mầm non đều héo úa, quắt queo, không còn sức sống, không thể đâm chồi, nẩy lộc. Tất cả những gì xinh đẹp nhất, thơ mộng nhất, đều tan thành tro bụi, hoặc hòa trong sông lệ để rồi bốc hơi, tan loãng vào hư không. Màu xanh của lá cây, của biển, của trời, đều phải nhạt nhòa, biến sắc, nhường chỗ cho màu đỏ, màu máu, màu đen, màu tuyệt vọng.

Từ đó, có một thành phần rời nước bằng cách lên rừng, ra biển, tìm tự do, tìm lẽ sống cho mình và tương lai các thế hệ sau. Cuộc lên đường này, như một nhà thơ ví von, *"dân tộc chợt quay trở lại với huyền thoại mở nước.*"[1] Đó là huyền thoại xa xăm của giòng giống Lạc-Hồng với 50 con theo Cha xuống biển, 50 con theo Mẹ lên núi. Nhưng cuộc chia tay ấy là sự sắp xếp, thỏa thuận vui vẻ giữa hai vợ chồng thủy tổ để giữ cho sự hài hòa giữa giống Rồng và giòng Tiên được kéo dài vô chung. Huyền thoại như thế là chất keo sơn, là lý tưởng, là niềm tự hào của cả dân tộc mấy nghìn năm qua. Còn ở đây, việc lên rừng, xuống biển của hàng triệu người, vốn là anh chị em trong trăm họ Lạc-Việt, không phải là để mở nước, mà chính là phải rời nước, xa quê, mở ra một chương mới lạ và khó tin của cuốn sử bốn nghìn năm dựng nước, giữ nước. Tiền nhân chúng ta trải bốn lần Bắc-thuộc kéo dài cả một nghìn sáu trăm năm, rồi thời Pháp thuộc hơn nửa thế kỷ, biết bao là đớn đau, thống khổ, tủi nhục... mà vẫn kiên trì bám giữ lấy mảnh đất, miếng vườn của Tổ-tiên để lại; chưa từng nghĩ chuyện rời bỏ quê hương. Nay, không phải giặc ngoại xâm hay thực dân đô hộ; mà là anh em, đồng bào với nhau, hà cớ gì hàng triệu người đành đoạn lìa xa nơi chôn nhau cắt rốn! Cho nên, đây không phải là huyền thoại hay giấc mơ xa vời nào, mà là một đại bi kịch, đại thảm kịch của giống nòi—một giai đoạn lịch sử bi đát, thương đau vô tiền khoáng hậu mà cả dân tộc phải chứng thực trải nghiệm.

Nói là cả dân tộc, là vì nỗi đau thương bi đát ấy không phải chỉ ở nơi những người lặng lẽ ôm *"nỗi buồn di tản,"* vượt biên đường rừng, đường biển (với số người chết, mất tích lên đến hàng trăm ngàn), hay những người công khai rời nước bằng mọi cách (di dân, đoàn tụ, hoằng pháp, giáo dục, du học...); mà ngay cả đại bộ phận

---

[1] Ví von với huyền thoại Âu Cơ là ý của nhà thơ Viên Linh trong thi tập *"Thủy Mộ Quan,"* được nhà thơ Tuệ Sỹ nhắc đến trong bài *"Thuyền Ngược Bến Không."*

những người ở lại, cũng phải cùng gánh chịu cái di họa khủng khiếp của bão lửa.

Bão lửa không phải chỉ mới bắt đầu từ bốn mươi năm trước, mà xa hơn, kể từ khi người ta bắt đầu khước từ những huyền thoại và giấc mơ đẹp của Tổ-tiên để rước vào một thứ hoang tưởng độc hại sinh xuất từ cơn điên của những kẻ bệnh hoạn, tham lam, ích kỷ. Hoang tưởng ấy tàn phá, triệt hủy, biến dạng tất cả những tính chất và tình tự cao đẹp của dân tộc; kết tụ thành một tâm bão, thổi bùng lên ngọn lửa tham tàn, thù hận, cuồng si, cháy suốt gần một thế kỷ trên quê hương yêu dấu.

Lòng nhân ái và tinh thần hòa giải, vốn là di sản của tiền nhân bao đời nhằm giữ nước yên dân, cũng đã bị thiêu rụi, để mặc cho sự nẩy nở sinh sôi tràn lan, không gì ngăn trở của tính vị kỷ, tàn ác, vô tâm... đẩy cả giang sơn gấm vóc vào thảm trạng băng hoại đạo đức, phá sản văn hóa như hiện nay.

Để giữ nước, yên dân, người xưa đã nêu gương gì mà con cháu thời nay không học được? — Đơn giản là phải biết thương yêu nhau; lấy điều nhân nghĩa mà đối xử với nhau. Anh em không thương, lại đem thù oán đối đãi nhau thì gia đình chia ly, lòng người phân tán, làm sao lạc nghiệp an cư, làm sao giữ được nước khi giặc ngoài lăm le thôn tính!

Bốn mươi năm nhìn lại, chỉ thấy hoang tàn đổ nát ẩn bên dưới và đàng sau những mị ảnh hào nhoáng cao sang. Bão lửa đã ngưng thổi nhưng đâu đó vẫn còn âm ỉ những than hồng, tiếp tục xoi mòn, thiêu cháy lòng vị tha, niềm tin yêu, và cả niềm hy vọng tuổi trẻ. Tên gọi và hình dạng của bão lửa có thể thay đổi theo thời gian, nhưng bản chất vẫn là một thứ hoang tưởng được hệ thống hóa, biến thành một cỗ máy bám trụ chân rết trên mảnh đất quê hương. Gần một thế kỷ qua, nhiều thế hệ tiếp nối nhau, cố gắng phá đổ hoặc thay đổi nó bằng đánh phạt, hoặc bằng tình thương, bằng nhân nghĩa như tiền nhân đã làm, nhưng không thành công, chưa thành công.

Thời gian không ưu đãi cho con người, mà có vẻ hào phóng ưu tiên cho máy móc và hệ thống. Thế rồi, những người thuộc các thế hệ chứng nhân của lịch sử lần lượt ngã xuống mà cỗ máy vẫn còn trơ lì nằm đó. Những người ấy tin tưởng nơi lòng thương, tin tưởng nơi điều gọi là tình tự dân tộc, và đã kiên trì theo đuổi con đường hòa hợp, nhân ái, khoan dung, tức là *"đem đại nghĩa để thắng hung tàn, lấy chí nhân mà thay cường bạo,"* [2] hoặc dùng *"tình thương dập tắt hận thù."* [3] Nhưng, có lẽ họ quên rằng lòng thương của con người có thể làm thay đổi, chuyển hóa được lòng người, chứ không thể tức thời chuyển hóa được cỗ máy vô tri. Lấy lòng thương để cảm hóa con người đã là phương lược dài hạn, đòi hỏi sự bền chí, kiên gan; huống gì đối với một cỗ máy, tất nhiên cần nhiều thời gian và nhẫn nại hơn.

Bảy mươi lăm năm, hay bốn mươi năm, chưa phải là dài so với các triều đại thịnh trị, an bình trong lịch sử, nhưng cũng đủ làm mòn mỏi những tấm lòng, những ước vọng khôn nguôi cho một quê hương an vui, thái hòa; và cũng quá thừa cho nhiều thế hệ non trẻ lớn lên trong cái khung ảo tưởng, chủ động hoặc thụ động bịt mắt bưng tai, cuồng nhiệt tung hô những khẩu hiệu sáo rỗng, xì xụp tôn thờ những thần tượng hóa thạch và cỗ máy vô tri từng nghiền nát bao thế hệ quá khứ.

---

[2] "Bình Ngô Đại Cáo," Nguyễn Trãi.

[3] Kinh Pháp Cú, Kệ số 5 (Dhammapada, Verse 5).

Tưởng niệm bao người đã nằm xuống và xót đau cho bao người đang còn gánh chịu nỗi nhục nhằn thống khổ triền miên trên quê hương, người đi trước chỉ muốn nhắn gửi đôi điều với những người tuổi trẻ đi sau:

Đừng cho rằng lòng thương dẫn đến thụ động, mềm yếu; ngược lại là khác. Từ thời nhà Đinh cho đến Hậu Lê, trải qua năm trăm năm thịnh trị nhất của lịch sử nước ta, những chiến thắng lẫy lừng khiến giặc ngoại xâm phải kinh hồn bạt vía đều diễn ra trong các triều đại mà nhà vua và quan quân tướng lãnh chịu ảnh hưởng tinh thần từ bi, khoan dung của Phật giáo. Lấy từ bi làm động lực xử thế, đem khoan dung làm phương thức lợi tha. Đó là tâm thuật hộ quốc an dân của người xưa.

Nước sẽ dập tắt lửa. Lòng thương sẽ cảm hóa hận thù. Dù những người đi trước đã trải cả tâm tư, nước mắt và ngay cả sinh mệnh cho một tương lai xán lạn của quê hương mà không thành công, các bạn trẻ cũng không nên nản lòng, thoái chí. Cái gì không thể bắt rễ sâu vào lòng đất mẹ, cái đó sẽ không tồn tại lâu dài. Di sản của tiền nhân thì có gốc rễ; đã được un đúc, thấm nhuần với bề dày văn hiến và chiều dài lịch sử, trở thành bản sắc văn hóa, là tự tính của dân tộc. Nghìn năm qua và nghìn năm tới, vẫn như thế, là lòng nhân ái, là tính bao dung. Chỉ có di sản ấy mới là vốn liếng để mở nước, giữ nước. Thế nên, các bạn cũng không nên tuyệt vọng trước sự vô cảm lạnh lùng của kẻ hiểm ác. Chính họ, lớn lên từ đất này, gốc rễ này, cũng được thừa hưởng và mang trong vô thức, trong giòng máu của mình, phúc ấm thiện lành của Tổ-tiên. Lòng thương yêu và đức khoan dung của bạn sẽ khơi dậy di sản bị bỏ quên ở nơi họ. Triệu bàn tay không thể đồng lúc cất nổi một cỗ máy, nhưng triệu con tim cùng chung một nhịp, có thể làm chuyển động xã tắc sơn hà.

Kiên trì gìn giữ và phát huy di sản của tiền nhân, rồi các bạn sẽ thấy, và sẽ tin rằng, bão lửa ngày tàn xuân năm ấy, một ngày nào đó cũng sẽ lụi tàn trước mùa xuân mới.

California, những ngày tàn Xuân, tháng Tư, 2015

Hạnh Phúc
Được Làm Con Phật

Thư tòa soạn số 42, tháng 5.2015

Được làm con Phật là điều vừa đơn giản, vừa hy hữu.

Đơn giản, vì sinh ra trong một gia đình Phật giáo thì tự động theo cha mẹ đi chùa, lễ Phật, tin Phật ngay từ bé. Hy hữu, vì biết lấy Phật giáo làm lý tưởng đời mình và chọn sự thực hành Phật Pháp như là sinh hoạt nền tảng hàng ngày—không phải ai sinh ra trong gia đình đó cũng đều tin Phật từ nhỏ đến lớn, và nếu tin Phật, cũng không gì bảo đảm là hiểu Phật, thực hành đúng đắn con đường của Phật để gọi là con Phật chân chính.

Điều hy hữu ấy có thể áp dụng cho bất cứ ai thuộc các tôn giáo và tín ngưỡng khác: hầu như tín đồ tôn giáo nào cũng cho rằng mình may mắn được thần linh tuyển chọn và ban thưởng nên mới sinh vào gia đình ấy, xã hội nọ, quốc gia kia để rồi tin và làm theo những điều răn dạy đã được mặc khải.

Người con Phật không tin mình được Phật tuyển chọn, mà tin vào nhân duyên. Người con Phật cũng không xem Pháp Phật là những tín lý, giáo điều, học thuyết bắt buộc phải tin theo, mà tin nơi sự tác động của nhân quả và vận hành của nhân duyên; đặc biệt, tin vào sự chứng thực của mình đối với thực tại sau khi suy nghiệm, quán sát và nhận thức được nó, dựa trên chính nguyên lý nhân duyên và nguyên tắc nhân quả ấy.

Đức Phật cho phép và khích lệ môn đồ **tự do** dùng trí tuệ để phán xét và tri nhận sự thực; cũng hàm nghĩa rằng họ được quyền tìm hiểu, phán xét, thảo luận, phát biểu về Đức Phật và giáo lý của ngài trước khi tin theo và thực hành. Đây là điều hạnh phúc nhất mà người con Phật được hưởng từ hơn 25 thế kỷ trước: **tự do tư tưởng và ngôn luận**. Trong khi đó, nhân loại phải chờ 23 thế kỷ sau—từ thế kỷ 18 đến thế kỷ 20, mới chính thức đón nhận ý niệm tự do này qua Tuyên Ngôn Độc Lập của Hoa Kỳ 1776, Tuyên Ngôn Nhân Quyền và Dân Quyền của Pháp 1789, và Tuyên Ngôn Quốc Tế Nhân Quyền 1948; nhưng quyền tự do trên các văn bản này cũng chỉ áp dụng cho mục tiêu bình đẳng xã hội; còn mỗi cá nhân, đứng trước các thần linh mà họ tôn thờ, vẫn chưa được hưởng cái quyền thiêng liêng ấy.

Chỉ có người con Phật mới thực sự là những con người tự do; bởi vì tự do là nhân của giải thoát, cũng là nhân của trí tuệ giác ngộ. Con người tự do là con người trí tuệ; con người trí tuệ thì phải tư tưởng tự do. Điều mà người con Phật từ ngàn xưa mặc nhiên thừa hưởng và công nhận thì mãi đến năm 1722, Benjamin Franklin (một trong những "cha già" thành lập Mỹ quốc) mới nói *"Without freedom of thought there can be no such thing as wisdom..."* Không có tự do tư tưởng thì chẳng có gì gọi là trí tuệ cả.

Đức Phật và Phật Pháp không cần được vinh danh, ca tụng. Đức Phật chỉ cần chúng ta quán sát, lắng nghe, tư duy và thực hành những gì đã được trí tuệ sàng lọc, tri nhận; vì chỉ có sự thực hành chánh pháp mới đưa chúng ta đến giải thoát, giác ngộ.

Nhưng khởi nguyên của con đường dẫn đến giải thoát giác ngộ ấy, chính là tự do tư tưởng. Không phải chỉ là thoát khỏi sự lệ thuộc tư tưởng nơi Đức Phật, mà còn phải vượt thoát các tri kiến, kiến giải mà chúng ta nghĩ là đã đạt được qua tư duy và thiền định. Nghĩa là phải bước đi bằng những bước chân tự do, vượt qua tất cả các chướng ngại kiên cố hay mềm dẻo, thô sơ hay vi tế, hữu hình hay vô hình, của con người, xã hội, thế giới bên ngoài và của tâm thức.

Làm con Phật, là điều đơn giản hay hy hữu cũng không quan trọng gì. Quan trọng là được làm người tự do; và hạnh phúc thay, được làm con Phật.

Học Làm Phật

Thư tòa soạn số 43, tháng 6.2015

Đối với tôn giáo độc thần, thần linh là tối thượng và độc nhất, tín đồ không thể nào có thể trở thành thần linh; trong khi đối với Phật giáo, Phật là một bậc thầy, là biểu tượng của giải thoát - giác ngộ, là biểu tượng cho phẩm tính toàn thiện tiềm tàng nơi mỗi chúng sanh; kẻ nào thực hành đúng chánh pháp (con đường mà bậc giác ngộ đã kinh qua), cũng đều có thể thành Phật.

Quan điểm ấy của Phật giáo, về mặt xã hội, mặc nhiên phủ nhận sự phân chia giai cấp bất bình đẳng giữa giới cầm quyền và nhân dân, giữa tăng lữ và tín đồ, giữa giới giàu có và thành phần nghèo cùng, giữa tầng lớp trí thức và quần chúng bình dân, giữa nam phái và nữ giới...

Về mặt tâm linh, tinh thần, Phật giáo phủ nhận uy quyền tối thượng của thần linh, của các đấng chúa tể ở cõi người hay cõi trời (mà đối với tín ngưỡng dân gian Ấn-độ thời ấy, Phạm Thiên là một); đồng thời nâng cao phẩm giá con người, đặt vị thế con người ngang tầm hoặc vượt hơn thần linh - nếu con người ấy có thể thành tựu tuệ giác giải thoát, trở thành toàn thiện như một vị Phật.

Để trở nên toàn thiện, Đức Phật dạy rất đơn giản: *"Đừng làm các việc xấu-ác, hãy làm các điều tốt-lành, giữ gìn tâm ý trong sạch."* Đơn giản nhưng không dễ thực hiện, nhất là đối với tâm-ý, là cái vô hình, khó kiểm soát, khó nhận biết. Hơn nữa, cũng cần phải biết thế nào là đúng nghĩa xấu, ác, tốt, lành.

Hãy lắng nghe lời Thầy-Tổ nói, minh bạch và ấn tượng hơn: *"Nói lời Phật nói, nghĩ điều Phật nghĩ, làm điều Phật làm."* Lời này nghe qua cũng đơn giản, bổ túc cho lời Phật nói trên, nhưng vẫn cần phải giải thích, cần hiểu rõ những điều Phật nói, làm và nghĩ. Thật khó mà biết được điều đó. Nhưng ít ra, áp dụng vào thực tế, khi nói ra điều gì, hãy cân nhắc xem một vị Phật có nói như thế không; khi làm một điều gì, hãy suy xét xem Phật có thể làm việc ấy không; khi khởi lên một ý nghĩ, hãy tự nghiệm rằng một vị Phật có suy nghĩ như thế không. Ý nghĩ, lời nói và hành động nếu bị dẫn dắt bởi vô minh, tham ái, sân hận thì đều không phải là của Phật. Học làm Phật thì nên học như thế. Nghĩa là không nói, làm, và nghĩ những gì không tương hợp với phẩm tính Phật có sẵn của mình. Nhưng mỗi người chúng ta vốn quen đắm nhiễm trong trần tục, có thể nào làm được như Phật và có khả năng để được toàn thiện như Phật chăng?

Nghi vấn này đưa ta trở về với tiền đề đã nêu: tất cả chúng sanh đều tiềm tàng phẩm tính toàn thiện của Phật. Nếu không có sẵn phẩm tính ấy, dù trải vô lượng kiếp thực hành chánh pháp, chúng sanh cũng sẽ không bao giờ thành Phật. Vậy, điều tiên quyết của người học làm Phật là phải xác tín rằng tất cả chúng sanh đều hàm hữu trí tuệ và phẩm tính của Như Lai. Hãy cùng đọc một đoạn kinh để kiên định niềm tin tưởng nơi khả năng thành tựu sự toàn thiện của tất cả chúng ta:

"Bấy giờ Đức Thế Tôn nghe bài kệ khuyến thỉnh của Đại Phạm vương, vì chúng sinh khởi lòng từ bi, quán sát trong thế gian, dùng Phật nhãn quán sát rồi, thấy có chúng sinh sinh ra và lớn lên trong thế gian: Có kẻ thông minh, có kẻ đần độn. Những chúng sinh như vậy, có người dễ thành tựu đạo quả, có người thấy tất cả tội khổ đời vị lai, nên sợ sệt không dám phóng dật, thì ở đời vị lai cũng có thể thành đạo. Ví như có ao sen xanh, ao sen hồng, ao sen trắng và ao sen trắng lớn, trong đó có các loại hoa: hoặc xanh, hoặc hồng, hoặc trắng, hoặc hoa trắng lớn, từ dưới đất mọc lên chưa ra khỏi nước còn chìm trong nước chưa xuất hiện, cần bốn đại hòa hợp nuôi dưỡng, rồi sau đó mới ngoi lên khỏi mặt nước. Hoặc có những hoa sen xanh, hoa sen trắng... lên ngang mặt nước. Hoặc có những hoa sen xanh, hoa sen trắng... nở vượt lên trên mặt nước, không còn dính nước..." [*]

Đoạn kinh mô tả thế giới chúng sinh bằng hình ảnh đầy màu sắc, đẹp đẽ và thơ mộng, qua đó, tất cả ao sen lớn hay nhỏ, tất cả sen xanh, sen hồng, sen vàng, sen trắng, lớn hay nhỏ... đều có chung phẩm cách của sen, và đều có thể vươn lên khỏi vũng lầy thống khổ của trần gian.

---

[*] Kinh Phật Bản Hạnh Tập, quyển 33, phẩm 36, phần 2, Phạm Thiên Khuyến Thỉnh; nguyên tác Hán ngữ của Tam Tạng Pháp Sư Xà-na-quật-đa, bản dịch của Linh Sơn Pháp Bảo Đại Tạng Kinh (trích nguồn: tangthuphathoc.net)

Người Cao Quý

Thư tòa soạn số 44, tháng 7.2015

Thời tiết mùa hè năm nay bất thường. Đã có những ngày quá oi bức, và cũng có những ngày lù mù, không mưa không nắng, gió se lạnh.

Khí hậu đôi khi cũng tác động vào lòng người, khiến họ dễ bẳn gắt, khó chịu. Những người đã nuôi dưỡng từ lâu sự kỳ thị, thành kiến, hay tự hiềm nào đó, có thể bị thời tiết nóng bức châm ngòi cho sân hận và sự bạo động. Đã có những cuộc khủng bố đơn phương hoặc nhân danh tổ chức (thế tục hay tôn giáo) diễn ra khắp hành tinh trong những tháng năm qua.

Thực ra, các phiền não từ tâm chúng ta không chờ đợi thời tiết: chúng có thể dấy khởi bất cứ lúc nào, một khi có điều kiện thuận hay nghịch, tương ứng với bản chất của chúng.

Tham danh, hám lợi thì dù khoác mặc lớp áo sang trọng rực rỡ nào, cũng chỉ là vẻ hào nhoáng của một đời sống nội tâm rỗng tuếch.

Ganh ghét kẻ trên, hận thù kẻ dưới, chứng tỏ mình thấp kém, bất tài, không thể vượt khỏi kẻ khác, và không có vị trí thích hợp nào cho mình trong nấc thang cuộc đời.

Bảo thủ (giáo điều, tín lý...), say mê (chủ thuyết, ý hệ...) một cách cuồng tín, không chút lý trí suy xét nào, cho thấy một tâm trí cạn cợt, nhỏ nhoi.

Tâm nhỏ nhoi, trí cạn cợt, mà mang gươm mang súng thì chỉ biết giết người, hại vật; mang chức vụ và quyền hạn cao thì chỉ có phá hoại tập thể và chèn ép những cá nhân khác.

Vậy thì, để mang lại hạnh phúc cho tha nhân, và để có niềm an lạc thực sự cho mình, phải chăm sóc tự tâm trước:

Quên cái danh thì tự khắc sẽ được an vui.

Quên mình đi thì kẻ khác ắt có hạnh phúc.

Vui với thành công của người thì niềm vui tăng mãi.

Thương yêu tất cả thì lòng hóa vô biên.

Tâm lớn, trí sâu như trời cao biển rộng mới có thể dung chứa muôn người, muôn vật; mà người hay vật cũng nhờ đây tăng ích.

Cởi mở, bao dung thì đi đến đâu, không gian mở ra đến đó.

Co rút, cục bộ thì dù ngồi một chỗ, vẫn làm choáng lối, chật đường, ngăn trở kẻ khác.

Không phải sinh ra với màu da, sắc tộc, chủng loại, gia đình... ấy thì chúng ta hiển nhiên trở thành cao sang quyền quý, hay thấp kém hạ liệt.

Không phải mang chiếc áo đó, đội chiếc mão kia, ngồi nơi ghế nọ, mà chúng ta trở nên thánh thiện, cao cả.

Chỉ khi nào tâm niệm, lời nói, hành vi hoàn toàn hướng thiện, lợi tha thì mới thực sự là cao quý. [*]

Ngồi một chỗ, lắng tâm, quan sát. Chúng ta làm gì khi bốn mùa đắp đổi, đến-đi?

Lăng xăng sắm sửa áo mới. Xây cất lầu đài tráng lệ nguy nga. Tiệc tùng thiết đãi, kéo ghế mời nhau hay tranh nhau kéo ghế. Uống trà, thưởng hoa, tán gẫu thiên hạ sự... Lá vàng vương vất trên nền cổ mộ. Mưa bay lất phất những đêm đông dài. Rộn ràng tiếng cười câu nói. Thổn thức giọt lệ tràn mi. Đi qua từng vùng trời lạ, tìm hoài dấu vết nhạn bay. Ngồi im, động giấc mơ huyền...

Ngoài hiên, bên vòm cỏ dại, biêng biếc sông xanh. Cuối bãi bờ kia, vươn một cành sen trắng.

---

[*] Ý kinh Pháp Cú (Dhammapada, Verse 43)

Vô Gia Đình,
Vô Ưu, Vô Trú

Thư tòa soạn số 45, tháng 8.2015

Hãy nói về những kẻ không nhà, đứng nơi đầu đường, ngủ nơi góc phố.

Lo toan không? khổ đau không? – Khó ai biết; chỉ thấy khi ngửa tay xin ăn thì gương mặt phải lộ ra vẻ thảm thương, tội nghiệp; và khi ngồi co ro nơi ghế đá công viên, hay dưới gầm cầu, thì cả thân người, cả thân phận, như bị gánh nặng của trời cao phủ xuống, nén xuống, tưởng chừng không bao giờ có thể vươn mình lên được.

Những kẻ ấy không có gia đình, hoặc đã có một gia đình tan vỡ, chia ly, tan tác.

Từ những ưu phiền lo toan nặng nề của đời sống (áo cơm, danh, lợi...), họ đã rơi xuống đáy vực, nơi không còn gì để phải vướng bận lo toan nữa.

Từ những căn nhà có vườn hoa nhỏ và sân cỏ xanh mát... họ đã, thoáng chốc (hoặc từ từ) trở thành những kẻ lang thang, không nơi trú ẩn cố định.

Chính họ, hoặc người khác, nghĩ đó là số phận, là định mệnh, là ý trời, là nghiệp quả (của một hay những nghiệp nhân gần, xa).

Hãy nói về những kẻ tự nguyện rời bỏ đời sống gia đình thế tục, sống đời vô ưu, thực hành con đường vô trú. [*]

Vì tự nguyện, cố nhiên họ hạnh phúc với chọn lựa của họ. Cơm ăn áo mặc không bận lòng. Ba y thô sơ, đắp đổi ngày tháng. Một bình bát dạo khắp muôn nhà. Môi rạng rỡ nụ cười thơ trẻ. Mắt trầm tư đạo lộ thâm sâu.

Không gia đình, không dây buộc trói. Không cửa nẻo, không mái che, nhà ba gian mở toang tường vách rui mè. Kẻ cùng tử hào phóng, đêm ngủ gốc cây, ngày rảo bước, ngang qua những quán trọ, không đâu là chỗ dừng nghỉ cuối cùng. Thênh thang con đường không đích đến. Bước qua những không gian và nơi chốn, bước qua những dĩ vãng, kỷ niệm, và thời gian...

Có vẻ gì tương đồng giữa những kẻ không nhà. Có, họ giống nhau ở vài hình thức, nhưng khác rất nhiều nơi bản chất. Một bên là nghiệp, một bên là nguyện.

Từ nghiệp chuyển thành nguyện, sẽ hạnh phúc.

Từ nguyện biến thành nghiệp, sẽ khổ đau – và hơn thế nữa: lụn bại, hư nát!

Từ nghiệp mà chuyển thành nguyện là cả một nghệ thuật, một

---

[*] Triển khai 3 ý nghĩa của chữ *Xuất Gia:* 1) xuất thế tục gia, 2) xuất phiền não gia, 3) xuất tam giới gia (rời khỏi căn nhà thế tục, xa lìa căn nhà phiền não, vượt ngoài căn nhà ba cõi [dục, sắc và vô sắc giới]).

thành quả rực rỡ của tư duy, giác ngộ.

Ngược lại, từ nguyện biến thành (nghể) nghiệp là một sự sa đọa khó tha thứ, khó chấp nhận!

Làm thế nào mà một kẻ tự nguyện sống đời vô gia đình, vô ưu, vô trú, lại có thể ham thích nhà cao cửa rộng, áo quần loè loẹt sặc sỡ diêm dúa, tiền tài của cải, cho đến phẩm hàm tước vị, quyền chức cao danh! Tất cả những thứ phù phiếm, hư huyễn ấy, chẳng phải đã từng một lần phủi sạch để chọn con đường cao đẹp vô danh vô tướng hay sao! Từ đâu mà ra nông nỗi như thế! Có khi nào kẻ lên đường chịu ngồi lặng vài phút giây, tự hỏi mình đi đâu, còn chăng con đường đã chọn, hay chính mình đã lạc hướng từ đời thuở nào?

Hãy nhìn lại, nhìn lại xem. Phải chăng cái gì nhỏ bé sẽ bị giam nhốt, chứa đựng trong những khuôn khổ nhỏ bé? Nếu tâm bao la như hư không thì có thân xác, mũ áo, nhà cửa, đền đài, danh vọng hay lợi lộc nào trói buộc được?!

Như vậy, tâm nhỏ hẹp, tủn mủn, chính là nguyên nhân của sự sa đọa, thoái hóa. Nó làm chùn những bước chân, khiến kẻ không nhà không thể ra khỏi khung cửa hẹp của những căn nhà, kẻ vô tư lự không thoát ra được những điều lo nghĩ tân toan, kẻ vô trú không vượt qua nổi những gốc cây hay những quán trọ bên đường...

Thoáng chốc quay về, có khó khăn chi! Chí nguyện ban đầu hãy còn nguyên vẹn. Một tâm ấy thôi, sẽ chuyển động tất cả. Đơn sơ, đạm bạc. Môi cười hồn nhiên như con trẻ. Mắt sâu thăm thẳm từ như đại dương. Mỗi bước chân cất lên, có thể vượt ngoài vạn dặm mây trắng.

Cha Mẹ Là Tất Cả

Thư tòa soạn số 46, tháng 9.2015

Thời tiết thật oi bức suốt một tuần lễ qua. Đâu đó trên đường, có những cảnh báo về hạn hán, kêu gọi mọi người tiết kiệm, hạn chế việc dùng nước. Nạn hạn hán đã kéo dài ở xứ này liên tục bốn năm qua. Nhiều cây kiểng và những bãi cỏ xanh của các công xưởng, công viên, gia cư tại đô thị đã lần lượt biến mất. Mọi người, mọi nhà đều phải tự ý thức trách nhiệm của mình đối với thiên tai này. Nói là thiên tai, mà kỳ thực, có sự góp phần rất lớn của con người trong việc sử dụng quá nhiều tài nguyên thiên nhiên (đốt nhiên liệu hóa thạch, phá rừng, v.v...) làm tăng nhiệt độ quả đất, tạo nên tình trạng hâm nóng toàn cầu (global warming).

Gần 200 quốc gia phát triển và đang phát triển đã ký vào Nghị định thư Kyoto (*Kyoto Protocol*, do Liên Hiệp Quốc chủ xướng từ năm 1997) nhằm cắt giảm lượng khí thải gây hiệu ứng nhà kính, ngăn chặn hoặc ít ra là làm giảm tốc độ ấm lên của trái đất.

Trái đất trở thành ngôi nhà chung của toàn thế giới; và trước hiểm họa chung, nhân loại nhích lại gần nhau như người trong một gia đình. Nhưng một gia đình lý tưởng, và thực sự được gọi tên là *"gia đình"* chỉ khi nào có sự hòa hợp, thương yêu. Một thế giới đầy hận thù, nghi kỵ, ganh ghét, lạm dụng và lợi dụng nhau, công kích, giết hại nhau... thì không thể có hòa bình.

Gia đình là giềng mối từ đó hình thành xã hội, quốc gia hay thế giới. Không có gia đình thì không có xã hội, quốc gia, hay thế giới gì cả. Cũng vậy, không có cha mẹ thì không có gia đình. Cha mẹ là nhân tố quyết định sự có mặt của một gia đình.

Lập nên một gia đình không khó. Tạo một gia đình hạnh phúc, an vui, mới là khó.

Mỗi thế hệ cha mẹ có trách nhiệm nuôi dạy con cái trưởng thành, làm người tốt của gia đình và hữu dụng cho xã hội. Tổ tiên dạy dỗ ông bà, ông bà dạy dỗ cha mẹ, và cha mẹ dạy dỗ chúng ta. Vậy nhìn chung, tổ tiên tốt thì ông bà tốt, ông bà tốt thì cha mẹ tốt, và rồi con cái cũng tốt theo. Thế nhưng, cha mẹ tốt mà con cái trở nên hư đốn, phá hoại xã hội, thậm chí còn giết hại cả cha mẹ ruột, thì trách nhiệm này thuộc về ai? Người ta sẽ tự suy ngẫm hoặc lắng nghe ý kiến, nhận định, hay kết luận từ các chuyên gia về giáo dục, nhân chủng và xã hội, cho đến luật học, đạo đức học, và dĩ nhiên là không quên tham khảo các tu sĩ của các tôn giáo, để phán xét về những đứa con hư.

Nhưng thế nào là cha mẹ tốt? và thế nào là đứa con hư? Người Á đông sẽ trả lời rất mau mắn: cha mẹ tốt là những người con hiếu thảo, đứa con hư là đứa con bất hiếu. Từ câu trả lời này, lại nảy sinh câu hỏi khác: thế nào là hiếu, thế nào là bất hiếu? Câu trả lời theo văn hóa Á đông cũng rất mau mắn: hiếu là vâng lời cha mẹ, bất hiếu là không vâng lời cha mẹ. Nói vậy là vì tục ngữ Việt Nam có câu: *"Con cãi cha mẹ trăm đường con hư."*

Câu nói trên rất đúng cho nhiều gia đình mà cha mẹ là những người có đạo đức, biết lẽ phải, sống ngay thật, khoan dung, thương người, giúp người, thích làm việc công ích, không làm tổn hại ai; và dĩ nhiên là nuôi dạy con cái với tình thương yêu vô hạn. Đối với những bậc cha mẹ như thế, nếu con cái cứ chống cãi và sống ngược lại, nhiều phần sẽ dẫn đến sự hư hỏng, ngỗ nghịch, gây bất hòa trong gia đình, tạo bất ổn cho xã hội. Nhưng chuẩn mực của thế hệ này, trong hoàn cảnh xã hội này, không hẳn là có giá trị tuyệt đối cho các thế hệ sau, ở những nơi mà nếp văn hóa và quan niệm về nhân sinh khác hẳn. Chưa kể có những cha mẹ là thành phần bất hảo trong xã hội, sống ích kỷ, chỉ biết lợi mình, không bao giờ quan tâm đến khổ đau hay sự thiệt thòi của kẻ khác, không có một tiêu chuẩn đạo đức tối thiểu nào cho con cái noi gương, thì đừng trách tại sao con cái không vâng lời, không làm theo ý mình.

Vậy, trong một số trường hợp, con cãi cha mẹ chưa chắc trăm đường con hư; và cha mẹ đạo đức, chưa chắc biết cách dạy con nên người (trong một xã hội chuyển biến không ngừng với những bước nhảy vọt cả về kỹ thuật lẫn sự đồi bại luân lý).

Tiêu chuẩn đạo đức cũng thay đổi theo thời gian và hoàn cảnh. Chỉ có tình thương vô hạn của cha mẹ dành cho con cái thì ngàn năm trước và ngàn năm sau, vẫn là một thứ tình thiêng liêng cao đẹp, không ai truyền trao, không ai dạy dỗ, mà mọi người đều bình đẳng sở hữu khi quyết định tạo lập một gia đình cho chính mình. Nhưng nếu tình thương cha mẹ không được điều hướng bởi sự *hòa hợp* thì trong rất nhiều trường hợp, tình thương lại biến thành trở lực cho hạnh phúc gia đình.

Trong khi *hợp* là xây dựng, bồi đắp cho vững chắc những điểm tương đồng thì *hòa* là chia sẻ, cảm thông, tôn trọng và chấp nhận những điểm dị biệt trong cuộc sống chung. Thương yêu mà chỉ khư khư giữ lấy ý kiến của mình, buộc người khác phải nghe theo, thì không thể nào có được sự hài hòa, thuận thảo trong gia đình. Cha mẹ không phải lúc nào cũng đúng. Có khi nên biết lắng nghe quan điểm của con cái, cảm thông cho cá tính, ước nguyện, tâm tình và hoàn cảnh của chúng. Đừng bao giờ cho rằng con cái phải có trách nhiệm hay bổn phận thực hiện điều mình mong muốn, hoặc phải thành đạt giấc mộng chưa thành của mình. Đừng đặt giấc mơ của mình trên vai con cái mà không chịu tìm hiểu giấc mơ của chính nó.

Trong sinh hoạt xã hội, tập thể, tổ chức (tôn giáo, hội đoàn, công đoàn..), quốc gia, và quốc tế cũng vậy: những người lãnh đạo phải biết *hòa hợp* với người dưới, tôn trọng nguyện vọng chung của người dân, quan tâm đến lợi ích của nhân loại. Không có sự hòa hợp giữa mình với các thành viên khác trong gia đình, tổ chức, quốc gia và cộng đồng quốc tế, thì đừng mơ tưởng viển vông về nền hòa bình thế giới.

Không khó gì khi song hành, đồng hành với những người có cùng quan điểm và lý tưởng (hợp). Khó là có thể bước đi nhịp nhàng (hòa) với những người ngược dòng, nghịch hành với mình—con đường chông chênh ấy, luôn có sự va chạm, vi tế hay thô bạo giữa những bản ngã cứng ngắt. Mà muốn hòa được với kẻ trái chiều, hãy hạ mình xuống, hãy quên mình đi, hãy hy sinh một phần hay toàn phần bản ngã của mình. Đó là điều mà những đứa con—luôn là con trẻ—khó làm được khi chúng chưa trải nghiệm thế nào là tình thương vô hạn của cha mẹ. Nhưng những bậc cha mẹ thì làm được, vì tình thương của cha mẹ bao gồm sự hy sinh to lớn, vượt ngoài sức tưởng tượng của người con.

Thế giới hòa bình tùy thuộc nơi sự hòa hợp của mỗi quốc gia; quốc gia thịnh vượng tùy thuộc vào sự hòa hợp của các xã hội dân sự; xã hội an vui tùy thuộc nơi sự hòa hợp của những gia đình; và gia đình hạnh phúc là nhờ nơi cha mẹ.

Vì vậy, khi quyết định tạo lập một gia đình nhỏ, mỗi người chúng ta nên tự hỏi: chúng ta có thể nào có được đức hy sinh và tinh thần hòa hợp để xây dựng hạnh phúc cho gia đình này hay không. Nếu câu trả lời là không, xin đừng vội vàng đảm nhận vai trò cha mẹ. Và nếu đã lỡ tạo lập một gia đình không hòa thuận, thiếu hạnh phúc, con cái hư hỏng hoang đàng, xin đừng vội vàng qui trách tội bất hiếu cho con, mà hãy đem lòng thương yêu nhìn xuống con cái, hỏi một câu đơn giản: cha mẹ có thể làm được gì để con được hạnh phúc, hỡi con yêu?

Những nhà lãnh đạo tôn giáo, lãnh đạo quốc gia hay thế giới, cũng nên cúi mình xuống để hỏi những người cộng sự, hỏi những người dân của mình một câu tương tự và đơn giản như thế. Đừng đòi hỏi người dưới phải phục vụ mình hay tổ chức của mình, mà hãy tìm hiểu xem họ cần gì, và làm thế nào để họ được an vui, hạnh phúc.

Bài học từ đức hy sinh và tinh thần hòa hợp, hãy bắt đầu từ vai trò của cha mẹ.

Lòng thương của cha mẹ sẽ pha thêm màu xanh cho bầu trời, tô thêm màu biếc cho đại dương; và gia đình này, trái đất này, với bàn tay chăm sóc của cha mẹ, sẽ là hành tinh xanh, mỹ miều, tươi mát hơn bao giờ.

Cha mẹ là trên hết; cha mẹ là tất cả.

California, Mùa Vu Lan năm 2015

Không Tranh

Thư tòa soạn số 47, tháng 10.2015

Cây bạch đàn là cây cao và có cành lá xum xuê nhất khu vực này. Tiếng chim kêu hót vang lừng mỗi sáng là từ trên những cành cao của cây này. Xa hơn, ở đầu đường, có hai cây cau dừa (cây cọ — palm tree), cao hơn cây bạch đàn nhiều, nhưng chim không làm tổ trên ấy (không hiểu vì sao; có lẽ vì cây quá cao, hoặc ở đó có nhiều tranh chấp, hiểm nguy hơn). Nơi cây bạch đàn, có ít nhất vài tổ chim, khác loại. Đúng là *"đất lành chim đậu."*

Có lần nghe tiếng quạ kêu bất thường, tưởng là quạ đến đuổi phá các loài chim khác, nào ngờ quạ bị chim đuổi. Rõ ràng là hai con chim trắng, thân nhỏ, lại rượt đuổi mấy con quạ đen to gấp ba lần. Không chỉ đuổi khỏi cây bạch đàn, mà đuổi thật xa, tít trên không trung, nhào lộn ngoạn mục, đuổi khỏi khu vực, đuổi khuất tận dãy phố bên kia đường. Thế mới biết, quạ tuy thân to lớn, bộ dạng dữ dằn, tiếng kêu rùng rợn ma quái so với các loài chim hiền lành khác, mà khi lâm trận thì lại không có chút dũng khí hay tinh thần chiến đấu nào. Quạ chỉ giỏi tấn công những chú cừu non và những động vật yếu đuối không thể tự vệ; chúng sống như thể để giành nhau rúc rỉa các xác chết. Quạ nương bầy đàn để kiếm ăn, nhưng khi có quyền lợi thì chỉ biết tranh giành cho riêng mình; gặp nguy hiểm, chúng không đoàn kết, chỉ lo tự thoát thân.

Người minh triết sống không tranh.

Không tranh giành, tranh cãi, tranh luận, tranh chấp, tranh chiến, tranh đoạt, tranh đua; không tranh danh, tranh lợi, tranh tài, tranh công, tranh thế, tranh quyền...

Có chăng một chữ 'tranh' thì đó là tranh thủ thời gian và cơ hội để mang lại lợi ích và hạnh phúc cho người, cho đời.

Người không tranh là người khiêm nhường. Khiêm nhường chẳng phải là tự ti, cho rằng ai cũng hơn mình; mà chính là tự biết khả năng giới hạn của mình đối với sự vô hạn của đời sống.

(Khiêm nhường không phải là làm bộ tự hạ để kẻ khác nâng mình lên; không phải giả vờ thối lui để người ta đẩy mình ra trước; không phải đóng kịch tâng bốc người khác để họ đáp lại bằng sự ngợi ca mình gấp bội)

Khiêm nhường là đặt mình ra khỏi vòng thị-phi, tranh chấp; nhưng không từ chối trách nhiệm làm đẹp cuộc đời bằng những gì có thể làm được; và bằng những gì có thể làm được, kẻ khiêm nhường luôn giốc hết sức mình cho phúc lạc của số đông.

Trên con lộ nhỏ dẫn qua khu xóm, mấy con quạ giành nhau xác chết của một chú sóc. Nơi kia, giữa những cành lá bạch đàn lao xao trong gió, các chú chim non chưa rời tổ tiếp tục gọi mẹ đòi ăn, và những con chim hiền lành vẫn thản nhiên cất tiếng hót thanh tao đón chào bình minh mới.

Trầm Tư Bên Vở Kịch Đời

Thư tòa soạn số 48, tháng 11.2015

"Does the flap of a butterfly's wings

in Brazil set off a tornado in Texas?"

— Edward Lorenz

Tất cả cửa ra vào và cửa sổ mặt trước của những căn nhà trong xóm này đều hướng về sân vườn chung. Nhiều loại hoa được trồng trong các bồn sát với cửa sổ của mỗi nhà; còn ngoài sân chơi thì chỉ có các loại cây có tàn lớn tạo bóng mát, vươn lên từ những vòm cỏ xanh mướt. Hoa nơi các bồn công cộng thường là những loài hoa không cần chăm sóc nhiều. Chúng thường không hương sắc, cho nên cũng hiếm khi thấy bướm bay lượn trong khu vực nầy. Bướm chỉ vờn quanh ở vườn sau của nhà riêng, nơi có những loài hoa ngọt ngào hương mật.

Sau giờ tan trường vào mỗi chiều, trẻ con trong xóm thường tập trung nơi vườn cỏ, chơi đủ trò. Không gian tĩnh mịch của người lớn mau chóng nhường lại cho sân chơi huyên náo của tuổi thơ.

Bọn trẻ bày trò lúc nào cũng ồn ào. Đua xe đạp, xe hẩy (scooter), kéo co, cút bắt, trốn tìm, và ngay cả trò chơi chiến tranh bằng đao kiếm nhựa hay súng đạn giả...

Thế giới của người lớn, của phụ huynh, cùng với sách báo, phim ảnh, vi tính, cũng như các mạng truyền thông... đã đưa ra những hình ảnh, âm thanh, ý tưởng, lý tưởng, v.v... cho con nít noi gương, bắt chước. Chúng mô phỏng và thực tập những hiện thực (hay giấc mơ) của người lớn qua những trò chơi. Trò chơi của con gái thì hiền lành, biểu lộ sự chia sẻ, chăm sóc, làm đẹp (cho mình hay cho người); trò chơi của con trai thì hầu như lúc nào cũng có đua tranh, thắng-bại. Chơi đùa với nhau cũng có khi dẫn đến tranh cãi, la hét inh ỏi, có khi khóc tràn cả nước mắt nước mũi, hoặc giận hờn nhau, thề không thèm chơi với nhau nữa... nhưng rồi nhà ai nấy về, ăn no ngủ kỹ, ngày mai cũng sáp lại như chưa hề có chuyện gì xảy ra ngày trước. Những môn chơi và các vai trò lại tái diễn, và khi chơi, cũng chơi rất thật, rất tận tình. Người lớn quan sát sẽ buồn cười, không hiểu tại sao con nít lại có thể cãi cọ om sòm hoặc khóc cười vì những trò chơi!

Người lớn cho rằng họ không như vậy. Họ làm tất cả với lòng thực, ý thực, vì tất cả đều là thực đối với họ: tranh giành với nhau địa vị, quyền lợi, danh vọng, từ cấp độ nhỏ đến tầm mức lớn, từ gia đình đến xã hội, rồi quốc gia, quốc tế, tạo nên những mâu thuẫn, xung đột, và tệ hại nhất: chiến tranh! Trẻ thơ không sao hiểu được người lớn, và không cần biết người lớn làm gì. Có biết chăng thì chỉ thấy rằng người lớn như đang tranh cãi và giành giật nhau những món đồ giả trong một vở kịch.

Nhưng điều khác nhau giữa trò chơi con nít và những vở kịch của người lớn, là dù sớm hay muộn, trẻ con cũng biết rằng những gì chúng làm, vai trò gì chúng đóng, đều là trò chơi, là giả; trong khi người lớn thì mải mê trong những tấn tuồng của mình, hưởng thụ và cảm nhận những hạnh phúc, khổ đau như thật.

Để có hạnh phúc cho mình, người ta quên bẳng đi những thiệt thòi, tổn hại và khổ đau của kẻ khác. Đến khi khổ đau, mất mát, thì oán trách, đổ lỗi cho tha nhân. (Thái độ này không biết nên gọi là của trẻ con hay của người trưởng thành?)

Tác động của nhân-quả thì ai cũng biết, nhưng ít người tin rằng con bướm đập cánh nơi vườn hoa sau nhà lại có thể góp phần ảnh hưởng đến sóng thần biển đông.

Không chiêm nghiệm và chứng minh được tác động của trùng trùng nhân duyên trong đời sống và vũ trụ bao la, người ta dễ đi vào quên lãng, không nhớ rằng mình đang sống trong giấc mộng dài của vô minh và ảo tưởng. Đón nhận cho mình hay gây tạo khổ đau cho kẻ khác cũng đều phát xuất từ sự lãng quên nầy.

Điều cần ý thức là chúng ta nên làm gì khi bước vào và ra khỏi những vở kịch cuộc đời. Thực hay mộng, khởi sự hay chấm dứt, đều có âm hưởng của nó; không thể hời hợt thờ ơ mãi như con nít bày trò được.

Thực ra, con bướm vẫy cánh xập xòe giữa đồng hoa xuân, hay khép cánh lặng lẽ trên ngọn cỏ đầu thu, đều có tác động nào đó trong đời sống vô hạn nầy. Hoa thơm, cỏ biếc, người vui hơn, có khi không phải vì hôm nay nhà có khách phương xa đến viếng, mà có thể vì tiếng nô đùa của trẻ thơ đâu đó, phương tây hay phương đông, hồn nhiên cất lên từ những khung trời đổ nát.

Rơi

Thư tòa soạn số 49, tháng 12.2015

Có những giọt mưa rơi trên công viên. Chiều. Vắng người. Mưa rơi, rửa sạch những tàn lá cao. Mưa rơi, ướt những bãi cỏ xanh. Mưa rơi, đọng từng vũng nhỏ trên đường đất. Kẻ không nhà co ro dưới tấm nhựa trải bàn màu xanh dương có hình những hoa tuyết trải đều đặn, thứ lớp như những người lính xếp hàng.

Có những người trẻ, hăng say với giấc mộng bá chủ, hoặc giấc mơ bình đẳng không tưởng, xếp thành hàng ngang dọc ngay ngắn, đầu cổ cứng ngắt nhét đầy tín điều và ý hệ, mắt quyết tâm cùng nhìn thẳng một hướng, môi cương nghị mím chặt những qui luật khe khắt ban hành từ cấp trên, bề trên, đấng trên... để rồi xông pha ngoài trận mạc, hoặc len lỏi trà trộn vào đám đông, nhân danh thiên đường hứa hẹn xa vời mờ ảo, làm nổ tung những cây cối, nhà cửa, dinh thự, đền đài..., và làm ngã đổ những mạng người... Người rơi, máu rơi, và rồi những người trẻ cũng gục rơi theo.

Có những người cả đời đeo mặt nạ. Tự chọn mặt nạ trắng bệch

hợp ý, khoác mặc sắc áo đỏ thẫm như máu, biện minh cho nhiệt huyết hay vị thế độc tôn bất khả xâm phạm. Tưởng rằng không ai biết mình chỉ sống với man trá, huyễn mị. Tưởng rằng mặt nạ kia sẽ mãi gắn chặt vào đầu cổ rỗng tuếch, hoặc đặc sệt thành kiến, kiêu căng. Thực ra, không sự giả dối nào được che đậy dài lâu, vĩnh viễn. Thời gian và sự thật đã lột từng lớp vỏ mặt nạ, đánh rơi nó ngay khi kẻ ấy đang còn đeo dính trên đầu. Cố thủ, bám víu mặt nạ mà sống, không muốn đánh rơi nó mà kỳ thực nó đã rơi từ lâu.

Có những chiếc lá rơi xuống cội già. Có những chiếc lá không rơi về cội mà bay vu vơ đâu đó theo chiều gió. Lá xanh, lá úa, lá vàng khô, đều có thể rơi vì gió to hay bão tố. Có bạn tôi, anh tôi, em tôi, chưa đi hết con đường chọn lựa, chưa làm xong những điều cưu mang ôm ấp. Mắt nhìn đời tự tin, môi nở nụ yêu thương tràn trề. Bước tới, bước tới với lòng dạt dào niềm tin và nỗi háo hức biến ước mơ thành hiện thực rỡ ràng. Chợt một ngày, rơi, như lá thu.

Có những bóng nắng lung linh rơi xen qua những cành lá đổi mùa, ánh lên niềm hy vọng một ngày mai tươi sáng. Rồi nắng tắt trên đầu ghềnh sóng vỗ, đi qua bãi biển lạnh câm. Những hoài vọng khôn nguôi được kéo lên tận những vì sao trên bầu trời tím sẫm. Rồi đêm dần buông, rơi.

Máu lệ rơi cùng tham lam, thù hận.

Những mệnh đời rơi xuống bởi ích kỷ vô tâm.

Ngày, đêm rơi theo vạt nắng hiên ngoài.

Hoa lá rơi lấp con đường dẫn về bên nhau.

Tuyết rơi xuống cùng nỗi giá lạnh chia lìa.

Mưa rơi xuống phủ vườn cây quạnh bóng chim muông...

Không phải cuộc rơi nào cũng mang lại khổ đau, tàn tạ và hủy diệt.

Không có cuộc rơi nào tiêu tăm biến mất giữa cuộc tồn sinh.

Tất cả đều rơi, không ngoại lệ cho một ai, một vật nào. Chỉ khác nhau nơi vị trí và cách thế rơi mà thôi.

Có sự rơi làm chất xúc tác cho những hạt mầm đâm chồi vươn dậy.

Có sự rơi làm hồi sinh những gì đã bị tàn hoại, hư nát.

Có sự rơi đánh thức những con tim vô cảm và những khối óc lạnh lùng xơ cứng.

Và có sự rơi của những giọt lệ bi mẫn; rơi xuống đời, xoa dịu vết đau thương.

Không ngại gì một lần hay nghìn lần, lã chã hay chầm chậm, như sương mai, rơi xuống trần gian khổ lụy nầy.

Điều Làm Nên Sự Vĩ Đại

Thư tòa soạn số 50, tháng 01.2016

Năm cũ của nhân loại được khép lại với nhiều xáo trộn, bất ổn trong đời sống chính trị, kinh tế, xã hội... của mỗi quốc gia, và cộng đồng quốc tế, của mỗi dân tộc và từng cá thể. Nơi nầy nơi kia, chiến tranh, khủng bố, độc tài, kỳ thị, áp bức, bất công... vẫn tiếp tục gieo rắc sự chết chóc, tù đày, bất an và sợ hãi. Khổ đau của con người có khi dâng cao cùng tận, đến độ có thể đẩy xô hàng trăm nghìn, cho đến hàng triệu người phải gạt lệ rời bỏ quê hương, hoặc chối bỏ quyền làm công dân bình thường trên chính đất nước của mình.

Thế nhưng người ta vẫn chưa chấm dứt niềm tự hào về sự chiến thắng, huênh hoang thỏa mãn về những thành tựu vật chất, mà không nhìn ra được sự thực rằng không có lý tưởng hay sự vĩ đại nào có thể bù đắp được nỗi thống khổ to lớn của số đông.

Một lâu đài hay dinh thự đồ sộ nguy nga, một công trình to lớn đòi hỏi nhiều thời gian và sức người, một cuộc cách mạng hay cuộc vận động nhằm đoạt quyền bính hay quyền lợi cho cá nhân và phe nhóm, một kỳ công hay chiến tích lập nên bằng sự hy sinh hàng triệu mạng sống... thường chỉ được ca tụng vinh danh bởi những kẻ cạn cợt, với những đầu óc mê sảng, vụ hình thức, với những trái tim sắt đá chỉ biết đập theo hiệu lệnh và nhịp điệu huyên náo của chiêng trống, bích chương.

Tất cả những thứ trên, chẳng có gì thực sự vĩ đại.

Điều làm nên sự vĩ đại khởi đầu bằng tình thương, diễn tiến trong tình thương, và nếu có chăng một kết thúc thì cũng kết thúc trong tình thương. Nhưng tình thương chỉ vĩ đại khi được biểu lộ với mong ước mang lại lợi ích an vui cho kẻ khác, cho số đông. Những người lãnh đạo tập thể, hội đoàn, tổ chức tôn giáo, chính phủ, quốc gia và quốc tế, cũng nên bắt đầu cho mọi ý nghĩ, lời nói và hành vi của mình bằng tình thương. Đơn giản như thế. Đơn giản như tình mẹ thương con: có thể chăm lo cho con từng điều nhỏ nhặt, và khi cần, sẵn sàng làm nên những điều phi thường để bảo vệ sinh mệnh và hạnh phúc của con.

Điều vĩ đại không phải là cuồng nhiệt vẽ ra một mộng tưởng to lớn bắt mọi người phải nhìn nhận tin theo, mà chính là, từ tâm địa của mỗi cá thể bé nhỏ, vươn lên thành một khối tình bao la.

Dù rằng hầu hết mọi thứ tình trên đời đều có giới hạn của nó, nhưng ít ra, khi tình thương phát khởi nơi ai, kẻ ấy khởi sự bước một bước ra khỏi bản ngã vị kỷ của mình, chấp nhận sự hiện hữu của một hay nhiều đối tượng khác. Lòng hận thù cũng dẫn người ta ra khỏi bản ngã theo cách thế ấy. Nhưng hận thù thì dẫn đến hủy diệt, phá hoại; chỉ có tình thương mới xây dựng, làm tươi đẹp hơn cho con người và cuộc đời.

Bốn mùa thay đổi là điều hiển nhiên. Con người cũng thế. Lòng hận thù có thể biến thành tình thương; sự xấu-ác có thể trở nên tốt-lành.

Khi cơn băng giá lướt qua làm run rẩy những cành nhánh khô gầy, thì một ngày đẹp trời nắng ấm, mở toang những cánh cửa thâm u khép kín lâu năm, khơi dậy niềm thương yêu trong từng khoảnh khắc đời sống, chúng ta có thể đón chào một mùa lộc mới tràn ánh triêu dương.

Xuân Trong Lòng Tay

Thư tòa soạn số 51, tháng 02.2016

Lá khô trên cành chưa rụng hết. Người phu quét dọn công viên thản nhiên cào dồn cả một thảm lá vàng phủ ngập các bồn cỏ và gốc cây, cho vào những bao rác lớn. Nắng lên từ sớm mà trời vẫn còn lạnh. Lác đác dăm người chạy bộ thể dục, trong khi những người ngồi nơi băng ghế thì co ro trong những chiếc áo choàng dầy cộm. Khách bộ hành qua lại, nói chuyện, hít thở, phả những làn khói mỏng trong khí lạnh ban mai. Trăm hoa run rẩy trước những cơn gió nhẹ. Và trên cao, bầu trời xanh biếc, không mây.

Vẻ đẹp của thiên nhiên và con người có thể được tìm thấy ở bất cứ khi nào, nơi đâu. Không phải chỉ có mùa xuân mới đẹp. Nhưng chúng ta vẫn luôn tìm kiếm mùa xuân; quên rằng ngay cả hoàn cảnh băng giá, khắc nghiệt nhất, cũng tiềm tàng cái đẹp của chính nó.

Văn hào Lev Tolstoi trong khoảng thời gian gần cuối đời, đã dành nhiều thời gian nghiên cứu cuộc đời Đức Phật và giáo lý của ngài. Tài liệu văn học của Nga cho thấy khi tuổi về già, Lev Tolstoi có chọn lọc và thuật lại một số truyện ngụ ngôn Phật giáo theo thể cách của ông, trong đó có câu truyện rất quen thuộc với phật-tử là truyện **"Con khỉ và những hạt đậu,"**[1] được bà Inna Malkhanova dịch sang tiếng Việt như sau:

"Con khỉ bốc được hai nắm đậu đầy tay. Bỗng một hạt rơi ra. Con khỉ muốn nhặt, thì hai mươi hạt đậu rơi xuống. Nó chạy lại cố nhặt, thế là tất cả các hạt trong tay đều rơi xuống cả. Nó giận quá, đá tung tóe các hạt đậu khắp nơi, rồi bỏ chạy."

Truyện trên được tìm thấy trong *Kinh Bách Dụ*[2], với lời bàn đại ý là không nên vì phạm một cấm giới mà hủy bỏ tất cả công đức và pháp lành.

Chúng ta có thể chiêm nghiệm truyện ngụ ngôn ấy một cách thực tế và gần gũi hơn.

Ước vọng thì luôn ở tương lai, trong khi hạnh phúc là những gì đang có trong tầm tay, trước mắt, ngay trong hiện tại. Cố nhiên chúng ta đã biết tạo những điều kiện thích hợp trong quá khứ để có hạnh phúc hiện tại, nhưng khi hạnh phúc hiện tiền, chúng ta lại không biết gìn giữ và hân thưởng nó, mà tiếp tục với đến những ước vọng khôn nguôi khác. Bi kịch khổ đau của kiếp người diễn ra từ đây: đau tiếc vì một thất thoát nhỏ mà bỏ rơi những gì tốt đẹp đang có; sẵn sàng đánh rơi thực tại để truy tìm một tương lai mơ

---

[1] Theo Inna Malkhanova, nhà văn phật-tử người Nga, pháp danh Thiện Xuân, Hội trưởng Hội Phật giáo Thảo Đường:
http://www.thaoduongmoscow.com/levtolstoi.html

[2] Truyện thứ 88, tựa là "Khỉ mất đậu," được Thích Nữ Như Huyền dịch từ Hán tạng, PHV Quốc Tế xuất bản năm 1996. Mời đọc bản dịch này ở đây: http://thuvienhoasen.org/p16a2271/phan-09

hồ, bất định.

Thực ra, không cần phải tìm kiếm hạt đậu đã lỡ đánh mất; cũng không cần nắm bắt thêm những hạt đậu khác cho hai bàn tay đã đầy, không còn chỗ chứa. Hãy nhìn lại thật gần, thật kỹ, những gì đang có trong lòng bàn tay. Mùa xuân không ở đâu xa. Mùa xuân ở nơi ấy.

Tự Do Khởi Tự Ngã

Thư tòa soạn số 52, tháng 03.2016

Những ngày Tết rộn ràng trôi qua thật nhanh; nhưng hoa xuân vẫn trên cành. Buổi sáng nơi vườn ríu rít tiếng chim. Cành mai chưa kịp ra hoa; các nụ vừa chớm, mũm mĩm vươn lên từ những chồi lá xanh mướt; trong khi hoa đào thì khiêm nhường khoe sắc hồng tía nơi một góc hiên. Các nhánh phong lan kiêu sa nhè nhẹ đong đưa theo làn gió sớm. Bầu trời xanh biếc không gợn mây. Lòng bình yên, không muộn phiền...

Người ta vẫn thường cho rằng văn minh là tiến bộ, là đi tới. Dừng lại hoặc đi lui thì không văn minh. Thực ra, càng tiến bộ, con người càng tăng thêm nhiều nhu cầu; càng nhiều nhu cầu, càng tăng thêm nhiều gánh nặng và trói buộc.

Hãy tạm gác qua một bên định nghĩa điển chương của chữ *văn minh* (civilization) như là đỉnh cao thành tựu của một nền văn hóa (dân tộc hay nhân loại) trong một giai kỳ nào đó. Hãy nói về nền văn minh của con người trong ý nghĩa là thành tựu mục tiêu (hay ước vọng) đem lại phúc lạc thực sự cho mình, cho người, một cách bình an.

Trong ý nghĩa đó, nhân loại ngày nay quả thực là không có văn minh: kêu gọi tự do cho mình mà lại tước đoạt tự do của người; xóa bỏ giai cấp bằng đấu tranh giai cấp; muốn bình đẳng nhưng lại đối xử phân biệt (giới tính, chủng tộc, tôn giáo, đảng phái); chống độc tài mà lại muốn độc quyền độc tôn; nâng đỡ, ủng hộ những người này bằng cách cướp đoạt, đày đọa những người khác; mưu cầu hòa bình bằng khởi động chiến tranh... Chúng ta, loài người tân tiến, loay hoay đi tìm sự bình an bằng những phương tiện bất an; tìm hạnh phúc bằng con đường đau khổ.

Cho nên, không phải cứ nhắm mắt bước tới, bước lên, là văn minh. Có khi cần phải dừng lại. Có khi cần phải bước lui.

Dừng lại những manh động của tự ngã: hành động, lời nói và ý nghĩ nào nhắm tư lợi, vinh danh cá nhân (dù bằng hình thức tinh vi nhẹ nhàng nhất), đều không phải văn minh; ngược lại, chúng là đầu mối cho những xung đột, mâu thuẫn, làm rối loạn xã hội.

Bước lui để tự kiểm và tránh xa sự nuôi lớn bản ngã: tự hào, tự mãn, tự cao, tự tôn... đều là những biểu hiện lộ liễu và lố bịch của con người trước những thành công lớn hay nhỏ trong cuộc sống; đặc biệt là đối với danh vọng—nó thường cho người ta ảo tưởng về sự vượt trội và vĩ đại. Hào quang danh vọng luôn làm mờ mắt và choáng ngộp những ai bước lên đỉnh cao (nơi họ nghĩ là tột cùng)—mà không tự biết rằng nơi ấy thường khi lại là chỗ xuất phát cho tiến trình sa đọa, đi xuống.

Có người sẽ hỏi, bằng hình ảnh cụ thể, một kẻ đã lên đến đỉnh đồi rồi thì đi đâu nữa? – Câu trả lời thông thường là người ta có khuynh hướng đi quanh, hoặc đi xuống.

Thực ra vẫn còn một lối đi cho kẻ chạm đến đỉnh đồi, đó là bước vào khoảng không. Có thể mượn lời của Thiền sư Cảnh Sầm mà nói rằng *"Bách trượng can đầu tu tiến bộ,"* nghĩa là đứng trên đầu sào trăm trượng, vẫn nên bước thêm bước nữa. Bước vào hư không.

Đó không phải là con đường của mọi người. Cũng không phải là con đường dẫn đến văn minh vật chất, hữu thể.

Đó là con đường của kẻ thiên lý độc hành; là con đường siêu tuyệt vượt lên tất cả mọi nền văn minh, vượt qua tất cả mọi trói buộc của tự ngã, vượt qua cả sự vượt qua, đạt đến tự do tuyệt đối (mà kỳ thực cũng chẳng có gì để vượt qua hay đạt đến).

Chỉ có những gì rất thực và rất thường ở nơi này. Bầu trời không mây, tím sẫm. Đêm bình yên trong tiếng gió, nhẹ khua chiếc phong linh, và những giò lan âm thầm tỏa hương. Trăng đầu mùa lừng lững lên cao. Lòng bình yên, thong thả châm trà.

California, ngày 27.02.2016

Dõi Theo Dòng Gió Bụi

Thư tòa soạn số 53, tháng 04.2016

Những ngọn gió cuối mùa (hay đầu mùa?) đi ngang vườn cây vừa đơm lá mới.

Những cánh hoa rơi còn vương vãi nơi này nơi kia, dưới những gốc cây lớn, nhỏ.

Thỉnh thoảng, bụi và rác tung mù mịt theo gió. Gió qua rồi, rác nằm im, mà bụi hãy còn lơ lửng trong không.

Bầu trời cuồn cuộn mây xám như thể chuẩn bị cho một cơn mưa lớn. Nhưng không. Chỉ có những hạt nước, nhỏ như bụi, lất phất rơi xuống thềm rêu xanh.

Đừng nói sáo ngữ rằng ta là cát bụi sẽ trở về với cát bụi, khi chúng ta tiếp tục tham lam, theo đuổi không ngừng ý muốn chiếm hữu, tranh đoạt cho phần mình.

Đừng nghĩ suông rằng cuộc sống mong manh vô thường, khi chúng ta chưa thực sự mở lòng thương yêu, cảm thông, đón nhận quan điểm và lẽ sống của người khác.

Khi tham lam, thù hận, cuồng si, chúng ta quên mất sự hiện hữu của kẻ khác, mà cũng quên hẳn đi tính chất nhỏ nhoi và huyễn mộng của cát bụi.

Khi chỉ biết có mình, chúng ta sẽ không bao giờ cảm nhận được nỗi đau khổ của kẻ khác—thường khi là hậu quả trực tiếp hay gián tiếp từ lòng tham, sân hận và sự cố chấp của chính chúng ta.

Lòng tham lam vị kỷ biến những hạt bụi thành những vân thạch, vẫn thạch, hay thiên thạch, chuyển động, cháy, va chạm nhau, hoặc xé toang bầu khí quyển, rơi thẳng xuống tạo những vết thương loang lổ trên bề mặt bình yên của các thiên thể, thậm chí còn hủy hoại môi sinh của cả một vùng rộng lớn. Thiên thạch nhỏ, va chạm nhỏ; thiên thạch lớn, va chạm lớn.

Một tình thương to lớn thì có thể làm mát rượi cả rừng xanh và bầu trời; trong khi một cái ngã to lớn thì chỉ có ngăn trở, đụng chạm, phá hoại.

Tại sao chúng ta cứ mãi gây khổ cho nhau chỉ vì ý muốn riêng của mình (hay ý muốn của một đảng phái, một cá nhân lãnh đạo, một đấng thiêng liêng vô hình nào đó)? Tại sao chúng ta cứ đẩy người khác vào khổ đau (và cái chết) chỉ vì họ không cùng niềm tin và lý tưởng với chúng ta? Có chăng một niềm tin chắc thật, tuyệt đối, mang lại hạnh phúc phổ cập cho tất cả mọi người? Ngay khi khởi lên ý niệm về một cái gì tuyệt đối, chúng ta đã bắt đầu đi vào thiên kiến, cực đoan, cắt đứt cơ hội cho việc truy tìm sự thực.

Chúng ta có là cát bụi không? Không. Chỉ có thân xác—hợp thành từ đất (cát bụi), nước, gió, lửa—sẽ trở về với lòng đất và hư không; nhưng tinh anh một đời (hay nhiều đời) của chúng ta thì còn ở lại, thay đổi, động chuyển và tái hiện nơi một môi trường thích ứng với tác hưởng của nó. Nếu không tin điều ấy thì hãy cứ tin, hoặc ví von đơn giản rằng, chúng ta là cát bụi, mong manh, nhỏ bé; và đừng quên chiêm nghiệm về tự thân cát bụi trước khi trở về với đất... Cát bụi chúng ta đã đến và đi như thế nào trong cõi đời mênh mông và không gian vô hạn nầy? Hữu tình hay vô tình?

Trên thực tế, chúng ta không giống cát bụi, vì chúng ta không phải vô tình, vô cảm. Trong ta đã sẵn có tình thương yêu. Vì có sẵn, chúng ta đã biết yêu thương cha mẹ và những người thân từ lúc sơ sinh, ấu thời. Rồi càng trưởng thành, từ môi trường sống, từ gia đình và xã hội, mà hệ trọng nhất là từ nơi lòng vị kỷ của mỗi người, chúng ta đã vong thân, hóa thân thành những gì thật vô tình, vô cảm, như cát bụi. Và rồi chúng ta làm khổ mình, khổ người, hủy hoại niềm thương yêu mà đáng ra, chúng ta phải trân trọng, tha thiết trao tặng nhau không giới hạn trong cuộc tồn sinh nầy.

Lòng vị kỷ không mang lại hạnh phúc cho ai cả, ngay cả chính bản thân người vị kỷ. Niềm vui đến từ vị kỷ, không phải là hạnh phúc, mà chỉ là ảo giác nhất thời của sự thỏa mãn; là phóng ảnh của nỗi bất lực trong sự truy tìm hạnh phúc. Vị kỷ dẫn đến vô cảm; vô cảm dẫn đến cô đơn, ly cách.

Vì vậy, xin đừng nói nghĩ suông chúng ta là cát bụi, hay là những thiên thạch lạnh lùng rơi xuống đất nầy.

Ngoài kia, khi mặt trời lên, sương tan thành mây, bụi tung theo gió; và chúng ta, những người biết rung động trước cái đẹp, biết ưu tư về lẽ sống, có thể giao cảm hòa điệu với nhau trong tình thương yêu vô cùng.

California, ngày 21.03.2016

Lời Ca Của Gã Cùng Tử

Thư tòa soạn số 54, tháng 05.2016

Dòng sông đen ngòm chảy quanh thành phố; lặng lờ trôi bên những lầu đài và những căn nhà tối tàn xiêu vẹo; luồn dưới những cây cầu nhỏ bắc qua hai bờ rác rến. Ai người thức/ngủ bên sông. Đêm ngày lao xao tiếng nói, giọng cười, và đôi khi là tiếng gầm thét của bão giông, sấm chớp. Lang thang đầu ghềnh, cuối bãi. Vời vợi mắt nhìn trời xanh. Ngồi một chỗ lắng nghe sông dài chuyển động. Quyện theo gió vẫn là hương thơm quen thuộc từ đồng nội kéo về. Ôi, nhớ nụ cười của Cha.

Ngày con bỏ nhà đi hoang, Cha không buồn cản lối. Lặng lẽ ngó theo. Ngón tay điểm về đầu núi biếc có vầng trăng lơ lửng tầng không. Con ương ngạnh, hãnh tiến, không quay đầu. Ngày dài tháng rộng trôi lăn dòng đời cuộn sóng. Si mê khát ái dìm con ngập ngụa sình lầy. Chới với chơi vơi cũng chỉ níu được một ngón tay suông. Dật dờ lê theo bóng mộng. Khóc tràn những giấc mơ hoa. Thoạt khi tỉnh giấc, chỉ muốn quay về nũng nịu bên Cha, vòi một cái xoa đầu. Nhưng con đường, sao dài xa hun hút. Ôi là nhớ, mắt hiền Cha vẫn dõi theo. Không lời oán trách con hư. Nhẫn nại ngón tay điểm nguyệt.

Bên dòng sông đen, nồng nặc vạn loại tử thi và rác rưởi, con đã nhiều lần buồn nôn, quay mặt. Thế nhân sao đầy tham lam, ngoa ngụy, cuồng si, hiểm ác...! Nhưng nhớ về Cha: đã từng chăm sóc, tắm rửa cho người học trò bệnh kiết lỵ té vào đống phân và nước tiểu hôi hám; đã từng thu nhận kẻ gánh phân làm môn đồ thân cận; đã từng tận tụy xỏ kim vá áo giúp người học trò mù... Cha là bậc tôn quý, không nhờm gớm người bệnh, không phân biệt giàu/nghèo quý/tiện, từ ái bao dung với tất cả... thì một cùng tử vô minh bạt mạng như con có gì đáng hổ thẹn, đáng kiêu hãnh mà quay lưng với Cha, quay lưng với đời!

Ôi, thử tưởng tượng đời sống này không có Cha! Một khi trôi lăn, biết đâu nẻo về! Bầu trời sẽ tăm tối hơn. Dòng sông sẽ ngầu đục thêm. Và thế nhân, như những người mù quờ quạng, suốt đời bám víu vào những ngẫu tượng, cúi mình làm nô lệ cho những thần linh. Không có những cuộc tìm trăng thơ mộng. Không có những cuộc lang thang kỳ thú. Không có Cha, bóng đêm sẽ che lấp tất cả con đường...

Rồi từng ngày qua, con vẫn lê la bên dòng sông đen kịt, đặc quánh những tạp chất; nhưng con biết Cha vẫn tin yêu đứa con hoang nghịch; con biết Cha không bao giờ bỏ rơi con, vẫn từ hòa an nhẫn chờ đợi ngày con trở về... Và ở tận cùng sâu thẳm bản tâm, con thâm cảm như Cha từng dạy, rằng nơi một cùng tử lang bạt vẫn hàm tàng khả tính yêu thương và trí tuệ như Cha, rằng từ dòng sông đen nghịt kia, vẫn có thể sinh xuất những kỳ hoa dị thảo, và dù thế nào, vẫn có thể phản chiếu ánh vàng rực rỡ của vầng trăng bất diệt.

Lưu Vong Khúc

Thư tòa soạn số 55, tháng 06.2016

Cổ thụ nghìn năm, vươn thẳng trời phương nam
Đâm chồi, tủa nhánh, tỏa bóng bao la trên đất lành
Người nương thân, cỏ cây trổ hoa đơm trái,
Chim, sóc, côn trùng... đêm ngày lừng tiếng hoan ca
Một thời vòi vọi bờ đông, sừng sững non đoài, cao vút
Nào ai hay, có khi cũng hiện tướng suy tàn!
Nước cạn, đất khô, sâu mọt đục khoét
Từ rễ đến ngọn e chừng đã mục ruỗng
Cũng đành: đại bàng soải cánh tha phương, người hiền lánh mặt
Những người hiền đã từng đánh đuổi kẻ hung hăng
Đã từng uy phong chống giặc ngoài lấn hiếp
Nhưng không biết đối sách nào với loài sâu mọt bé tí
Cũng đành: ẩn tích non cao, khuất thân rừng thẳm
Có khi làm kẻ không nhà, du hành qua những phố thị
Lắng nghe hơi thở sinh dân
Quặn đau tiếng khóc muôn loài...
Có khi băng rừng vượt biển, làm kẻ tha hương

Lao đao sống gửi quê người, mà lòng nào nguôi
Nhớ nước, thương non, xót dân tình khổ lụy
Vời vợi đôi bờ biển lớn

Canh cánh quê nhà đoái trông
Này anh này chị này em
Nước đục còn dùng được không?
Nước nhục lấy chi mà rửa?
Tôm cá, chim trời, cây cỏ chết
Rồi người sẽ chết dần mòn trong năm tháng nào đó
Biển, đất hoang vu
Làng quê quạnh vắng
Còn ai ghi lại tang thương nầy

Ngoắc ngoải chờ ai cứu vớt
Lây lất tạm sống từng giây
Biển rộng không dung được cá
Thì đất nầy chứa chấp những ai!
Quê nhà rợp cả rừng cờ
Hay máu lệ trải khắp non sông!
Người đi, kẻ ở nay cùng một phận: LƯU VONG!
Làm người xa xứ, hoặc lạc loài trên chính quê hương mình.

Hỡi anh chị em, hãy tự hỏi
Còn lối thoát nào cho chúng ta?
Cây nghiêng bờ đông, cành gẫy bờ tây
Bão giông đã tận một phương nầy
Biển mất, đất mất, ta còn gì để mất!
Ngồi xuống cùng nhau, mở rộng đôi tay trần
Mặc định một lần: không làm kẻ lưu vong nữa
Quê nhà là đây:

Trong tiếng nói, trong con tim đồng điệu
Hãy nói cùng nhau, hãy đập cùng nhau
Trang sử nầy!

California, ngày 26.05.2016

Hòa Và Hợp

Thư tòa soạn số 56, tháng 07.2016

Bắt đầu vào hạ, trời nóng bức suốt mấy ngày liền. Bãi biển đông người, nhộn nhịp già trẻ lớn bé. Những chiếc lều to màu lục được dựng lên đây đó, và những chiếc dù nhỏ đủ màu sắc được cắm rải rác khắp nơi, trông như những cánh bướm đậu trên bờ cát trắng. Gió phần phật lay những cánh dù vải và những hàng cau ven bờ. Vài con diều với đuôi dài uốn lượn trên bầu trời xanh lơ, dịu mắt. Ngoài kia, những chiếc ca-nô lướt nhanh, vạch ngang dọc những làn sóng trắng xóa. Bầy trẻ giỡn nước, đùa sóng, rộn tiếng cười khúc khích vui tai. Vài chiếc tàu sắt lớn thả neo ngoài khơi xa. Mặt biển vạch một đường thẳng tắp ở chân trời. Nơi ấy, dường như là sự tĩnh mịch, bất động, hoàn toàn trái ngược với sự náo nhiệt vui vẻ nơi đây. Và xa hơn, xa hơn, với vạn dặm đại dương trùng trùng sóng nước, là biển quê hương. Lòng chợt chùng xuống một nỗi buồn.

Sữa hòa với nước sẽ không thấy đâu là nước, đâu là sữa.

Muối hòa với nước, là nước biển, chỉ có một vị mặn.

Hóa chất độc hại hòa vào nước biển thì khó thấy đâu là hóa chất, đâu là nước biển; nhưng nếm hay xúc chạm thì có thể tử vong.

Vậy, hợp sẽ đưa đến hòa, trong khi hòa mà không hợp tất sẽ có dị ứng, phản ứng.

Hòa không có hợp thì hòa chỉ là hình thức, gượng gạo, trước sau gì cũng dẫn đến bất đồng, chống trái lẫn nhau.

Độc tố đem vào đất (lãnh thổ), nước (lãnh hải), có thể hủy diệt nhiều mầm sống. Tốt nhất là không đem vào; mà đã lỡ đem vào, biết là gây họa, thì phải tẩy độc đi.

Lãnh đạo đất nước không phải là chủ nhân của đất nước. Đất nước nầy là của dân. Người xưa thường nói "quan một thời, dân nghìn đời" là thế. Quan chỉ là kẻ thừa hành ý nguyện của dân trong một giai đoạn; dân mới làm chủ đất nước trong mọi thời. Làm chủ, dân có quyền biểu đạt nguyện vọng của họ để quan thi hành. Không thể gọi là một đất nước dân chủ khi dân không có quyền.

Lãnh đạo tổ chức (tôn giáo, giáo hội...) không phải là chủ nhân của tổ chức. Tổ chức nầy là của toàn thể thành viên (dù có một vài nhân tố dựng lập giai đoạn đầu). Lãnh đạo chỉ là người đại diện tổ chức trong một giai kỳ, không phải là miên viễn. Thành viên, toàn thể thành viên của một tập thể, mới là chủ nhân của tổ chức. Tiếng nói và ý nguyện của thành viên là tố chất duy trì và phát triển tổ chức, và chỉ có năng lực của toàn thể thành viên mới đưa đến vinh quang cho tổ chức ấy.

Các nhà lãnh đạo (chính quyền, tôn giáo, giáo hội...) khi được ngồi vào ghế lãnh đạo, thường mắc phải ảo tưởng và lòng tự thị rằng mình được làm chủ cái tập thể nầy, có thể toàn quyền quyết định mọi thứ, coi thường kẻ dưới, coi thường tập thể, khoa trương về những thành tựu chung như thế do chính mình làm nên. Ảo tưởng nầy dựng lên một bản ngã to tướng, cồng kềnh, kịch cỡm, lệch khỏi quỹ đạo của đám đông, tạo nên sự bất hòa, bất hợp đối với quần chúng.

Dân chủ của đất nước tự do cũng là dân chủ của các tổ chức tôn giáo, giáo hội tiến bộ. Đặc biệt là đối với tổ chức tăng đoàn Phật giáo nói chung, giáo hội – tông phái nói riêng, không thể không có dân chủ. Trong tập thể những người con Phật hướng về giải thoát giác ngộ, không có thứ bậc chủ/tớ, mà chỉ có tôn ty của đạo đức vô hành, của giới luật nghiêm minh. Giới luật là nền tảng của thanh tịnh; thanh tịnh là chất liệu cho hòa hợp. Không thanh tịnh thì khó lòng có hòa hợp trong tăng-đoàn, mà thiếu hòa hợp thì cũng không thể gọi là một tập thể thanh tịnh.

Khiếu kiện, kêu oan, biểu tình đòi bình đẳng, đòi sự minh bạch về thông tin, đòi tự do... đều là quyền của dân, của thành viên các tổ chức, lãnh đạo phải quan tâm, xem xét, tìm cách đáp ứng; lãnh đạo phải gần gũi, tiếp cận quần chúng, không thể làm ngơ chứ đừng nói là tỵ hiềm, xoi mói, đố kỵ, trấn áp, bắt giam, giết hại!

Thế mà ở nơi nầy, nơi kia, đất nước đã phải như thế, và lãnh đạo đã là những người như thế.

Tại sao không hòa hợp mà chỉ thấy sự bất hòa, ô hợp? Làm thế nào để một đất nước, một tổ chức (tôn giáo, xã hội dân sự...) có sự an vui, hòa hợp? — Hãy là sữa tan trong nước, là muối tan trong biển. Nghĩa là những người lãnh đạo hãy quên mình đi.

Quên mình đi để chăm lo cho nước cho dân thì dân nhớ mãi.

Đã không lo cho nước mà còn hại nước, nước sẽ đắm thuyền.

California, ngày 22.06.2016

Quê Cha, Đất Mẹ

Thư tòa soạn số 57, tháng 08.2016

Từ nơi ấy chúng ta sinh ra. Từ nơi ấy, cha mẹ, ông bà chúng ta sinh ra.

Nơi ấy, được gọi là quê cha (fatherland), là đất mẹ (motherland), là đất tổ, là tổ quốc, là quê hương (native land).

Quê hương gắn liền với sinh mệnh, với dòng cảm thức và cảm xúc của chúng ta từ trong máu huyết.

Quê hương được biểu hiện trong một nền văn hóa chung, gọi là nếp sống, nếp ăn-ở, bao gồm tiếng nói, chữ viết, lời ca, điệu nhạc; từ miếng ăn, thức uống, trang phục (truyền thống), cho đến kiến trúc nhà ở, điện đài, những nơi thờ tự, và cách thức thờ tự... Có những gì rất giống trong những người sinh ra và lớn lên từ một quê hương. Có những gì rất khác giữa những người sinh ra và lớn lên từ các nơi chốn khác nhau. Nhưng điểm chung cùng là sinh ra nơi đâu, lớn lên từ đâu, người ta thường yêu tha thiết nơi ấy. Cùng yêu một quê hương là cùng yêu một cha/mẹ; cùng yêu cha/mẹ thì đó là anh em một nhà. Anh em một nhà thường thương yêu, đùm bọc, bảo vệ lẫn nhau; cùng dành cho cha/mẹ niềm yêu kính và lòng tri ân.

Đem hình ảnh cha/mẹ ghép vào mảnh đất nầy để gọi tên quê hương, người ta muốn kéo quê hương lại thật gần với tâm thức và đời sống thực của những đứa con; và đồng thời là nâng cao phẩm chất và tình cảm thiêng liêng của cha/mẹ lên tầng bậc cao nhất. Không ai gần gũi con cái bằng cha/mẹ. Không ai xứng đáng được gắn liền với đất nầy bằng cha/mẹ.

Mảnh đất nầy, quê hương nầy, nuôi nấng và trưởng dưỡng tất cả những đứa con được sinh ra. Một khi được sinh ra từ đất nầy, đứa con không thể nào quên được quê hương—dù phải ly hương hoặc sống đời lưu vong vì lý do nào đó. Đối với cha mẹ cũng vậy, con không thể nào quên—dù phải chia xa hoặc cha mẹ đã khuất bóng.

Quê hương, rất tha thiết, gắn bó với tình cảm con người khi nghĩ đến, nhưng cũng thật mơ hồ vì quê hương chỉ là hai chữ để gọi tên, là một khoảnh nhỏ trên bản đồ, không thường xuyên có mặt trong đời sống hàng ngày. Nhưng gọi cha, gọi mẹ thì gần gũi hơn, cụ thể hơn. Cha/mẹ chính là biểu tượng của quê hương. Yêu cha/mẹ thì cũng yêu quê hương, yêu nơi cha/mẹ sinh ra. Ngày nào cha/mẹ có mất đi thì quê hương vẫn còn đó, vì cha/mẹ chỉ ở bên ta trăm năm, trong khi quê hương thì ngàn đời.

Quê hương không thể mất.

Mất quê hương là mất cả cội nguồn yêu thương truyền nối từ bao đời tổ tiên, ông bà, cha mẹ. Mất quê hương là mất cả lịch sử dài lâu của một dân tộc với bao nhiêu xương máu, bao nhiêu mồ hôi nước mắt trải dài theo dòng thời gian và trên từng tấc đất để khẳng định nền độc lập tự chủ của mình.

Cha mẹ mất đi, chỉ gia đình thân thuộc đau buồn. Quê cha, đất mẹ mà mất, cả dân tộc đau buồn, cả lịch sử nghìn năm kiên gan quật cường cũng sẽ bị xóa nhòa, dần vào quên lãng.

Hãy yêu cha mẹ khi cha mẹ còn hiện hữu, đừng để mất đi rồi hối tiếc.

Hãy yêu quê hương với niềm trân trọng, kính cẩn, đối với nơi chốn khắc ghi và lưu giữ tất cả hình ảnh và kỷ niệm của cha mẹ, ông bà, tổ tiên... nhiều đời; đừng làm tổn hại, đừng để rơi mất, dù chỉ một mảng rêu, một phần bụi đất nhỏ.

Hãy gọi tên quê hương bằng tiếng gọi cha mẹ tha thiết, và hãy dành cho quê hương tình cảm sâu sắc nhất, như đã yêu thương chính cha mẹ của mình.

California, 23.7.2016

Trước Cơn Lửa Dữ

Thư tòa soạn số 58, tháng 09.2016

Khí hậu mùa hè cực nóng và khô dễ gây hỏa hoạn tại nhiều tiểu bang miền Tây Hoa Kỳ. Cả miền Nam và Bắc California năm nay bị cháy rừng liên tục mấy vụ từ cuối tháng 7 đến giữa tháng 8, thiêu rụi nhiều ngàn mẫu rừng và hàng trăm ngôi nhà. Đã có nhiều gia đình bị buộc phải di tản trước khi lửa cháy đến khu gia cư của họ. Điều khó tin là một trong các vụ cháy rừng ở miền Bắc California lại do một người đàn ông cố ý phóng hỏa. Trong khi các tin tức về Thế vận hội Olympic tại Rio, Brazil, cũng như chuyện bầu cử ở nước nọ nước kia, hay chuyện Pokémon Go... được đưa lên đầu trang các báo và đài, thì chuyện hỏa hoạn phá hoại môi sinh trong một tiểu bang bị hạn hán kéo dài, dường như chỉ là tin tức thông thường ít người quan tâm, trừ khi cơn lửa cháy đến gần khu vực của họ.

Đời sống vốn bất toàn, vì tự bản chất, không có một cá thể nào (từ con người, gia đình, xã hội, quốc gia) thực sự độc lập và có tự tính riêng của nó. Chính sự tương hệ, tương thuộc giữa các cá thể đã làm cho hạnh phúc và khổ đau của một người, không thể là điều riêng rẻ cá biệt của mỗi người ấy. Luôn có sự tác động trực tiếp hay gián tiếp từ các yếu tố nguyên nhân, thuận duyên và nghịch duyên, cùng kết quả, từ mọi phía ảnh hưởng lên đời sống của một cá nhân.

Bất toàn, vô thường, khổ đau, vì vậy, là hệ quả tất nhiên từ nguyên lý duyên khởi, duyên sinh.

Nhưng trên thực tế đời sống, các tai họa lớn ảnh hưởng đến số đông không phải đều do thiên nhiên, mà hầu như đều do con người. Con người là tác nhân đáng sợ nhất gây tạo khổ đau cho kẻ khác chỉ vì lòng tham lam của mình.

Khi một đảng phái, một chính quyền, chỉ biết đến đặc quyền đặc lợi của mình, không quan tâm đến lợi ích của số đông thì hậu quả nước mất, nhà tan chẳng phải là điều xa vời nữa. Không có một triều đại thối nát, hại dân nào có thể tồn tại lâu dài khi nỗi thống hận khổ đau của dân bị đẩy đến chỗ tận cùng bờ mé.

Nhưng làm thế nào mà con người sống trong một xã hội, một đất nước, có thể thờ ơ, nguội lạnh, không màng đến nỗi hiểm nguy đang trờ tới và bao nỗi thống khổ đang tràn ngập chung quanh! Chỉ vì lửa chưa cháy đến nhà mình mà chỉ cháy ở đâu đó hay sao?

Lửa có thể cháy lan; mà một khi đã có người cố tình phóng hỏa thì tai họa có thể đến bất cứ khi nào, bất cứ nơi đâu.

Thật khó có thể lý giải về những người **trí tuệ**, từng quán sát tường tận căn nguyên và thực trạng khổ đau của kiếp người, nhưng lại không thấy, không biết về những thảm họa môi trường đã và đang xảy ra cho hàng triệu người chung quanh.

Thật khó hiểu về những người **từ bi**, luôn quán sát và nghiệm chứng về nỗi thống khổ của sinh linh, xót nỗi đau của muôn loài, nhưng lại không cảm, không nhận về những khổ đau mất mát của hàng triệu người dọc suốt các tỉnh ven biển.

Và cũng thật khó giải thích về những người **uy dũng**, từng quán niệm về thân xác huyễn mộng, thế gian vô thường, sẵn sàng hy sinh cả sinh mệnh để cứu người, cứu đời, mang lại phúc lợi cho tha nhân; lại không thể cất lên được dù chỉ là một lời nói về sự thực, hay một cử chỉ tối thiểu để bênh vực lẽ phải và công bình.

Im lặng (nếu không muốn nói là thờ ơ, vô cảm) trước thảm trạng của một đại khối dân tộc, sẽ được đánh giá như thế nào trong sử xanh mai hậu?

Chờ đợi cho đến khi nào mới gọi là đúng lúc để nói một lời trung ngôn? Cho đến khi lửa cháy trên đầu ư? — Quá muộn rồi.

Kẻ trí tuệ là người có thể thấy trước điều xảy ra cho thiên hạ qua những nguyên nhân mà kẻ khác đã gieo, đang gieo hoặc chuẩn bị gieo.

Kẻ từ bi là người có thể rơi lệ đau xót cho nhân thế trước khi các thảm trạng rơi ập xuống thân phận bé nhỏ mong manh của họ.

Kẻ uy dũng là người thấy biết và cảm nhận sâu xa thực trạng thống khổ của con người và cuộc đời, mạnh dạn dấn vào nơi hiểm nguy, mưu cầu lối thoát cho tất cả.

Một cá thể, một tổ chức (tôn giáo hay đảng phái), không đủ trí, bi và dũng trước cơn lửa dữ, sẽ không xứng đáng là một thành phần của đại khối dân tộc. Thái độ thờ ơ vô cảm sẽ cách ly mình với con người và xã hội chung quanh, trong khi tự bản chất, mỗi cá nhân là một mảng không thể tách rời trong tương quan trùng trùng với dân tộc và đất nước mà người đó sinh ra. Chúng ta không thể tự nhận mình là một thành tố của dân tộc, nếu chưa bao giờ thấy, cảm và hành động như một con người bi-trí-dũng giữa cuộc tồn sinh thống khổ nầy.

California, 21.8.2016

Không Sợ Hãi

Thư tòa soạn số 59, tháng 10.2016

Từ năm 2001, đầu thế kỷ 21, ngôn ngữ truyền thông bắt đầu nhắc đến nhiều từ ngữ "khủng bố," "chủ nghĩa khủng bố" (terror/terrorism). Đây không phải là từ ngữ mới, nhưng nó được nhấn mạnh và sử dụng nhiều sau sự kiện 11/9/2001, với tòa tháp đôi ở New York sụp đổ hoàn toàn do những chiếc phi cơ bị những kẻ khủng bố Al-Qaeda dùng bạo lực cưỡng chế phi hành đoàn, điều hướng đâm vào. Trước đó 6 tháng, vào ngày 10 tháng 3 năm 2001, lực lượng Taliban ở A-phú-hãn (Afghanistan) đã cho nổ bom làm sụp đổ hai tượng Phật khổng lồ khắc trong núi đá, có niên đại hơn 1500 năm. Hành động phá hủy tượng Phật lúc đó dù là hành vi bạo động nhưng không bị xem như là khủng bố, mà là hành động hủy diệt văn hóa nhân loại nghiêm trọng (theo sự lên án của Tổ chức Văn hóa – Khoa học và Giáo dục LHQ - UNESCO). Vậy, có thể hiểu "khủng bố" là lời nói hay hành vi đe dọa trực tiếp đến mạng sống và đời sống của con người; nhẹ thì từ những cá nhân với mục đích trục lợi, tống tiền; nặng thì từ các tổ chức tôn giáo, chính trị để nêu cao lý tưởng của họ, hoặc từ các nhà cầm quyền nhằm ngăn chặn tiếng nói đối lập để giữ vững chế độ.

Từ "khủng bố" cũng được nghe quen từ bản Bát-nhã Ba-la-mật-đa Tâm Kinh do Pháp sư Trần Huyền Trang (Đường Tam Tạng) dịch từ Prajñā Pāramitā Sūtra vào năm 649, sau được cô đọng lại thành bản Bát-nhã Ba-la-mật-đa Tâm Kinh 260 chữ. Trong kinh văn nầy, chữ "khủng" và "bố" đều mang nghĩa đơn giản là (bị) sợ hãi, đe dọa; mà để không bị sợ hãi, đe dọa, tâm phải tịch lặng, an nhiên, không bị vướng mắc, trở ngại (tâm vô quái ngại). Tâm không bị vướng mắc, ngăn ngại là tâm vô trụ (ưng vô sở trụ nhi sanh kỳ tâm); tâm vô trụ là tâm không có tự ngã, là tâm bản nhiên, tâm bất sanh. Chỉ với cái tâm như thế, mới không còn sợ hãi.

Trong hoàn cảnh mà nhan nhản chung quanh chỉ toàn là những lời hư dối, người ta sợ phải nói những điều trung thực; nói ra có thể bị bắt bớ, đánh đập, tù đày; nói ra có thể bị mất việc, mất chức, mất địa vị, mất danh tiếng, mất cả tài chánh để nuôi thân và gia đình, mất cả cơ sở sinh hoạt (chùa chiền, nhà thờ...). Cá nhân đã không dám nói lời trung thực, mà ngay cả tổ chức mà cá nhân đó tham dự cũng không dám bày tỏ điều gì khác với những hư dối chung quanh. Nghĩa là từ cá nhân đến tập thể, từ những tổ chức nhỏ đến những tổ chức lớn qui tụ hàng chục nghìn, thậm chí hàng trăm nghìn thành viên, có mặt với sứ mệnh văn hóa, giáo dục, phục vụ lợi ích số đông... mà trong một xã hội đạo đức băng hoại, tụt dốc, và trong nguy cơ mất nước, mất chủ quyền, cũng không thể mạnh dạn nói lên một lời trung thực.

Điều gì đã làm chúng ta sợ hãi không dám lên tiếng bảo vệ sự thực, không dám bày tỏ thẳng thắn mối ưu tư của mình về tình trạng môi sinh đang bị hủy hoại, không dám đưa ra quan điểm của mình về hiểm họa lãnh thổ và biển đảo bị xâm lấn?

Chỉ vì bảo vệ tự ngã của mình mà thôi.

Sợ hãi là phản ứng của một người trước một sự kiện hay ấn tượng mà họ đã trải nghiệm, hoặc tiên đoán (nhờ rút tỉa từ kinh nghiệm), sẽ gây thiệt hại đến nhân thân (sức khoẻ, sinh mệnh) hoặc tổn thương, suy giảm đến những gì mình sở hữu (danh dự, tài sản, sự nghiệp...).

Phản ứng này là do chấp vào một cái tôi (ngã chấp) ngay từ khi mới chào đời, rồi được bồi đắp và làm cho kiên cố, sâu nặng thêm theo thời gian với những gì được tạo dựng, sở hữu (ngã sở).

Cái tôi càng lớn, sợ hãi càng sâu.

Cái sợ nầy đến từ bên trong. Những đe dọa, khủng bố từ kẻ khác chỉ là phụ thuộc.

Đập vỡ cái vỏ của tự ngã thì không còn sợ hãi, âu lo; không ai có thể đe dọa, khủng bố chúng ta được nữa.

Nhưng để làm được điều nầy, phải thấy được cả thân và tâm đều là ảo ảnh, không thực. Thân nầy không thực, tâm nầy (cảm giác, tư tưởng, hành nghiệp và nhận thức) cũng không thực.

Thân và tâm nầy không thực thì cả thế gian nầy cũng không thực.

(Đã không thực thì có cần phải lên tiếng về một sự thực, về nỗi thống khổ của số đông hay không?)

Bản chất của tự ngã, của thế gian chỉ là ảo ảnh, chỉ là giấc mộng huyễn hóa. Nhưng tác động nhân duyên của tự ngã và thế giới chúng sinh là có thực. Thống khổ của nhân sinh là có thực.

Khi chúng ta có tri kiến/nhận thức một cách thấu suốt về lẽ

không thực của tự ngã, chúng ta có thể vượt qua được những khổ đau (không thực) tác động (một cách không thực) lên thân tâm chúng ta. Nhưng thực trạng khổ đau của con người, của chúng sinh vẫn tiếp diễn trong nhận thức điên đảo mộng tưởng của họ. Vận dụng cái thấy như thực về tự ngã (trí) để dấy khởi lòng thương (bi) đối với thế giới chúng sinh, là con đường của kẻ giác ngộ (bồ-tát).

Khi kẻ lữ hành cô độc thong dong bước ngang những lầu đài tráng lệ và những xó xỉnh sình lầy bẩn nhơ, nhân sinh vẫn cất lên tiếng than khóc về nỗi trầm thống bất tận của họ.

Một lời nói để đắp thêm tiếng thơm hay lợi lạc cho tự thân: không cần thiết; nhưng bày tỏ trung thực về thực trạng khổ đau của kiếp người: rất nên.

California, ngày 24 tháng 9 năm 2016

Niềm Thương Gửi Về

Thư tòa soạn số 60, tháng 11.2016

Nước lũ từ thượng nguồn cuồn cuộn đổ về, lại thêm nước từ đập thủy điện ồ ạt xả ra. Dân không được báo trước. Khi biết nước tới chân, mới vội vàng gom đổ mà chạy. Nhưng không kịp. Chỉ trong vòng vài giờ đồng hồ, gần một trăm nghìn ngôi nhà bị ngập nước; những nơi đất thấp, nước lên tận mái nhà.

Lũ về nhanh quá, chỉ lo cứu lấy những người già, con nít, kịp thì lên xe, chậm thì lên xuồng, không phương tiện gì leo lên nóc nhà ngồi co ro suốt đêm. Gia cầm, gia súc, không thể cứu, đành để chết ngộp trong chuồng. Bàn ghế, tủ áo, đồ đạc trong nhà, ngập trong nước, hoặc nổi lềnh bềnh theo dòng lũ vô tình cuốn trôi. Mưa rơi trên đầu trên vai, chân ngập dưới dòng nước ngầu đục. Nơi đây là làng xóm với những ngôi nhà, mà bây giờ không thấy nhà, chỉ thấy nước. Nhìn quanh, đâu cũng là nước. Còn chỗ nào cho những giọt lệ trào dâng. Mà lệ có rơi không ngừng thì cũng thấm vào đâu, có ai thấy đâu giữa muôn trùng sông nước.

Ngày mai rồi sẽ ra sao? Lúa tích lũy từ hai vụ mùa đầu năm trôi hết. Tài sản cũng qua một đêm là mất trắng. Ngày mai còn gì? Lũ trẻ nheo nhóc lấy gì ăn?

Sau hai ngày, nước rút, để lại một bãi tha ma sình lầy, rác rưởi và xác chết của heo, bò... Mùi hôi thối xông lên nồng nặc cả một vùng rộng lớn. Mạnh nhà ai nấy lo thu dọn, chùi rửa, tìm lại đời sống.

Người từ nơi an ổn ghé làng, hỏi thăm cần gì, có nhu cầu hay nguyện vọng chi. Cô gái mười ba đang nấu nồi cơm nhỏ cho đại gia đình, trả lời: chỉ cần có miếng cơm.

Nỗi khổ đau của con người mà chỉ đọc qua sách vở, báo chí, hoặc từ miệng ai đó kể lại, nhưng tự thân chưa từng trải nghiệm thì không thể nào cảm được nó sâu-cạn, nặng-nhẹ ra sao. Khi chúng ta không tiếp cận hoặc sống trong hoàn cảnh nguy cấp, khắc nghiệt, chúng ta sẽ có thừa thời gian sử dụng lý trí để phán xét về nguyên nhân nào tạo ra lũ lụt, nguyên nhân nào tạo ra sự mất mát, khổ đau cho những kẻ ấy.

Bằng lý trí, chúng ta có thể chần chừ không muốn làm gì cả, không cần phải cứu giúp ai, không cần phải nhanh chóng cứu đói cho hàng ngàn nạn nhân bất hạnh, trong đó có những cụ già neo đơn, sức yếu, có những em bé ngây thơ, tròn xoe đôi mắt như hỏi vì sao nhà con mấy hôm nay không có cơm ăn.

Nguyên nhân nào khiến cho lũ lụt gần như xảy ra hàng năm? Do nạn phá rừng bừa bãi (mà có chủ trương kiếm lợi của chính quyền địa phương), do nhà máy thủy điện vì bảo vệ đập đã xả nước, do thiên nhiên mưa quá lớn... Biết nguyên nhân thì lo điều chỉnh để tránh hậu quả về sau. Nhưng thảm cảnh hiện tại thì không thể chờ đợi sự cứu xét của lý trí.

Nếu cần sử dụng lý trí đối với hiện trạng khổ đau của những nạn nhân lũ lụt, chúng ta hãy thử tưởng tượng, hãy mường tượng bản thân và gia đình chúng ta ở trong hoàn cảnh ấy... Tưởng tượng những hình ảnh, những ấn tượng, như một cuốn phim, được trình chiếu ở ngay trong tâm mình.

Tâm của bạn sẽ cảm giác cơn đói, lạnh, tuyệt vọng của một con người mất trắng tài sản, ngồi trên mái nhà như ngồi trên một chiếc thuyền, hay một ốc đảo giữa biển nước mênh mông. Tâm của bạn sẽ cảm nhận được nỗi bơ vơ và tủi thân nếu biết rằng không ai thương, không ai hiểu, và không ai đến cứu giúp mình đêm nay.

Ngày mai sẽ ra sao? Những nạn nhân người lớn sẽ hỏi câu ấy trong khi bầy trẻ vẫn tiếp tục vui đùa, hồn nhiên với số phận ngặt nghèo triền miên nơi xứ ấy.

Và từ nơi xa xôi, chúng ta cũng cần hỏi giùm các em, ngày mai sẽ ra sao.

Các em cần phải vươn ra khỏi căn phần oan nghiệt, thống khổ mà ông bà, cha mẹ các em đã phải gánh chịu bao năm qua.

Xa xôi quá không thể trực tiếp chia sẻ nỗi khốn cùng với đồng bào khổ nạn, và thực tình cũng không biết phải trả lời vấn nạn trên như thế nào cho thỏa đáng. Chỉ biết một điều là niềm thương nơi đây, luôn đầy ắp, tràn trề. Xin gửi về nơi ấy.

California, ngày 29 tháng 10 năm 2016

Cũ Và Mới - Mất Và Được

Thư tòa soạn số 61, tháng 12.2016

Một năm lại sắp trôi qua với những vết tích điêu tàn, khổ nạn để lại trên khắp trái đất. Nhìn lại, chúng ta không khỏi giật mình, và chạnh lòng thương tưởng những nạn nhân từ các thảm họa của thiên nhiên, hoặc của con người gây nên. Có ai đã được gì sau chiến tranh và thiên tai? Có ai được hả hê sung sướng trên những bệnh tật, đói lạnh, xác người chết cứng, và nước mắt khổ đau của những kẻ sống còn sau một cơn hồng thủy, động đất, giông bão... hay sau một vụ oanh kích, nổ bom tự sát...?

Giây phút cũ qua để đón giây phút mới. Giờ cũ qua để đón giờ mới. Ngày cũ qua để đón ngày mới. Tháng cũ qua để đón tháng mới. Năm cũ qua để đón năm mới. Cuối cùng thì cũng năm tàn tháng tận. Một năm cũ sẽ trôi qua, và một năm mới sắp đến. Thật là dài dòng để nói chuyện cũ và mới. Mà thực ra cái mới thường chỉ được nhận ra qua những tờ lịch, và những chiếc đồng hồ, trên tường, hay trên máy vi tính, trên điện thoại di động.

Nhưng những gì được gọi là mới, có thực sự là mới không? Có cái gì hoàn toàn tinh khôi, mới mẻ, chưa từng được thấy, chưa từng được nghe không? — Không có cái mới nào mà lại chẳng liên hệ với cái cũ. Chẳng có tương lai nào mà không liên hệ với hiện tại và quá khứ. Có một sự liên tục sinh ra và hủy diệt trong tất cả mọi sự mọi vật, hữu hình và vô hình. Cái mất đi làm duyên cho cái được sinh ra, cái được sinh ra lại làm duyên cho cái bị mất đi. Đã có sinh, tất có diệt. Đã có diệt, tất có sinh. Cái bị diệt vì vậy không hoàn toàn mất đi, mà cái được sinh cũng không hoàn toàn khai sinh mới mẻ. Tất cả đều duyên với nhau mà sinh, duyên với nhau mà diệt. Không có sự mất và được trong vận hành nhân quả và duyên sinh của tất cả mọi sự.

Vậy thì buồn không, khi một cái gì đó không còn nữa, và có vui không khi một cái gì đó mới xuất hiện? Chúng ta có mất đi cái cũ và được cái mới không? Suy nghiệm điều nầy không phải để vô cảm, thờ ơ với sự sinh-diệt, mà chính là để thấy một cách sâu sắc bản chất của mọi sự vật, để không bị khổ đau hệ lụy từ những hiện tượng vô thường xảy ra chung quanh, trong đời sống thường nhật, và trong tâm thức.

Khi nước lũ qua rồi, những kẻ khốn cùng tiếp tục cúi xuống, dọn dẹp rác rến, chùi rửa nhà cửa, thăm lại vườn rau, thửa ruộng, xem còn gì, mất gì. Người thân, bạn bè, hàng xóm, ai còn ai mất. Của cải, vật dụng trong nhà, thứ gì vướng kẹt lại trong sình lầy, thứ gì đã trôi đi.

Khi bom đạn ngừng rơi, những người dân vô tội vừa gào khóc, vừa bươi tìm xác người thân trong những đống gạch vụn. Hàng xóm, láng giềng, ai ở lại, ai đã bỏ đi tìm nơi chốn an ổn.

Tai ương nầy, từ đâu, do ai? Vì cớ gì người ta đã hủy diệt tất cả những gì chúng tôi gầy dựng nên. Nhân danh ai, nhân danh lý tưởng nào mà quý vị bắt chúng tôi phải cam chịu tất cả, từ mất mát tài sản cho đến cả mạng sống của những người thân yêu nhất? Khi quý vị đạt được những gì mới, quý vị có biết là chúng tôi đã mất đi những gì cũ kỹ mà quý giá nhất hay không?

Quán sát tường tận căn nguyên của sinh-diệt, là để cảm nhận nỗi thống khổ của nhân sinh. Những tai họa giáng xuống đời sống, không phải chỉ từ thiên tai mà còn từ những tham vọng của kẻ cầm quyền, từ đất nầy hay nơi nước khác; không phải chỉ từ một vài nguyên nhân, mà còn liên hệ đến nhiều yếu tố phụ thuộc khác, trong đó là cả một chuỗi trùng trùng nhân-quả, duyên sinh, duyên diệt, liên tục tiếp nối nhau trong cả ba thời gian (quá khứ, hiện tại, tương lai), tạo nên đời sống đa dạng, chập chùng những cũ và mới, mất mát và thu đạt, khổ đau và hạnh phúc...

Sau những thất bại nặng nề, hay một chiến thắng to lớn, hãy nhìn lại bức tranh đời sống: có những người buồn, có những người vui. Nhưng cái vui sẽ không lâu dài, và cái buồn cũng thế, không vĩnh viễn. *Cái mới* thực ra chỉ là làm cho sống lại *cái cũ* trong giai kỳ sắp tới; và muốn *cái mới* nầy không lăn theo dấu vết thương đau của *cái cũ,* người ta phải vận dụng, khơi dậy niềm thương yêu ở ngay nơi khoảnh khắc giao thừa, *cái cũ* chưa qua, *cái mới* chưa đến. Có nghĩa là phải bắt đầu ngay trong đương hiện, ngay nơi khoảnh khắc hiện tiền; có như vậy, tương lai gần nhất sẽ được vận hành và lưu chuyển bằng niềm thương yêu chứ không phải bằng tham lam, thù hận như người ta đã làm trong quá khứ.

Tình thương luôn có mặt, không có mới-cũ, được-mất, nhưng sẽ là điều kỳ diệu để vực dậy niềm tin yêu trong đời sống, mang lại an lạc, hạnh phúc thực sự cho chính mình, cho tất cả.

Và dù thời tiết khắc nghiệt băng giá thế nào, hãy vươn mình dậy. Bằng tình thương, chúng ta có thể cúi mình xuống chăm sóc vết thương đời khi người cần đến, nhưng luôn luôn, cần phải đứng thẳng với niềm hy vọng, hướng về ngày mai tươi sáng.

California, ngày 28.11.2016

Thưởng Xuân

Thư tòa soạn số 62, tháng 01.2017

Lá của hai cây phong ven lộ đã chuyển thành màu đỏ ối tự hôm nào. Mỗi ngày lái xe ra vào khu xóm, chỉ lo nhìn xe cộ hai chiều, xem có an toàn để băng qua đường hay không; không kịp nhìn thấy lá từ xanh chuyển sang vàng, rồi vàng đổi thành cam, cam chuyển thành đỏ. Giữa những tàn cây xanh lá, cây phong nổi bật lên như một ông hoàng, lẫm liệt, oai phong, và thật đẹp. Mà kỳ thực, cái đẹp nầy chẳng qua là màu lá không bình thường như những lá cây khác. Lá cây thì phải màu xanh lục, nếu héo úa thì phải vàng, khô, rồi rụng trơ cành; mà đây là màu đỏ, ở lại khá lâu trên cành từ cuối thu kéo qua đông, nên lạ, đẹp.

Thế nhưng, ra ngoài cái đẹp thẩm mỹ từ nhãn quan của người, lá phong đỏ trên thực tế, vẫn là lá phong đỏ, là những chiếc lá đã trải qua thời kỳ sung mãn nhất, rồi dần bước vào thời kỳ tàn tạ, và đang ở giai đoạn cuối cùng của đời sống. Đây là qui luật chung của mọi sự, mọi vật.

Không phải một sự kiện bỗng dưng xuất hiện. Không phải mùa đông, mùa xuân bất ngờ đến. Không có thứ gì ngẫu nhiên, tình cờ mà có mặt; không có một thứ gì tự sinh ra, cũng không có thứ gì chỉ do một nguyên nhân độc nhất nào đó sinh ra. Tất cả đều hiện hữu từ nhiều yếu tố nhân duyên, từ một tổng thể trùng trùng những nguyên nhân, điều kiện và kết quả, tác động hỗ tương, tác động đối nghịch, tạo nên một thực tại hằng biến. Mọi thứ đều liên tục diễn tiến, chuyển tiếp, không gián đoạn. Không có cái thực tại bất biến. Chỉ có sự chuyển biến liên tục của tất cả sự vật, trong không gian và thời gian mộng ảo, và đây chính là cái thường tại.

Vì vậy, nói về một mùa xuân thường tại, bất diệt, là nói về một cái gì không thể gọi tên, không thể mượn hình sắc, âm thanh, ý tưởng nào đó của cuộc đời mà diễn đạt. Mùa xuân bất diệt là mùa xuân bất sanh. Cái được sanh thì phải diệt, không thể bất diệt. Mùa xuân bất sanh hay bất diệt là mùa xuân không nằm trong bất kỳ trình tự nhân-quả, nhân duyên nào cả. Nó cũng không nằm trong quá khứ, hiện tại hay vị lai. Chợt khi, nghĩ là nắm hay thấy được thì nó đã qua rồi. Thế thì có chăng một mùa xuân trường cửu, bất diệt trên thế gian nầy? Nó nằm trong hay nằm ngoài sinh-diệt? Trong sinh-diệt thì không thể bất diệt; mà ngoài sinh-diệt thì làm gì có sinh để mà diệt hay bất diệt? Chỗ uẩn khúc, cùng ảo nầy đã được nhiều lần nhắc đến trong Kinh Lăng-già: "Thế gian ly sinh-diệt, do như hư không hoa." Nói theo ngôn ngữ thường nhật, có nghĩa là thế gian nầy vốn chẳng dính gì đến chuyện sinh-diệt; không làm gì có chuyện sinh-diệt cả, vì sinh-diệt cũng chỉ như hoa đốm giữa hư không mà thôi.

Thế nhưng, tất cả mọi sự mọi vật đều đã trình hiện trong duyên sinh, duyên khởi; và thế gian vẫn muôn đời trôi chảy trong dòng biến diệt, vô thường, trong những nỗi thống khổ, bi thiết, và những hạnh phúc, hỷ lạc của con người và chúng sinh. Chỉ khi nào nhà đạo nhìn sâu vào căn nguyên khởi sinh vạn pháp, mới có thể nhìn thấy loáng thoáng vẻ ảnh hiện tròn đầy của cái thường tại, tạm gọi là mùa xuân bất diệt—cái mà Thiền sư Huệ Năng từng nói: "Niệm trước chưa qua, niệm sau chưa đến,"ngay nơi khoảnh khắc ấy, bộ mặt thực của Chúa Xuân hiển hiện[1]. Mới hay, mùa xuân bất diệt ở ngay trong lòng sinh-diệt, chứ không ở đâu xa. Và rồi, lại xin vay mượn thơ và hình ảnh của Trần Nhân Tông[2]: sau giấc ngủ cát tường không mộng mị, mở toang hai cánh cửa sổ (mê-ngộ, tử-sinh), mới hay mùa xuân đã về rồi. Ngoài vườn kia, một đôi bướm trắng (sinh-diệt) vỗ cánh vờn bên hoa.

Chung trà cuối năm uống qua ngày đầu năm. Sương lạnh buổi sớm len vào cửa sổ. Trầm hương lãng đãng quyện nơi thư phòng. Lá phong đã rụng hết ngày tàn đông. Xác lá đỏ thẫm, trải một lớp

---

[1] *Đông hoàng diện:* Mặt của Chúa Xuân, trong câu *"Như kim khám phá đông hoàng diện"* (Ngày nay đã khám phá mặt thật của Chúa Xuân) – Thơ của Trần Nhân Tông, bài Xuân Vãn.

[2] Xuân hiểu

Thụy khởi khải song phi,

Bất tri xuân dĩ quy.

Nhất song bạch hồ điệp,

Phách phách sấn hoa phi.

(Trần Nhân Tông)

Tạm dịch thoát:

Xuân sớm

Thức dậy mở hai cửa sổ,

Không ngờ xuân đã chan hòa.

Bướm trắng một đôi, cánh vỗ

Phần phật bay đến với hoa.

trên thảm cỏ xanh. Và trên cành khô, những nụ non bắt đầu đâm chồi, chờ đón mùa xuân mới.

California, những ngày cuối năm 2016

Một Thời Cùng Hiện

Thư tòa soạn số 63, tháng 02.2017

Đêm giao thừa. Khu xóm tĩnh lặng. Gió lùa qua vườn sau làm lay động những giò phong lan đã mãn khai hoặc còn chớm nụ. Những ngọn đèn đường kiên trì đứng giữa trời sương. Cây bạch đàn đong đưa nhẹ những cành lá trổ đầy hoa. Sương kéo xuống, hơi lạnh ùa vào cửa sổ để hé. Chung trà độc ẩm, nguội thật nhanh trong khi ánh nến lung linh, ấm cúng và khói hương lặng lờ tỏa trong điện Phật.

Trở về với thực tại. Thực tại là đâu? Là giây phút đương hiện, hiện tiền, ngay ở nơi chốn nẩy. Nhà thiền gọi là "bây giờ và ở đây." Thuật ngữ dùng lâu, dùng nhiều, dùng quen, dùng bất cứ ở đâu, dùng bất cứ thời gian nào, đã trở thành sáo ngữ. Có một người để tâm vào hơi thở, đặt tâm vào thân, đặt thân vào nơi chốn và thời gian hiện tại. Có một người như thế hiện hữu trong thời gian và không gian đương hiện hay không? Tâm và thân là một hay hai? Tâm và hơi thở là một hay hai? Hơi thở và thân là một hay hai? Nơi chốn và thời gian là một hay hai? Có một người hay hai người, hoặc nhiều người khác đang cùng hiện hữu trong nơi chốn và thời gian đương hiện hay không? Có sự nhận thức về sự hiện hữu của chính mình cùng lúc với sự hiện hữu của nhiều người khác trong cùng thời gian và nơi chốn hiện tại hay không? Có sự nhận thức chung của tất cả mọi người trong cùng một lúc, một nơi chốn hay không? Nghĩa là mọi người đều biết, ngay nơi giây phút và nơi chốn hiện tại nầy, có mình và người khác, đang ngồi cùng nhau, mỗi người một chung trà uống trong yên lặng, hoặc đang thực hành một khóa lễ tụng kinh theo nghi thức, hoặc đang tuần tự ngồi xuống trên những bồ đoàn đã được sắp xếp ngay ngắn nơi thiền đường. Thực tại đang diễn ra như thế. Có một người và nhiều người đang đặt thân và tâm vào cái đương hiện. Có một sự trình diễn, của một người hay nhiều người, theo thứ tự ngăn nắp của thời gian và không gian, không ai muốn làm trái ngược cái trật tự đã được sắp sẵn từ ngày hôm qua và những ngày trước đó, và sẽ tạm kết thúc ở tương lai vào giờ giấc đã được qui định. Mọi thứ lễ nghi, dù trong hình thức đơn giản nhất, đều được đặt trong một thời khóa biểu, và được thông báo sự khởi đầu hay kết thúc bằng một tiếng chuông hay một tiếng kẻng. Tất cả đều là sự trình diễn của một tập thể nhỏ hoặc lớn, trong cái khung qui định của thời gian và nơi chốn.

Chỉ khi nào không có cá thể hay tập thể đồng lòng làm chung một việc, trong cùng thời gian và nơi chốn; chỉ khi nào không có cá thể hay tập thể tách biệt nhau, mỗi người mỗi ý mỗi việc; chỉ khi nào không có bất cứ sự hiện hữu nào của cá thể và tập thể, bằng thân xác hay tâm thức, dấn mình vào thời khóa biểu của mùa xuân, mùa hạ, mùa thu, mùa đông, quá khứ, hiện tại, tương lai... thực tại mới là thực tại. Một khi chứng nghiệm thực tại nầy, tất cả đồng hiện trong cảnh giới nhất tâm. Trong nhất tâm, không có sai biệt, không có trật tự của thời gian và không gian. Sai biệt chỉ trình hiện khi một cá ngã khởi sự động chuyển. Và trong sự động chuyển, có sự động chuyển từ đại bi tâm, khác với sự động chuyển từ vô minh.

Trong khoảnh khắc, từ sự khởi xuất của đại bi tâm, nhìn ra muôn ngàn thế giới, nhìn ra vạn loại chúng sinh, cùng lúc đồng hiện: nơi kia, có những người đói khát bò lết trên đường tìm kiếm thức ăn, nơi đây có những người no đủ, thừa mứa, vất bỏ cao lương vào thùng rác; nơi kia có những người co ro, không đủ áo quần và củi lửa sưởi ấm trước cơn giá lạnh, nơi đây có những người chăn êm nệm ấm, hạnh phúc vùi mình trong giấc ngủ an bình; nơi kia có những người gào khóc thảm thiết trước sự biệt ly, chết chóc, nơi đây có những người hạnh phúc ôm chầm lấy nhau trong yêu thương tương ngộ... Chiến tranh, thiên tai, tật bệnh, khủng bố, kỳ thị, đàn áp, cướp bóc, tù đày... khiến cho hàng triệu người thống khổ trên khắp các châu lục, không ngoại trừ một xứ sở nào, dù là quốc gia thịnh vượng tự do nhất. Người ta tìm cách thiết lập lại một trật tự nào đó trong sự rối tung, hỗn loạn của những hệ thống, chính sách chồng xéo, đan bện vào nhau, mà không nhận thức được rằng căn nguyên của hỗn loạn chính là từ sự khởi động của vô minh; và chính vô minh đã bày vẽ ra cảnh giới của mâu thuẫn, loạn động, bất thường, khổ đau. Vô minh còn, thống khổ còn.

Thống khổ không biết khi nào và nơi đâu sẽ cùng tận; nhưng người hành đạo cứu khổ, như quáng nắng bên đường, như sương xuân trên cỏ, như bọt nước lăn tăn đầu ngọn sóng, như ráng chiều tím ngát trời tây phương, lặng lẽ bước đi trên dặm dài không vết tích. Con đường vô tận trải theo thống khổ bất tận. Không ngừng nghỉ. Không mỏi mệt. Âm thầm đi mãi trong vô tận thời gian, vô biên trú xứ...

Đêm trừ tịch đã qua. Nhìn ra cửa sổ vẫn thấy những trụ điện

sừng sững vươn lên giữa trời sương. Bầy chim sẻ cất tiếng líu lo nơi cây bạch đàn xanh lá. Lòng nhẹ nhàng. Thư thả bước khỏi điện Phật khi mặt trời vừa lên.

Khai bút ngày mùng một Tết Đinh Dậu, 28/01/2017

Mưa Ngày Đầu Xuân

Thư tòa soạn số 64, tháng 03.2017

Có những mùa mưa đi qua miền đất cũ

nhưng nhà cửa nơi đây thì mới

và những con người cũng mới

Mưa ngày xưa không phải mưa ngày nay

cũng không phải cơn mưa đã rơi từ nơi chốn xa vời

mà trông như chẳng khác gì mấy

Hằng giờ nhìn nước lăn tăn chảy thành dòng trên cửa kiếng

vẽ những đường đi có khi trùng lặp, có khi bất định

đường đi của những tia chớp từ trời cao

đường đi của những nhánh sông rẽ đôi rẽ ba ở cuối nguồn

Gió khua lồng lộng qua khoảnh sân trống

Khi những cây thông già cỗi cúi mình ngó xuống

Người già nhàn hạ ngồi bên cửa sổ

ngắm nhìn mưa rơi hay đếm những mùa mưa đi qua trong đời

Cơn mưa xưa và nay, có vẻ không gì khác

nhưng đời người hôm nay đã khác với ngày qua

Con chim sâu hăm hở tìm mỗi khi trời tạnh
Thẹn thùng khép cánh những nàng hoa
Trên lá non long lanh nghìn hạt ngọc
Nắng bên đường đã vội nhòa theo chân

Cơn mưa nơi đây lâm râm mà dai dẳng
mỗi ngày đi qua con phố buồn tênh
đọng từng vũng nhỏ trên lối đi trải sỏi
chảy thành dòng vệ đường hai bên
bong bóng vỡ trên mặt hồ lặng
Ôi, sao mà nhớ quê nhà!
Dĩ vãng dù có khi buồn đau thống thiết
vẫn là dư âm của một thuở êm đềm, thơ mộng
Mưa rơi, mưa rơi, đẹp cả phương trời...

*

Nhưng những cơn mưa nơi chốn quê xa ấy
ầm ầm, xối xả, bất tận ngày đêm
đã cuộn thành cuồng lưu cuốn trôi những xóm làng
Không có những nhánh sông rẽ đôi rẽ ba
chỉ có mặt nước mênh mông ngập tràn
lềnh bềnh những người và vật chết trôi
Bầy quạ hăm hở tìm ăn khi mưa tạnh nước rút
Giọt lệ ai rơi theo nhịp thở sông dài

Mưa... mưa rơi trên biển ấy
Mù mịt trời đông người hại người
Cá chết quanh năm phơi bãi vắng
Ghe buồn suốt tháng choáng bờ khô
Máu nào trôi theo dòng nước độc
đỏ ối từ trong ra biển khơi

Ai người thấp cổ gào khan tiếng
Ai kẻ cao danh khép môi cười
Lệ khô miệng đắng hận ngun ngút
Khói mù cay mắt mẹ quê hương...

Mưa... ngày đầu xuân, mưa đã rơi
Lá mướt cành dương đọng cam lồ
Lòng trần gội rửa khi sương sớm
Thương người vời vợi mắt trùng khơi.

California, cuối tháng 02.2017

Tháng Tư Nhớ Nhà

Thư tòa soạn số 65, tháng 04.2017

Dọc suốt hai bên xa lộ, trên những cánh đồng hoang, trên những triền núi đổ xuống thung lũng, và đây đó nơi những khu vườn nhỏ nép bên đường, hoa bướm, cúc dại, cúc vạn thọ, cho đến thủy tiên vàng, và nhiều loài hoa dại khác đã cùng trổ sắc vươn lên, chào đón mùa xuân mới. Từ vệ đường, vươn khỏi những ngọn lá cỏ xanh mướt là những cánh hoa vàng, đặc biệt là bồ-công-anh, như hàng triệu mặt trời nhỏ, tủa cánh mạnh mẽ, vàng rực, sáng cả một vùng trời đất[1]. Nắng ấm mùa xuân tưởng chừng như tô thêm sắc vàng óng ả cho muôn hoa. Xuân trên đồng hoang, hoa vàng, hoa trắng trải dài bất tận.

Lòng bình yên, vô sự, không gì thôi thúc nơi chốn về. Dừng xe

---

[1] Các loài hoa trong bài: hoa bướm (pansy), cúc dại (daisy), cúc vạn thọ (marigold), thủy tiên vàng (daffodil), bồ-công-anh (dandelion) đều là những hoa nở vào mùa xuân, từ giữa tháng 3 đến giữa tháng 4 dương lịch tại miền nhiệt đới California, Hoa Kỳ. Hoa bồ-công-anh tủa cánh vàng rực, khi hoa tàn, kết thành một trái cầu với nhiều cánh trắng, mỗi cánh mang đi một hạt mầm, bay theo gió, gieo khắp nơi.

bên đường, nơi doi đất nhô ra biển, tận hưởng vẻ phong quang tươi nhuận của mùa mới. Những cây bồ-công-anh trổ hoa từ tháng trước nay đã trổ trái cầu trắng, mọc tràn lên mép đường gần bãi đậu xe. Gió biển lồng lộng thổi vào từ khơi xa, lùa những hạt mầm màu nâu với đôi cánh trắng như thiên thần, mang đi. Các thiên thần mỏng mảnh từ đất hóa sinh, lơ lửng bay theo gió rồi đáp vu vơ đâu đó trên các triền đồi.

Tháng Tư đã về. Đứng nơi bờ đông, nhớ bờ tây biển Thái Bình.

Bờ tây, tháng Tư năm ấy, đã có những cuộc di tản vĩ đại. Gia đình ông-bà cha-mẹ, vợ-chồng, con-cái, hớt ha hớt hải, dắt díu nhau, tuôn theo dòng người hỗn loạn. Lên tàu, xuống ghe, đáp máy bay, đón xe đò, thậm chí bằng xe máy ba bánh, hai bánh, xe đạp, và chạy bộ, chỉ mong ra khỏi nơi chôn nhau cắt rốn, nơi có mồ mả và bàn thờ tổ-tiên. Lo sợ gì đây? Giặc ngoài xâm lăng hay giặc cướp vào làng đốt phá mà phải rùng chạy kinh hoàng?

Bờ tây, biển ấy, từ tháng Tư năm đó, đã có những cuộc ra đi trong đêm, không hẹn ngày về. Cha già đốt thuốc trầm tư. Mẹ hiền chắp tay nguyện cầu. Ngày tháng mất tên, mất dấu. Đại dương một màu đen nghịt, làm nấm mồ vô chủ bao la nuốt chửng những oan hồn bơ vơ tuyệt vọng.

Bờ tây, dải đất ấy, có những ngôi nhà xưa với người mới, con đường cũ thay tên, người thân quen ngày một thưa thớt, ra đường ai cũng là khách lạ, cúi mặt không dám nhìn nhau. Trời vẫn xanh như xưa, đất vẫn vàng như xưa, mà mắt người sao chỉ nhìn ra màu tăm tối.

Trên đất ấy, từ ngày tháng nẩy năm ấy, bỗng xuất hiện hàng loạt những kẻ vong thân, không còn biết hay nhớ nguồn cội và căn tính của mình; rồi những kẻ nầy lại sản sinh hàng loạt những kẻ sắt đá vô cảm, đặt lên những bệ cao của thang bậc cuộc đời. Buông cuốc cầm cân, chân lấm lên bàn khua mệnh lệnh. Tham lam. Kiêu hãnh. Mặc nhiên tọa hưởng những phúc lợi không giới hạn, vượt khỏi tầm ước mơ nhỏ bé của hàng triệu người chung quanh.

Ôi, ước mơ của những người cùng đinh đói khổ! Ước mơ gì? Hạt gạo, củ khoai, miếng vải nhỏ đủ che thân đứa con thơ dại. Lang thang tìm việc, bỏ bút cầm rựa, lên rừng tìm miếng ăn, mắt mờ đục, ngày cũng như đêm, không còn nhìn thấy gì ngoài vực thẳm tối đen.

Rồi có những thiền sư từ ngày tháng năm ấy, trong đại định mà cảm nhận được nỗi thống khổ của sinh dân... xếp bồ-đoàn, cất mõ chuông, lặng lẽ đi vào dòng đời uế tạp: hòa nỗi đau với người đói khổ, chia nỗi nhục với kẻ trắng tay. Tường rêu gõ nhịp[2], kẻ sĩ trầm ngâm, nghe sâu tiếng khóc quê hương vẳng theo tiếng khua xiềng xích lao tù. Những giọt lệ mặn của bao sinh linh rơi dài và khô nhanh dưới trời hồng. Vị mặn của đại dương thì giống, dung tích của đại dương có thể so, nhưng làm sao đong lường được nỗi thống khổ và uất hận triền miên của bao lớp người, bao thế hệ già-trẻ đã thay nhau đứng dậy, thay nhau nằm xuống, những mong bồi đắp cho ước vọng an vui, thanh bình của người sau.

Suốt mười năm, hai mươi năm, ba mươi cho đến bốn mươi năm như thế... bờ tây ấy, bãi biển kia, vẫn là bãi bờ nuôi dưỡng bao đời sống của con dân da vàng, từ thôn quê đến thành thị, từ ruộng nương ra ngư trường, nhưng đất càng lúc càng đen, biển mỗi ngày mỗi đỏ, đồng bằng khô cháy, cá chết giạt bờ, mù mịt khói bụi lấp

---

[2] *"Ngón tay nào gõ nhịp xuống tường rêu"* (Tôi Vẫn Đợi, thơ Tuệ Sỹ).

cả mây xanh. Đất trời mênh mông mà nay sao chật hẹp, còn lối nào để đi, còn hơi nào để thở! Từng đêm chong mắt nhìn tận chân trời góc bể, nhìn nước non xa khơi nghìn trùng. Ôi, nước còn hay mất mà lòng đau như kẻ vong quốc, vong gia!

Tháng Tư, nhớ nhà. Nhớ con đường mẹ dẫn con đi đến trường mẫu giáo ê a học vần. Nhớ con đường mẹ đưa con lên ngôi chùa trên đồi cao có quả chuông thật lớn. Trường kia không còn. Chùa xưa, lầu chuông gác trống, cũng đã thay áo mới, mất rồi vẻ phong rêu. Nhưng chuông thì còn trên đồi cao ấy; ngày đêm vẫn từng hồi vọng tiếng ngân dài đến nhân sinh.

Tháng Tư, đã hơn bốn mươi năm, qua rồi những hoài vọng một thời tuổi trẻ như hải triều cuốn cuộn chồm tới mây xanh. Giờ nầy, đứng đây, nơi bờ đông ngóng mắt xa nhìn bờ tây. Tóc phai như những quả cầu trắng, chen giữa rừng hoa bồ-công-anh vàng rực, bạt ngàn. Gửi ước nguyện Thái Bình theo những cánh thiên thần nhỏ, bay đi, bay đi...

California, tháng Tư năm 2017

Bước Sơ Tâm

Thư tòa soạn số 66, tháng 05.2017

Bước sơ tâm là bước đi như thế nào, vào lúc nào?

— Là khi tâm rộng mở một phương trời, khởi động cho bước chân ban đầu.[1]

Bước chân ban đầu vì thế, là bước chân vừa chấn động đại địa, vừa rung chuyển thiên không.

Bước chân ban đầu là bước chân quan trọng, khi chân vừa dợm cất lên, chưa đặt xuống; khi đất trời lay chuyển quần tụ vào một điểm, chờ đợi nâng bàn chân; khi đóa sen cung kính trân trọng, không muốn bàn chân thanh khiết phải chạm vào thực tế ô nhiễm của trần gian.

Bước chân ban đầu là bước chân khai mở con đường vượt thoát những phiền não, ràng buộc của kiếp sống; giải trừ những vọng chấp đảo điên từng dìm đắm thế nhân trong khổ lụy.

---

[1] "Phát túc siêu phương," cất bước thì muốn vượt tới phương trời cao rộng (Quy Sơn Cảnh Sách Văn - HT. Thích Trí Quang dịch).

Bước chân ban đầu là bước chân định hình cảnh giới ly sinh-diệt[2], tịch lặng vô vi, không đến không đi, không tăng không giảm, không dơ không sạch... Nhờ vậy, bước chân sẽ chạm vào cõi đời năm trược[3] mà không nhiễm, đi qua cõi sinh-diệt mà không sinh-diệt, đến với trần gian mà không hề đến, lìa khỏi trần gian mà không hề đi...[4]

Ai có thể cất được bước chân như thế? — Đức Phật, và tất cả chúng sinh; vì chúng sinh là Phật sẽ thành. Có điều, Đức Phật có thể thị hiện trọn vẹn bảy bước dài qua bảy chi phần của giác ngộ[5]; còn chúng sinh, hay những người xuất gia ban sơ phát tâm bồ-đề, vẫn thường bị lung lay ngay sau bước chân ban đầu. Những bậc tuệ căn thượng thừa thì bước xa hơn, nhưng vẫn cứ bị khập khiễng, lừng khừng ở bước thứ sáu, không làm sao bước qua được bước thứ bảy. Con đường cao đẹp từ đó chỉ phản ảnh những mộng tưởng, được sơn phết bằng màu sắc và thanh âm rỗng tuếch, vô vị của cõi đời uế trược. Hệ lụy nhân sinh từ thiền môn hay thế trần, nào khác nhau chi mấy.

Trần gian có lắm con đường. Sinh ra ở đời nầy, cũng phải bước đi

---

[2] "Thế gian ly sinh-diệt," thế gian vốn chẳng sinh-diệt (Kinh Lăng Già).

[3] Cõi đời có năm điều uế trược: 1. Kiếp trược: đời sống đầy tai ương, tật bệnh. 2. Phiền não trược: đời sống đầy tham, sân, si, nhiều phiền não. 3. Kiến trược: con người đầy những tà kiến, biên kiến, nhận thức sai lầm, điên đảo. 4. Chúng sinh trược: chúng sinh mọi loài sống trong vô minh, bản năng, thù oán, tổn hại lẫn nhau. 5. Mạng trược: phước kém, đời sống ngắn ngủi.

[4] "Như lai giả, vô sở tùng lai diệc vô sở khứ, cố danh Như Lai," nghĩa Như Lai ấy là không từ đâu đến, cũng chẳng đi đâu, nên gọi là Như Lai (Kim Kim Cang, đoạn 29, Uy nghi tịch tĩnh).

[5] Thất Giác Chi, hay Thất Bồ Đề Phần: trạch pháp, tinh tấn, hỷ, khinh an, niệm, định, và xả.

thôi. Không thể nói *"đi đâu loanh quanh cho đời mỏi mệt"* [6]. Quan trọng là bước chân ban sơ, đã quyết định, chọn lựa như thế nào. Giờ nầy, chân đã đi, và đi quanh đã nhiều. *"Bụi đường dài gót mỏi đi quanh"* [7]. Có thể nào trở về chốn cũ để cất lại bước chân ban đầu không? Có thể lắm. Nhưng chốn cũ là chốn nào? Thực ra không có thời gian và nơi chốn nào thực sự hiện hữu như là thời điểm và địa điểm ban đầu, ban sơ. Không có sự dừng nghỉ của thời gian và nơi chốn. Không có vị trí cũ, thời gian cũ. Những gì vừa thoáng sinh, đã thoáng diệt. Đừng mong cầu một cái gì cố định, dù là thời gian hay không gian.

Chỉ có thể lặng tâm, ngay nơi khoảnh khắc hiện tiền nầy, buông xả tất cả — tức là hãy khởi sự bước đi bằng bước chân thứ bảy: xả! Hãy đánh sập, đánh đổ, vứt bỏ hết những con đường, những phương thức, những thành tựu hay thất bại, những vẻ vang rạng rỡ nào đó của danh vọng từng làm mình hãnh diện, những sai lầm nào đó từng làm mình ê chề xấu hổ... Hãy trút bỏ hết, và ngồi yên, trong tịch lặng.

Và rồi, nào, hãy hồn nhiên như trẻ thơ, vô tư như một chú tiểu: hãy cất bước chân đi như một vị Phật sơ sinh.

California, Mùa Phật Đản, 2017

---

[6] Một câu trong "Một Cõi Đi Về," nhạc phẩm của Trịnh Công Sơn.
[7] Một câu trong bài "Không Đề," thơ Tuệ Sỹ.

Ngôn Ngữ Và Sự Thật

Thư tòa soạn số 67, tháng 06.2017

Từ vụ Đại Bùng nổ (Big Bang) đến kỷ nguyên gọi là "Bùng nổ Thông tin" (the Information Explosion) cách nhau khoảng 15 tỉ năm.

Vũ trụ theo lý thuyết Big Bang đã theo thời gian giãn nở, bành trướng không cùng tận. Ngày nay chúng ta thấy sự bùng nổ thông tin cũng trong tiến trình khuếch trương, mở rộng, không giới hạn. Nhưng thế giới loài người trên hành tinh nầy, chỉ là một hạt bụi nhỏ trong hàng tỉ tỉ định tinh và hành tinh trong vô số thiên hà... Nghiệm về thời gian và không gian vô cùng tận của vũ trụ để thấy thân phận nhỏ nhoi của trái đất, và của lịch sử văn minh loài người (kể từ khi bắt đầu đời sống nông nghiệp, và có chữ viết—sớm nhất là từ 5000 năm cho đến 8000 năm trước công nguyên). Vũ trụ mênh mông vô hạn như thế, cho nên Trần Tử Ngang (thời Sơ Đường, thế kỷ thứ 7, chưa có thuyết Big Bang) nhìn trời nhìn đất bằng mắt thường mà đã *"niệm thiên địa chi du du"* [1] rồi.

---

[1] Trong bài **"Đăng U Châu Đài Ca"** của thi sĩ Trần Tử Ngang:

Thử nhìn lại từ thuở phôi thai của ký họa, ký tự, văn tự cho đến thời đại "bùng nổ thông tin" ngày nay, văn học thế giới đã từng nhiều lần canh tân, cách tân qua những trào lưu hiện đại, hậu hiện đại, (và chuẩn bị cho) hậu-hậu hiện đại... đã tiến đến mức nào? Và phải chăng vì "thông tin" bùng nổ, tràn lan, "quá tải" (information overload) đã giết chết văn học và nghiễm nhiên chiếm lĩnh các văn đàn, thi đàn, diễn đàn liên mạng? Chính vì thông tin quá tải mà người ta chỉ đọc vội vàng, qua loa những gì hấp dẫn, "nóng sốt," chẳng còn thời giờ đâu mà nhẩn nha đọc thơ, đọc truyện, thưởng thức văn chương thi phú. Thông tin bùng nổ rất bổ ích cho việc "truyền thông" tự do và trung thực tin tức của mọi quốc gia, châu lục, và đồng thời cũng rất có hại cho những chính quyền độc tài, toàn trị, gia đình trị; rất bổ ích cho người chịu khó học hỏi, cầu tiến, và rất hại cho kẻ lười biếng tư duy, điên cuồng bảo vệ niềm tin và thói quen tôn thờ lãnh tụ của mình.

Nhìn chung, thế giới chữ nghĩa hiện nay, thông tin nhiều, thông hiểu ít; văn tự nhiều, ý nghĩa cạn; nói nhiều, làm không bao nhiêu, hoặc nói mà không làm, hoặc nói một đàng làm một nẻo; nói khoác lác khoa trương hình thức thì nhiều, thực chất thì rỗng

---

"Tiền bất kiến cổ nhân,
Hậu bất tri lai giả.
Niệm thiên địa chi du du
Độc thương nhiên nhi lệ hạ."
 Vĩnh Hảo dịch:
 Bài ca lúc lên đài U Châu
Ngoảnh trước người xưa không thấy
Ngoái sau người mới chưa sinh
Nghiệm lẽ mang mang trời đất
Bất chợt lệ sa một mình.

tuếch... Phương tiện thông tin thì vô hạn, ai cũng có thể mở một hay nhiều tài khoản (accounts) trên mạng, đăng tin, đăng thơ văn của mình, đạo thơ văn của người (cố ý hay vô tình), đăng hình ảnh, đăng chuyện riêng tư, đăng chuyện thiên hạ (tôn giáo, chính trị, xã hội)... Từ một tổng thống (uyên bác hay ít học) cho đến những kẻ nghèo cùng (trí thức hay học ít), đều bình đẳng như nhau: ai cũng có một trang riêng, một thế giới riêng của mình để tự giới thiệu bản ngã, tên tuổi, đời sống cá nhân hay những gì mình làm, bênh vực hoặc chỉ trích người khác, để rồi tạo nên những diễn đàn đánh phá, công kích lẫn nhau. Rồi có chuyện tin giả, tin thật. Lại có chuyện "bôi nhọ lãnh đạo" (của tôn giáo hay chính quyền) để rồi có lệnh cấm. Thế giới thông tin, chữ nghĩa đúng là đã bùng nổ. Không chuyện gì có thể giấu mãi. Không chuyện gì có thể được lượng giá một chiều. Thật-giả, vàng-thau lẫn lộn, hỗn tạp, nhốn nháo, ồn ào trên một sân chơi mở rộng. Nhưng tin thật hay tin giả, rồi cũng được sàng lọc theo thời gian, theo nhận thức chín chắn của mọi người. Cuối cùng, bên dưới, và đàng sau những ngôn từ, vẫn là sự thật (của thế giới tương đối), là chân lý (của cảnh giới tuyệt đối).

Ngôn ngữ thực ra chỉ là bóng dáng của sự thật. Ngôn ngữ được sử dụng để nói về sự thật, hướng dẫn truy tìm sự thật. Chức năng của ngôn ngữ là tìm cách đặt tên, gọi tên sự thật, nên muôn đời ngôn ngữ chỉ là biểu tượng của sự thật chứ không phải sự thật. Nhưng không có ngôn ngữ, người ta cũng không thể nào tiếp cận được sự thật. Vì vậy, ngôn ngữ một thời hầu như chỉ được sử dụng bởi những đầu óc uyên thâm: nhà hiền triết, nhà đạo, nhà ngôn ngữ, nhà "phù thủy ngôn ngữ," nhà văn, nhà thơ... như là những mật ngôn thiêng liêng có thể chạm đến những tầng trời cao ngất, những chìa khóa vạn năng có thể mở vào các cảnh giới nội tâm sâu thẳm. Ngày nay, hầu như tất cả mọi người đều được quyền bình đẳng sử dụng ngôn ngữ của mình trên một mạng lưới trùm khắp cõi nhân gian phức tạp, nhầy nhụa. Và một khi, ai cũng có thể cất được tiếng nói, sự thật càng khó hiển bày. Mặt khác, nhu cầu sinh hoạt liên mạng toàn cầu cũng đòi hỏi thứ ngôn ngữ "bá nạp," hỗ lốn, dón gọn, vắn tắt, giống như những ký hiệu, đầu tự ngữ (acronym) để dân xứ nào cũng có thể hiểu được, hoặc đoán ra được; cho nên, ngôn ngữ (và văn hóa) đặc thù của mỗi sắc dân đang trên đà biến hoại để tiến dần đến một thứ ngôn ngữ (và văn hóa) chung.

Giữa ngôn ngữ và sự thật là một lớp cách ly sâu dầy, nay lại phủ thêm nhiều lớp sương mù từ tính cách thật/giả, trung thực/ngoa ngụy, sang cả/nghèo mạt... Có những sự thật bị giấu kín từ lâu, nay phơi bày hiển nhiên khiến người ta ngỡ ngàng, kinh ngạc, xúc động; nhưng phơi bày nhiều quá và lặp đi lặp lại quá nhiều lần đến độ những gì tốt đẹp nhất hay tệ hại nhất cũng trở thành phổ thông, bình thường, thì nhận thức và cảm xúc của con người sẽ trở nên trơ lì, vô cảm. Từ cảnh giới liên mạng nầy, những gì huyễn ảo trở nên rất thật, những gì trung thực trở nên rất ảo. Người ta phải thật sáng suốt và tinh tế mới có thể nhìn xuyên thấu những lớp sương mù dầy đặc của ngôn ngữ, văn tự, ký hiệu... để nhận chân được sự thật của đời sống.

Và sự thật trên đời, sau màn ảnh của máy vi tính, máy tính bảng, điện thoại di động... là vẫn có hàng chục triệu trẻ em thiếu dinh dưỡng, đã và sắp chết đói ở châu Phi. Sự thật là hàng mấy trăm triệu cho đến một tỉ người dân suốt đời, qua bao thế hệ, vẫn chưa thấy được tự do no ấm thực sự trên quê hương của thi sĩ Trần Tử Ngang—kẻ từng rơi lệ khóc một mình (1). Sự thật là trên hai chục triệu người dân phải còng lưng làm việc đầu tắt mặt tối (vẫn không đủ ăn) để nuôi dưỡng một chế độ độc tài tập quyền, cha truyền con nối tại một nước hung hăng lấy vũ khí hạt nhân ra để buộc thế giới quan tâm. Sự thật là ngay trên xứ sở được cho là hùng mạnh, văn minh hàng đầu thế giới, vẫn có hàng triệu người thất nghiệp, thiếu ăn, không nhà, và đâu đó vẫn còn nạn kỳ thị chủng tộc bởi những người tự cho mình là hàng thượng đẳng (supremacy). Sự thật là hàng chục triệu người dân nghèo đói, thất nghiệp triền miên, tiếp tục đấu tranh, biểu tình đòi tự do dân chủ tại một nước Nam Mỹ đang hăm hở tiến lên chủ nghĩa xã hội. Sự thật là các cuộc chiến từ những quốc gia Trung Đông đã tạo nên làn sóng tị nạn chưa từng có, với hàng triệu người di cư đường bộ, đường biển; và riêng tại Syria đã có hơn 300 ngàn người chết vì bom đạn. Sự thật là hàng mấy chục triệu người dân vẫn tiếp tục chịu đựng sự mất chủ quyền làm dân, mất chủ quyền trên lãnh hải lãnh thổ của mình, mất tất cả quyền căn bản của con người trên chính xứ sở được mệnh danh bốn ngàn năm văn hiến. Sự thật là hàng triệu người dân ven biển phải bị trắng tay, thất nghiệp, chịu ảnh hưởng môi trường nhiễm độc nhiều thế hệ để làm giàu cho một chế độ chỉ biết thỏa hiệp làm lợi cho tư bản nước ngoài, thậm chí bán đất bán biển do tổ-tiên để lại... Như vậy, như vậy, những sự thật càng lúc càng được phơi bày rõ ràng, cụ thể hơn, nhưng những kẻ vô tâm, man trá, vẫn hả hê sung sướng, mặc tình bao thống khổ của lương dân, tiếp tục bòn rút, thụ hưởng những đặc quyền đặc lợi cho cá nhân, gia đình, thân tộc, và bè đảng của mình.

Ngôn ngữ nhân gian bây giờ như thế. Những dối trá thì được nhà cầm quyền ca tụng, bắt người dân phải tin là thật, trong khi sự thật có chứng cớ rõ rệt khi được báo động lên mạng, không đúng ý và chủ trương của lãnh đạo thì bị cho là tin giả, tìm cách bôi xóa, ngăn chặn, kết tội phản động, phản quốc. Thống khổ nhãn tiền đã không được nói đến cặn kẽ, không tìm ra được những phương lược giải quyết, dù chỉ tương đối trên bề mặt hiện tượng; trong khi những từ ngữ trừu tượng như văn minh, văn hóa, độc lập, tự do, hạnh phúc thì càng trừu tượng xa vời hơn bao giờ. Giá trị nội tại của các từ ngữ nầy đã bị đục ruỗng và trống hoác bên trong, không còn gợi lên chút gì để mà liên tưởng.

Ngôn ngữ nhân gian đã thế, ngôn ngữ nhà đạo cũng không kém phần xa vời, khô khan, sáo rỗng. Có thể nói thật nhiều về "Khổ đế"[2] mà không liên kết, bao hàm được nỗi thống khổ vô vàn của đồng loại chung quanh. Có thể nói thật nhiều về "vô ngã" mà càng lúc càng thấy cái ngã bành trướng, khuếch trương, bùng nổ y như cách thế vận hành của Big Bang, hoặc gần hơn như vụ Bùng nổ Thông tin, về chính cá nhân mình.

Làm sao mà ra nông nỗi như vậy! Chỉ vì ngôn ngữ, hay vì mạng lưới thông tin? Có thể nào dẹp hết ngôn ngữ văn tự chăng? Có thể nào cất bỏ các mạng lưới chăng? — Không. Ngôn ngữ tự nó không hại, phương tiện truyền đạt ngôn ngữ cũng không tệ. Tệ hại hay không là do chính người sử dụng, và người đọc, người nghe.

Vậy, với tình trạng của ngôn ngữ và sự thật ngày nay, nhà đạo sẽ nói gì, sử dụng phương tiện thiện xảo nào để truyền đạt lý tưởng và con đường cao đẹp của mình? — Chắc chắn vẫn là lần theo dấu vết của người xưa mà trực nhận chân lý. Như Tăng Duệ trong bài Tựa viết cho *Trung Luận*, từng nói *"Cái Thật mà không được nêu danh thì không thể tỏ ngộ"*[3]. Mặt trăng mà không có ngón tay

---

[2] *Khổ đế* là một trong Tứ đế (4 Sự Thật Cao Quý, giáo lý nền tảng của Phật giáo)

[3] *Trung Luận* — Tuệ Sỹ dịch. "實非名不悟" Thật phi danh bất ngộ.

hướng dẫn cũng khó nhìn thấy[4]. Nhưng đừng mãi chấp vào cái *danh* (tên, ngôn ngữ, văn tự, ký hiệu...); cũng đừng ba hoa về ngón tay khi chính mình không chịu nhìn về hướng trăng; cũng đừng trách ngón tay sao không phải là mặt trăng.

Thực ra thì một lúc nào đó sẽ không cần ngón tay nữa mà vẫn có thể thấy trăng, ngắm trăng. Ngôn ngữ cũng vậy, chỉ là phương tiện để hiển thị sự thật; khi đạt được sự thật, ngôn ngữ sẽ không còn cần thiết. Nhưng ngôn ngữ, chính nó cũng là sự thật trong thế giới tương đối. Ngôn ngữ có đời sống của nó, dù là tử ngữ hay sinh ngữ; và đời sống của ngôn ngữ cũng có thật như đời sống của nhân loại. Nó vừa là những ký hiệu giả định và diễn đạt về một sự thật mà đồng thời chính nó cũng là một sự thật. Sự thật của ngôn ngữ tạo nên nền văn học của quốc gia và thế giới, đồng hành với nhân loại qua bao lịch sử thăng trầm; và thường khi chính văn học (phân thân, hóa thân của ngôn ngữ) đã góp phần thăng hoa, giải thoát con người khỏi cuộc đời khổ đau nầy.

Chỗ diệu dụng của nhà đạo là làm sao có thể cất được tiếng nói như thực, sao cho tiếng nói ấy không quá xa rời sự thật. Tránh nói quàng xiên về những gì mình không làm được; vì càng nói nhiều về cái không biết, không hiểu, không chứng, chính ngôn ngữ nhà đạo cũng trở thành xảo ngôn, sáo ngữ. Hãy tôn trọng ngôn ngữ như đã tôn trọng sự thật. Hãy nói lời trung thực; bằng không, hãy im lặng.

Dù thế nào, trăng vẫn luôn hiển hiện trên vòm trời xuân, hạ, thu,

---

[4] *"...Kinh pháp cũng chỉ như ngón tay chỉ mặt trăng, hãy nhìn mặt trăng và biết ngón tay không bao giờ là mặt trăng cả; biết mọi ngôn ngữ của Như lai chỉ dạy cho bồ tát toàn là như vậy."* (Kinh Viên Giác, phẩm Thanh Tịnh Tuệ, HT. Thích Trí Quang dịch)

đông; vẫn thơ mộng như dáng kiều tha thướt đi qua nghìn năm thiên cổ lụy; vẫn luôn soi chiếu trên sông biển mênh mông lai láng... Năm xưa trăng mọc trên sông Niranjara[5] thế nào thì nay vẫn thế. Sông cạn, núi mòn, vẫn còn một vầng trăng vằng vặc soi sáng đất trời bao la.

California, ngày 27.5.2017

---

[5] Sông Ni-liên-thiền, nơi Đức Phật Thích Ca thành đạo.

Đường Xưa

Thư tòa soạn số 68, tháng 07.2017

Con đường nhỏ từ nhà bước ra vườn trước. Từ vườn trước lại có con đường nhỏ không tên dẫn ra đường lớn. Từ đường lớn của khu vực dẫn đến con đường lớn hơn. Rồi từ con đường lớn hơn lại dẫn vào con đường chính của thành phố.

Những con đường không tên. Những con đường có tên. Nhiều vô kể.

Một đời loanh quanh, đi tới đi lui những con đường.

Vẫn những con đường ấy, nhưng mỗi ngày, mỗi giờ, xe qua lại khác nhau. Những người lái xe cũng khác nhau. Xe cũ, xe mới. Người cũ, người mới. Và tuổi già, đến nhanh như xe vọt trên xa lộ.

Xe cộ mười năm, người trăm năm.

Đi qua lao xao phố phường, chợt lặng cười.

Dừng lại nơi ngã tư đường. Chờ đợi. Trầm mặc tư duy.

Nhớ nhân vật Sidhartha của Hermann Hesse trong *Câu Chuyện Dòng Sông*, từng nói sở trường của một du sĩ không nhà là "nhịn đói, suy tư, và chờ đợi."

Sidhartha của Hermann Hesse chẳng qua là hóa thân của Sidhartha Gautama, đi vào trần gian bằng con đường của một gã lang thang vô định, không chọn trước một con đường nào, dù đã được khai thị bởi Sidhartha Gautama qua nhiều thời pháp...

Nơi ngã tư đường phố thị. Đèn đỏ đèn xanh hiệu lệnh cho xe, cho người. Những người ngoan phục đã sống quen dưới sự điều khiển của điện tử. Nề nếp văn minh được biểu hiện bằng sự sáng tạo của một thiểu số thông minh—về kỹ thuật số, mà không biết cách nào để sống hồn nhiên với loài người trong thế kỷ mới. Tìm kiếm phương cách sống tiện nghi, thuận lợi nhất bằng sự lãng phí tất cả thời gian, năng lực và tiền bạc của vô số người. Thiểu số người đang chế tạo những con robots có thể thay thế con người làm tất cả việc, trong khi loài người càng lúc càng sinh sôi tràn lan trên mặt đất. Rồi ra, con người sẽ cảm thấy mình vô dụng so với những robots được sáng chế bởi thiểu số ưu tú (elite). Vô dụng rồi thì ở đâu, làm gì cho hết thời gian cuộc đời! Khi thiểu số người được ưu đãi leo lên đến đỉnh cao của đời sống văn minh (kỹ thuật), vô số người khác bị bỏ lại bên lề cuộc đời. Rồi thất nghiệp, thất chí, bất mãn, biểu tình, đi bầu đại cho ai hứa hẹn những gì hợp ý mình nhất. Lẩn quẩn canh bạc đỏ-đen trong hí trường, và chính trường. Thế giới như được nhào nặn, uốn nắn theo vòng trôn ốc đã được định sẵn mà điểm đến của nó thường là trở lại nơi khởi đầu.

Những người năm trước và những người năm sau, xem chừng tợ như nhau. Lặp đi lặp lại những điệp khúc vui-buồn. Cười thật lớn với những niềm vui rất nhỏ. Khóc khá nhiều bởi những chuyện không đâu. Lăng xăng nơi chốn đông người. Những người già người trẻ của hai ba thế hệ, cùng ngồi nơi bàn ăn, không nhìn nhau. Miệng nói, tay bấm, điện thoại chẳng rời tay. Như thể đời nầy bận rộn những điều quan trọng bậc nhất.

Những mùa lễ lạc, những buổi trình diễn, thi nhau ca tụng tán dương những thành quả hữu hình, và những gì tính đếm được (bằng nhân số, con số), không dính nhập gì đến niềm bình an tự tâm. Thi đua xây dựng những đền đài, dinh thự thật lớn với tấm lòng bé xíu và cái ngã thật to. Ngã càng to, càng làm chật chội đất trời.

Còn nơi nào cho một gã cùng tử lang thang ghé bước, dừng chân?

Nhịn đói, dễ thôi. Suy tư, dễ thôi. Chờ đợi, cũng dễ thôi. Nhưng chờ đợi gì giữa những mùa trăng mây phủ dầy đặc khung trời. Khi trăng vằng vặc soi chiếu trên sân vườn nhỏ thì mắt xanh năm nào đã mờ đục. Gỡ mắt kiếng xuống, chỉ thấy lòa nhòa bóng trăng, như là hoa đốm, giữa hư không.

Con đường xưa ai đã đi qua, có chăng một dấu hài.

Loay hoay, quanh quẩn một đời với những con đường tráng nhựa, những con đường thẳng băng dẫn đến các dinh thự lầu vàng, những con đường trải sỏi trắng sáng, những con đường lát đá hoa cương phẳng tắp, những lối mòn ngang qua cỏ xanh bị dẫm nát, những con đường gập ghềnh quanh co bên suối rừng...

Chợt một ngày trơ vơ trên đỉnh núi, ngơ ngác nhìn xa tận chân trời.

Muốn đi lại con đường xưa, mà hun hút bóng chim bay.

Ráng hồng phủ xuống nửa vòm tây.

Vạt nắng tan theo mắt ướt chiều tha hương.

Con chim ưng lẻ loi, bay lơ lửng trên bầu trời sa mạc trong xanh.

Kẻ phong trần lần tìm minh châu nơi chéo áo.

Bao năm ngủ/thức với đêm/ngày và hai vầng nhật/nguyệt trên cao, chỉ tự hỏi đâu là con đường.

Sidhartha từ một kẻ sở hữu tất cả đã tự nguyện làm kẻ không nhà lang thang, rồi lại sở hữu tất cả, rồi lại một lần bên dòng sông, buông bỏ hết.

Bên dòng sông, trong lòng sông.

Lắng nghe dòng thời gian và giấc mộng trường sinh chảy qua cầu.

"Người đứng mãi giữa lòng sông nhuộm nắng
Kể chuyện gì nơi ngày cũ xa xưa
Con bướm nhỏ đi về trong cánh mỏng
Nhưng về đâu một chiếc lá xa mùa..." (Tuệ Sỹ)

Có chăng dấu tích hay vết mòn từ một con đường mà du sĩ Sidhartha Gautama năm nào đi qua.

Đường xưa và đường nay khác nhau những gì.

Ồ, những du sĩ ngày nay không làm du sĩ nữa. Và cũng không làm ẩn sĩ.

Có mặt khắp nơi, sở hữu tất cả—mà không gì có thể buông bỏ được.

Những gì người nay sở hữu được chất đống, ngổn ngang, đóng lại tất cả con đường; trong khi người xưa chỉ cần trí tuệ để mở ra tất cả con đường.

Đóng hay mở, giữ hay buông, chỉ từ một tia chớp của trí tuệ.

Ai như Gautama một lần đi ngang trần gian nầy. Có tất cả, buông tất cả.

Ngay cả trí tuệ siêu việt khó người đạt đến—trí tuệ mà người nay lấy làm sự nghiệp giác ngộ, cũng buông bỏ, vượt qua.

Con đường xưa, vì buông bỏ mà không lưu lại dấu vết nào.

Có thể nào đi lại con đường ấy hay không?

Vẫn có một con đường để đi.

Vẫn có một khung trời để bay.

Sa mạc bình yên.

Mặt hồ tĩnh lặng.

Bầu trời không mây.

Con đường không lối.

Chỉ là buông hay không buông mà thôi.

California, ngày 26.6.2017

Giải Trừ Khổ Đau, Ngược Đãi

Thư tòa soạn số 69, tháng 08.2017

Khát vọng tự do là khát vọng muôn thuở của con người kể từ khi những cá nhân và gia đình, vì nhu cầu an sinh mà tiến đến việc sống quần tụ trong bộ lạc, xã hội, lãnh thổ, quốc gia. Sự quần cư càng lớn, luật lệ chung càng phức tạp và gò bó hơn theo thời gian. Người ta đã phải đánh đổi một phần tự do của mình để được bảo vệ trong khuôn khổ đời sống tập thể. Đến khi khung luật tập thể bị lạm dụng quá mức bởi những kẻ tự cho mình có quyền chế tác, ban hành và giải thích tùy tiện theo quyền lợi cá nhân và đảng phái, thì bất công xã hội càng sâu dẫy, khiến cho thống khổ dìm ngập con người dưới mức không thể chịu đựng được nữa. Khát vọng tự do bật lên thành tiếng nói, và dẫn đi vào hành động.

Đối với hành giả theo Phật, đó không chỉ là khát vọng mà là bản nguyện: giải thoát khổ đau tự bản chất[1], đồng thời hướng đến việc giải trừ những ngược đãi, bất công từ xã hội, bằng hành động thực tiễn (cứu khổ, ban vui), bằng ái ngữ (tiếng nói của thương yêu, cảm thông), và bằng đại bi tâm (từ bi vô lượng).

Tinh thần của Vu-lan (Ullambana), dù theo truyền thống nam hay bắc truyền, nên như thế: là bản nguyện cứu khổ, không chỉ cho người chết (như tín ngưỡng "xá tội vong nhân" nơi cõi âm), mà quan trọng nhất là cho nhân sinh, cho người sống.

Sống và dấn thân vào đời ác-trược, người con Phật không thể dửng dưng, vô cảm trước nỗi thống khổ vô vàn của số đông.

Không có gì sai trái khi lên tiếng bảo vệ quyền sống của con người, của chúng sanh.

Không có gì mâu thuẫn giữa lòng từ bi và tiếng nói hay hành động uy dũng khi cần thiết, để phản tỉnh những người vô minh xấu-ác bách hại sinh linh, tước đoạt quyền tự do của con người.

Lưu Hiểu Ba — khôi nguyên Nobel Hòa Bình năm 2010, người vừa mất vào ngày 13.7.2017 trong ngục tù Trung quốc vì bệnh ung thư gan — không phải là một phật-tử đúng nghĩa, nhưng tiếng nói, hành động và lý tưởng đấu tranh cho tự do dân chủ của ông là hành xử của một bồ-tát.

Vị bồ-tát ấy đã nói thay cho những kẻ thấp cổ bé họng khát vọng tự do của con người trong thế giới ngập tràn thống khổ nầy. Tiếng

---

[1] Tam khổ (ba cái khổ) theo giáo lý nhà Phật: **Khổ-khổ** (thực trạng khổ đau), **Hoại-khổ** (khổ đau vì bản chất của mọi sự mọi vật là biến hoại, vô thường), và **Hành-khổ** (khổ đau từ vô minh, đầu mối nhân duyên của vòng sinh tử luân hồi). Có thể hiểu Khổ-khổ là thực trạng; Hoại-khổ và Hành-khổ là bản chất, nguyên do.

nói không gươm đao, không bom đạn, không thù hận, không có kẻ thù[2]. Tiếng nói của lòng từ bi bất bạo động tạo cảm hứng vươn dậy cho những thế hệ sau, và dư âm của nó có thể làm rung chuyển những cỗ máy độc tài bóp nghẹt tự do trên toàn hành tinh.

Vu-lan, cung kính tri ân cha mẹ và thầy dạy, đồng thời không quên tưởng nhớ những vị bồ-tát hữu danh, vô danh, một thời lừng lẫy hoặc âm thầm đi qua trần gian nầy để nói lên khát vọng tự do của con người trong mọi thời đại.

California, ngày 24.7.2017

---

[2] *"No Enemies, No Hatred"* (Không Kẻ Thù, Không Thù Hận) là tác phẩm của Lưu Hiểu Ba (Liu Xiaobo, 1955-2017), gồm những bài xã luận và thơ được sưu tập và hiệu đính bởi Perry Link, Tienchi Martin-Liao and Liu Xia (vợ của Lưu Hiểu Ba, cũng là một nhà thơ), chuyển dịch bởi Jeffrey Yang, xuất bản năm 2012.

Bóng Dáng Tự Ngã

Thư tòa soạn số 70, tháng 09.2017

Ngồi im giữa những náo động. Nghe tiếng cười giỡn của bầy trẻ hàng xóm. Nghe lá khua xào xạc nơi cây bằng lăng trước sân. Xa hơn, có tiếng xe máy rì rầm đâu đó tựa như những cơn sấm động giữa trưa hè. Chợt liên tưởng những lần trong hầm trú ẩn, nghe tiếng bích-kích-pháo xé toang màn đêm hãi hùng. Đạn bom một thời tuổi thơ trên quê hương, cho đến ngày nay, vẫn còn được thị uy trên những vùng trời và nơi chốn khác. Mãnh liệt, dữ dội hơn.

Lửa. Lời nói huênh hoang, khiêu khích, đe dọa. Chiến tranh. Sự thịnh nộ. Ngôn ngữ và đạn bom.

Con người ở thế kỷ này sao chẳng khác con người ở những thế kỷ trước.

Thế giới ngày nay vẫn luôn bị khuấy động bởi hận thù.

Hận thù như đốm lửa. Khi lửa còn nhỏ mà không lo dập tắt, nó có thể làm cháy cả căn nhà, thậm chí đốt cả khu rừng lớn.

Hận thù là một tiềm lực mạnh mẽ, có sức công phá khủng khiếp, khôn lường.

Từ ngàn xưa, tinh thần chiến đấu của binh sĩ trong tất cả cuộc chiến (xâm lăng, hay tự vệ), đều được khích động bởi lòng hận thù.

Hận thù cũng được lợi dụng để tiến hành những cuộc cách mạng, khích động đấu tranh lật đổ các chính thể, khơi dậy những phong trào kỳ thị chủng tộc, phân biệt giai cấp, đẩy con người vào hành động bạo lực, sách nhiễu, phá hoại, đốt nhà, chém giết không gớm tay...

Người ta sẽ quyết tâm hơn, liều lĩnh hơn, bạt mạng hơn trong thù hận.

Và hậu quả của thù hận, luôn là nỗi tang thương, đau khổ, cho chính mình, và cho người khác.

Không có sự sân hận, thù hằn nào có thể mang lại an vui hạnh phúc.

Nhưng hận thù, chẳng qua cũng chỉ là mặt nổi của lòng vị kỷ, là bóng dáng của tự ngã. Ghét người khác là vì quá yêu mình mà thôi.

Tự ngã, *"cái tôi đáng ghét"*[1], rất linh hoạt và quỷ quyệt. Nó luôn muốn được nổi trội hơn kẻ khác mới hài lòng. Khi không bằng hoặc thấp kém hơn, nó bắt đầu nhen nhúm ngọn lửa của ganh ghét, đố kỵ, và ở cấp độ sâu xa hơn, là lòng thù hận.

Khi bị người khác phát hiện, tự ngã đã luồn lách, tìm cách biểu hiện chính nó qua danh nghĩa của những tập thể, tổ chức tôn giáo, chính trị, xã hội. Nghĩa là nó tự đồng hóa nó với các tập thể ấy[2], để

---

[1] Blaise Pascal (1623-1662), "the Self is hateful."
[2] Theo Jiddu Krishnamurti (1895-1986).

rồi được ca tụng như là lòng ái quốc, lòng yêu dân, niềm hãnh diện chủng tộc, tinh thần vị tha vô ngã... Thực chất chỉ là sự núp bóng của một cái tôi nhỏ nhen dưới tàn cây tập thể rộng lớn.

Rồi dưới tàn cây của tập thể ấy, lòng thù hận được thổi bùng lên đến mức tột cùng, ở cấp lãnh đạo quốc gia, quốc tế, nghiễm nhiên thi thố năng lực của nó, gây thảm họa đau thương thống khổ cho hàng triệu người, và có thể tác động lâu dài đến đời sống của cả nhân loại.

Loài người văn minh đã kinh qua thảm họa ấy, không muốn tái diễn. Trong thế kỷ hiện đại, người ta đã dần dần thay thế lòng hận thù bằng sự khoan dung, và bằng tình thương.

Tình thương cũng là một bóng dáng khác của tự ngã—một khi vẫn còn đối tượng để yêu thương, chiếm hữu, dẫn đến lo âu, sợ hãi[3]. Nhưng tình thương có thể thăng hoa, phát triển thành một năng lượng của từ tâm, trải rộng đến nhiều người khác, mà tác động của nó luôn làm tươi mát, đem lại niềm an vui hạnh phúc cho mình, cho người. Còn hận thù thì không nên làm cho phát triển, mà chỉ nên làm cho nhỏ, cho thấp xuống, cho tiêu tăm vào hư không.

Kinh nghiệm thực tế cho thấy rõ ràng: hận thù không ích lợi gì cả, không xây dựng được gì cả. Hận thù luôn là ngọn lửa phá hoại, làm ly cách con người. Chỉ có tình thương mới hàn gắn, nối kết con người lại với nhau trong trùng trùng tương quan tương duyên. Văn minh của thế giới hiện đại là hòa bình, không phải là chiến tranh, xâu xé, phân biệt.

Không có hận thù cao thượng. Không có tự ngã cao thượng.

---

[3] Theo Jiddu Krishnamurti (1895-1986).

Hận thù không làm tăng nhân cách, không nâng phẩm chất con người lên hàng thượng đẳng, tối tôn. Trái lại, hận thù chỉ khiến cho con người trở nên nhỏ mọn, bé tí, tầm thường hơn giữa những con người đang vươn lên trời cao bằng lòng thương và sự khoan hòa, bao dung.

Ngồi im. Lắng nghe đất trời chuyển mình từ tiếng ru nhẹ của từ tâm.

California, ngày 26.8.2017

Thu Xếp Cho Ngày Mai

Thư tòa soạn số 71, tháng 10.2017

Giông bão từ đại dương liên tục đánh vào bờ, gây lũ lụt, tàn phá nhà cửa, làm thiệt mạng cả mấy trăm người ở miền trung nam và đông nam Hoa-kỳ, rồi Ấn-độ và Việt-nam trong tháng qua. Tiếp theo là động đất, làm hàng trăm người ở Mễ-tây-cơ tử vong, mất tích. Rồi lại bão, quét qua các đảo quốc phía biển đông nước Mỹ, lấy đi mạng sống mấy chục người. Rồi lại động đất đâu đó ở châu lục Á châu. Lại có dự đoán động đất mạnh tại California (the Big One) vào tháng 10 năm nay. Thiên tai liên tục thị uy, đe dọa đời sống nhân loại bằng sức mạnh vô bờ mà dù đã đạt đến những kỹ thuật tân tiến hiện đại, người ta vẫn chưa tìm ra cách nào để khống chế. Chỉ có tiên liệu, dự đoán mà thôi. Sự tiên liệu có thể làm giảm thiểu tổn thất từ một số người nơi một xứ sở nào đó, nhưng cũng không sao tránh được một số trường hợp cá biệt.

Hậu quả thiên tai được thống kê rất nhanh, rất rõ ràng bằng hình ảnh và số liệu cụ thể: bao nhiêu nhà cửa, mùa màng và của cải bị tiêu tán, bao nhiêu nhân mạng bị lấy đi hoặc mất tích chưa tìm ra.

Nhưng nguyên nhân của thiên tai thì dù đã được các triết gia, thần học gia, đạo gia... giải thích từ vài thiên kỷ trước, cho đến thời cận đại và hiện đại thì các nhà khoa học về địa chất, địa lý, thiên văn, khí tượng, nhân chủng... cũng đã giải trình cặn kẽ từ các chứng liệu và dữ kiện khoa học, vẫn chưa đem lại giải đáp chung cuộc để có thể tiên liệu chính xác và dự phòng chu đáo. Ngay cả vấn đề "hâm nóng toàn cầu" (global warming), đã là một tiêu đề nhận thức môi trường phổ quát của thế giới, thì vẫn còn là điều bàn cãi, với những bất đồng từ các khoa học gia hàng đầu khác, thậm chí trở thành điều tin hay không tin của một vài nhà lãnh đạo chính trị nước lớn. Vậy rồi, dù ở những xứ văn minh nhất, người ta vẫn cứ phải đón nhận những thảm họa kinh hoàng của thiên tai... có khi trong bất ngờ, không thể chuẩn bị trước.

Thiên tai không thể tiên liệu, hoặc tiên liệu được với một xác suất rất thấp. Nhưng thiên tai là chuyện lớn, giải thích theo nghĩa đen là tai họa do Trời, do ý của thần linh (theo Phật giáo thì là nhân-quả, nhân duyên từ nhiều điều kiện thuận và nghịch chằng chịt tác động lẫn nhau), rất khó lường và thường dẫn đến thái độ tuân phục, chấp nhận; còn chuyện nhỏ hơn như là chiến tranh với gươm đao thời xưa, súng đạn thời cận đại, và bom nguyên tử hiện nay—do con người bé nhỏ tạo nên, nhưng có thể gây tai họa khủng khiếp còn hơn thiên tai—thì sao, có thể tiên liệu và giải quyết ổn thỏa hay không, có thể an phận xuôi tay, cúi đầu chấp nhận hay không?

Và bao nhiêu chuyện nhỏ hơn nữa trong đời sống hàng ngày thì thế nào, con người có thể dự trù và sắp xếp tương lai theo ý mình hay không? – Được. Từ nghìn xưa đến nay, mọi người đã làm được. Từ dài hạn mấy mươi năm, đến ngắn hạn mười năm, năm

năm, một năm, một tháng, một tuần, một ngày, và vài giờ, đều có thể hoạch định một điều gì đó để thực hiện cho tương lai. Kết quả có khi như ý, có khi không. Mà đa phần sự bất như ý đều từ cái chết. Cái chết có thể làm gián đoạn, hoặc xóa sạch những gì con người trù liệu. Cái chết là chuyện lớn. Cái chết làm con người sợ hãi, dù chưa ai trải nghiệm khi đang sống—tức là sợ hãi điều mơ hồ ở tương lai, sợ hãi điều xảy ra cho người khác trong quá khứ. Cái chết chưa hề có mặt trong hiện tại, nhưng lại làm con người đánh mất đi hiện tại của mình bằng nỗi lo âu, khiếp sợ. Cho nên tôn giáo nào cũng đưa ra một viễn ảnh đầy hứa hẹn sau khi chết, như để an ủi, khích lệ con người sống vui, sống tích cực trong hiện tại.

Nhà Thiền cũng nêu chuyện sinh-tử làm "đại sự." Sống như thế nào, và chết như thế nào. Hành giả phải thường quán niệm về vô thường, khổ, vô ngã[1], thực hành giới-định-tuệ để vượt qua sợ hãi, sống an vui, chết tự tại. Những phương châm và khẩu quyết của thiền gia từ đời xa xưa, hướng dẫn cho những nỗ lực quyết liệt nhằm thoát ly sinh-tử, thì nay được làm mới lại bằng ngôn ngữ bình dị, phổ thông hơn, với sự thực hành dễ dãi, đơn giản hơn: hiện pháp lạc trú, đi-đứng-nằm-ngồi trong chánh niệm, an trú trong hiện tại, tỉnh thức trong từng hơi thở... Để rồi những hành giả dụng công hời hợt có thể tự tin, trêu giỡn với tử thần: tử thần là ai, ở đâu? ta chỉ biết thì hiện tại, còn ngươi ở thì tương lai xa xôi, cớ chi ta phải sợ mi!

---

[1] Tam pháp ấn (vô thường, khổ, vô ngã) là 3 dấu ấn, 3 nguyên lý xác định tính cách chân thực của chánh pháp. Thiếu một trong ba nguyên lý nầy, một giáo lý hay một triết thuyết nào dù được cho là từ kinh Phật, cũng không thể được xác nhận như là chánh pháp.

Nhưng nếu không quán triệt được một cách rốt ráo bản chất của vô thường, khổ, vô ngã; không đi vào thiền định sâu xa để phá vỡ vô minh, tham ái, thì việc lấy hiện tại che lấp quá khứ và tương lai, cũng chỉ là choàng lên tử thần chiếc áo hoa mịn màng đẹp đẽ. Tử thần vẫn sẽ gõ cửa đúng giờ hẹn, hoặc không hề hẹn trước. Khi ấy, thân xác đớn đau khốc liệt, hơi thở dồn dập tán loạn, và tâm thần hốt hoảng, hãi sợ, tiếc nuối, sẽ che lấp đi chánh niệm. Vậy rồi, ai sẽ đi cùng ta đi vào đời sau? Ta sẽ mang theo được gì cho đời sống kế tiếp?

Tương lai mơ hồ, bất định thì cái chết cũng mơ hồ, bất định, không sao lường trước được. Nó không tùy thuộc hoàn toàn vào cơ thể mạnh khỏe và tâm trí minh mẫn; cũng không hệ thuộc vào những lầu đài kiên cố, điện thờ nguy nga. Nó sẽ đến bất cứ lúc nào và sẽ lôi ta đi cùng với những hành nghiệp ta tạo tác trong đời sống. Nghiệp sẽ là bạn đồng hành duy nhất của ta trên con đường tương lai mờ mịt của đời sau.

(Sự) nghiệp mà chúng ta đã tạo tác trong đời sống là gì? – Từ thuở ấu thời đến lúc trưởng thành, từ trung niên đến khi già cỗi: vui chơi, học hành, sinh nhai, yêu đương, lập gia đình, nuôi dạy con cái; xấu tính thì đố kỵ ganh ghét người hơn mình, tự mãn khinh thường người thua mình, kỳ thị, thù hằn, cầu danh, hám lợi, bủn xỉn, giữ của, thụ hưởng vật chất, cố ý hại người vì lợi mình... Có khi được môi trường giáo dục tốt hơn thì chăm lo học hành, thi cử, thành đạt, rồi siêng năng làm việc sinh nhai, ích kỷ chỉ biết chăm lo cho bản thân và gia đình, không có tâm ganh ghét, tổn hại ai, mà cũng chẳng bao giờ quan tâm làm lợi ích cho ai.

(Sự) nghiệp như thế suốt một đời (chưa kể những nghiệp nhân tích lũy từ những đời trước) có đủ bản lĩnh, tự tin để bình thản, an vui, đối diện, trêu chọc cái chết hay không?

Cái chết là gì, ở đâu? – Chính là cái sắp tới, sẽ tới, bất kỳ lúc nào trong tương lai. Từ hiện tại hướng đến tương lai, là từ sinh bước đến cái sắp sinh. Cái sắp sinh là cái sẽ sinh, và sẽ diệt, sẽ chết. Cái sinh (hiện tại) sẽ diệt (vào quá khứ) để cái sắp sinh (tương lai) bước vào làm cái sinh hiện tại; rồi cái sinh hiện tại nầy lại diệt để cái sắp sinh khác tiến vào hiện sinh. Nhưng tương lai là cái chưa có, không thực có thì làm gì có diệt, có chết? – Vì hiện tại được nhìn nhận là thực có, nên tương lai sẽ thực có; tương lai nếu sẽ thực có trong hiện tại thì nó sẽ diệt vào quá khứ. Cũng vậy, nếu xác nhận sự thực-hữu của hiện tại tức cũng xác nhận sự thực-hữu của quá khứ. Cái nầy có thì cái kia có, cái nầy sinh thì cái kia sinh, cái nầy không thì cái kia không, cái nầy diệt thì cái kia diệt[2]. Chấp vào sự thực hữu của hiện tại cũng chính là chấp vào thực hữu của quá khứ và tương lai. Vượt khỏi ba thời gian (quá khứ, hiện tại, tương lai), tức là thấu-triệt lý vô thường, khổ, vô ngã, mới thực sự giải thoát, không còn sợ hãi sinh-tử.

Trở lại chuyện giông bão, động đất, lũ lụt... từ thiên tai; và hận thù, bạo lực, chiến tranh... từ con người.

Đã có lời cảnh báo và hướng dẫn cách phòng bị thức ăn, nước uống, đèn pin, tiền mặt, chăn mền cho mọi người trong gia đình trong vòng bảy ngày; và cũng đã có những quảng cáo xây lắp hầm trú ẩn để tránh bom nguyên tử. Có nghĩa là người ta đã biết nhìn thẳng vào cái chết (vô thường) và ách nạn (khổ), biết tiên liệu, sắp xếp việc bảo vệ thân mạng để đón chờ một tai họa lớn ập đến trong

---

[2] *"Nhược thử hữu tắc bỉ hữu, nhược thử sinh tắc bỉ sinh, nhược thử vô tắc bỉ vô, nhược thử diệt tắc bỉ diệt,"* Kinh A-hàm.

tương lai; còn phần tinh thần, mỗi người hãy tự lo liệu lấy.

Sau khi chuẩn bị đầy đủ đồ dùng khẩn cấp (family emergency kits), chúng ta có cần thu xếp một hành trang tinh thần để mang theo không? Đừng nói suông như vẹt theo ngôn ngữ nhà Thiền là *"sống ngày nay biết ngày nay, còn xuân thu trước ai hay làm gì!"*[3]. Đừng tưởng thiền gia chỉ biết hiện tại, không cần biết quá khứ, tương lai. Thiền sư chân chính là người quán thông cả ba thời gian, mà không vướng mắc vào khoảnh khắc sinh-diệt nào. Những người hành thiền ngày nay đều biết thu xếp nơi ăn chốn ở, nơi đi nơi đến, thời khóa biểu tu tập, giảng dạy, họp chúng, ngày nghỉ giải lao, v.v... tức là không thể không tiên liệu, dự liệu tương lai.

Hành trang tinh thần cần mang theo là gì? – Là tội hay phước, là ác nghiệp hay thiện nghiệp, tùy chọn. Nhưng để trang bị cho đời sau tốt đẹp hơn, chuẩn bị tinh thần an tĩnh trước khi tai họa ập đến, tất nhiên phải nghĩ đến thiện nghiệp.

Không cần phải liệt kê những gì là thiện. Chỉ cần nhận thức rõ những gì chúng ta làm mà cảm thấy lòng an vui, hân hoan, phơi phới, nhẹ bẫng như mây... khi có thể giảm thiểu khổ đau cho người, mang lại ích lợi cho số đông, thì việc ấy đáng làm, nên làm.

Và nếu trong những ngày sắp tới, chẳng có tai họa thảm khốc nào xẩy ra cả, thì hãy cứ như vậy: tránh xa những điều ác có thể làm hại mình, hại người; vui làm điều thiện, vì lợi ích cho mình, cho người; và hãy luôn giữ tâm thanh thản, an bình, không hận thù, kiêu căng, không tham lam, bủn xỉn[4].

---

[3] *"Đản tri kim nhật nguyệt, thùy thức cựu xuân thu,"* hai câu của Thiền sư Thiền Lão thời nhà Lý, Nguyễn Lang dịch.

[4] *"Chư ác mạc tác, chúng thiện phụng hành, tự tịnh kỳ ý, thị chư Phật giáo."*

Thiên tai hay nhân họa cũng khó lường; có thể sẽ không bao giờ xảy ra trong đời ta, nhưng vô thường là điều có thực, đang diễn ra trong từng phút giây đời sống. Không chờ đợi, không mong cầu, nó cũng sẽ đến, vào một lúc nào đó trong tương lai, xa hay gần. Chúng ta không thể ỷ lại, thờ ơ, thiếu cảnh giác khi đời sống bình an trôi qua từng ngày. Bởi vì, như tục ngữ Tây Tạng có nói: *"Ngày mai hay đời sau, chẳng biết cái nào sẽ đến trước."*

California, ngày 26.9.2017

Ta Còn Để Lại Gì Không?

Thư tòa soạn số 72, tháng 11.2017

Thi sĩ Vũ Hoàng Chương đã mở đầu bài thơ *Nguyện Cầu*[1] bằng câu hỏi ấy. Hỏi mà không hỏi; vì trong câu hỏi đã hàm ý trả lời: ta đi không để lại gì.

---

[1] Thơ Vũ Hoàng Chương, trích từ thi tập *Rừng Phong*, do Nhà xuất bản Phạm Văn Tươi ấn hành năm 1954 (theo Nhà thơ Viên Linh trong "Chiêu Niệm Văn Chương," trang 121-122):

Nguyện cầu

Ta còn để lại gì không?

Kìa non đá lở, này sông cát bồi

Lang thang từ độ luân hồi

U minh nẻo trước xa xôi dặm về.

Trông ra bến hoặc bờ mê

Nghìn thu nửa chớp, bốn bề một phương

Ta van cát bụi bên đường

Dù nhơ dù sạch đừng vương gót này.

Để ta tròn một kiếp say

Cao xanh liều một cánh tay níu trời.

Nói chi thua-được với đời

Quản chi những tiếng ma cười đêm sâu.

Tâm hương đốt nén linh sầu

Nhớ quê dằng dặc, ta cầu đó thôi!

Đêm nào ta trở về ngôi

Hồn thơ sẽ hết luân hồi thế gian.

Một phen đã nín cung đàn

Nghĩ chi còn-mất hơi tàn thanh âm.

Vì sao? – Vì núi sông còn lở, còn bồi, thì một thân bé nhỏ nầy có chi bền chắc mà lưu lại với đời.

"Ta còn để lại gì không?

Kìa non đá lở, này sông cát bồi."

Thân nầy chẳng qua cũng chỉ được trăm năm. Thân không bền, vậy danh bền chăng? – Danh là cái trừu tượng, không có hình tướng, hẳn nhiên là có thể bền hơn thân. Nhưng nếu sống ở đời mà không làm nên công danh sự nghiệp gì như lập ngôn của Nguyễn Công Trứ *"Đã mang tiếng ở trong trời đất / Phải có danh gì với núi sông"* [2] thì dù đã có cái tên cha mẹ đặt cho, danh nầy cũng chỉ là cái tên bình thường như bao nhiêu người khác: vô danh; và cái thân vô danh cũng sẽ lặng lẽ đi qua cuộc đời trong vòng trăm năm, rồi để lại một nhúm tro, một nấm mồ, danh còn chăng thì còn trên bia mộ dãi nắng phơi sương trong nghĩa trang.

Đến như những người tài hoa trong văn học nghệ thuật, để lại những tác phẩm bất hủ, công danh của họ cũng không thể dài lâu như núi sông, như thiên địa. Vì vậy mà Nguyễn Du tiên sinh đã tự thán, biết ba trăm năm sau còn có ai khóc cho Tố Như [3] nầy hay

---

[2] *Nợ tang bồng,* thơ Nguyễn Công Trứ. Nên hiểu rằng đối với Nguyễn Công Trứ và ngữ nghĩa của thời đại ông (hậu bán thế kỷ thứ 18), hai chữ "công danh" không tách rời nhau. Cho nên nói "danh" là nói "công." Không có công thì không có danh. Ở đầu bài, hai chữ "công danh" này đã được nhắc đến (*Chẳng công danh chi đứng giữa trần hoàn*), nên khi nói "danh" ở câu sau, hàm ý công danh, sự nghiệp đóng góp cho non sông, chứ không phải khuyến khích chạy theo danh vọng như một số người thời nay lầm tưởng và thực hiện cho kỳ được.

[3] *"Bất tri tam bách dư niên hậu*
Thiên hạ hà nhân khấp Tố Như"

không! Ba trăm năm cũng là kỳ vọng khá cao, vì lúc ấy Truyện Kiều (*Đoạn Trường Tân Thanh*) chưa được viết. Kể từ năm 1820, khi tiên sinh nằm xuống, đến nay là 197 năm, người khóc Tố Như dường như đã giảm đi nhiều theo thời gian. *Truyện Kiều* được lưu truyền, ngâm đọc trong dân gian thì hãy còn người thường xuyên nhớ đến Tố Như. Nhưng khi chỉ còn cái tên trong văn liệu, nằm trong văn khố, văn học sử thì không ai dám chắc sẽ tồn tại bao lâu, và người khóc Tố Như e chỉ còn lác đác, năm thì mười họa mới trích dẫn *Truyện Kiều* xuống từ một trang mạng nào đó.

Thân như thế, danh như thế, ta đi để lại gì không?

Trăm năm sống ở đời, ai cũng để lại một cái gì, di sản hay di họa, cho người ở lại. Di sản hay di họa là do nơi lợi ích hay thiệt hại, từ hành nghiệp, sự nghiệp của người ra đi. Di sản có khi lợi ích cho một cá nhân, một gia đình, hay một dòng họ; có khi là công ích, làm lợi cho số đông xã hội, quốc gia, hay nhân loại. Di họa cũng thế, có khi là nợ nần hay tai tiếng làm tán gia bại sản, phá nát một dòng họ; có khi sai lầm, hoang tưởng từ chủ thuyết và chính sách, dẫn cả một dân tộc đến chỗ diệt vong.

Sống với nhận thức và chứng nghiệm sâu sắc về nguyên lý nhân-quả, người ta không chỉ tự hỏi, ta đi để lại gì không mà còn nên tự hỏi, ta đi mang theo gì không.

"Để lại gì" là dành cho người ở lại, *"mang theo gì"* là nghĩ cho chính ta.

Hai câu cuối của bài Độc Tiểu Thanh Ký, trích từ *"Thanh Hiên Thi Tập"* của Nguyễn Du, tác phẩm được viết vào khoảng 1802 – 1804 (theo Gs. Lê Thước & Gs. Trương Chính trong *"Thơ Chữ Hán Nguyễn Du,"* nxb Văn Học, 1978). Tố Như là một bút hiệu khác của Nguyễn Du.

Dành cho người không hẳn là vì lợi tha – có khi chỉ vì tình thế bắt buộc mà chính mình không hề nghĩ đến. *Nghĩ cho ta* chưa chắc là vị kỷ, bởi vì giữa ta và người, trong cuộc tử-sinh nầy, đều có tác động và tương thuộc lẫn nhau bởi nhân-quả. Để lại hay mang theo, là nơi cái "công" mà người ra đi tác tạo trong một đời, cùng với mục đích mà người ấy muốn để lại. Theo quan niệm của người Đông phương, "công" có thể là vật chất hay tinh thần, có thể nhỏ, có thể to lớn, nhưng lợi ích cho đời, cho người, thì gọi là "đức"; còn như chỉ gieo họa dài lâu cho nhiều người, nhiều thế hệ thì đó là "tội."

Vì vậy khi lập thân, sống ở đời, người ta cần cân nhắc về nguyên nhân và hậu quả trong cả hành xử, lời nói và ý nghĩ của mình; mục tiêu tạo lập sự nghiệp của mình là gì, để lại cho người hay để mang theo?

Một khi ra đi, sang bên kia thế giới, hẳn nhiên là sẽ không mang theo được gì. Thân xác nầy còn không mang theo được thì tiền của, sản nghiệp, những người thân yêu... đều sẽ bỏ lại hết. Không một thứ vật chất nào có thể mang theo được (dù nhỏ xíu như viên kim cương, hay mỏng nhẹ như một mảnh bằng).

Không nhất thiết phải để lại gì cho đời. Nhưng nếu để lại thì để cho đáng, và cho đúng người, đúng chỗ. Cũng không nhất thiết phải mang theo gì cho nặng nề khi ra đi. Nhưng nếu cần mang theo gì, nên nhớ rằng cái có thể mang theo được là công (đức) hay nghiệp (tội) mà mình đã làm trong cuộc sống trăm năm nầy.

Một di sản (tinh thần hay vật chất) để lại cho người vô tích sự, cho người xấu-ác, thì di sản ấy cũng thành vô dụng, sẽ bị hủy hoại không lâu sau đó; mà nếu kẻ xấu-ác kia sử dụng di sản ấy để làm việc ác, tổn người hại vật, phung phí hưởng lạc cá nhân, thì "công đức" của người ra đi chẳng những không có gì mà còn gián tiếp mang theo nghiệt tội.

Ngược lại, di sản được trao đúng người, được sử dụng đúng việc, mang lại lợi ích cho đời, cho người, thì với tác động dây chuyền của nhân-duyên-quả, di sản ấy không những tăng ích mãi, mà công đức của người ra đi cũng vô hạn lượng.[4]

Thu sang rồi.

Đêm về, hơi thu lạnh se sắt. Nhưng khi trời sắp sáng, những luồng gió dữ từ rừng núi thốc về mang hơi nóng hầm hập khô khốc suốt mấy ngày đầu mùa. Khắp nơi, lá chầm chậm chuyển sắc. Lá vàng chen lá xanh. Mai kia lá sẽ khô, rụng. Như bao nhiêu đời người đã đến và đi, qua trần gian nầy. Không ai biết có bao nhiêu lá vàng rơi nơi đây, hay lặng lẽ rơi trên rừng thẳm. Cũng không ai quan tâm có những hành giả đến rồi đi, vô tung vô tích trên đỉnh cao mờ bóng mây ngàn. Hạc trắng bay qua tầng không. Không để lại gì. Không mang theo gì. Có chăng là làn gió thoảng, theo sau đôi cánh vỗ; và một trời xanh biếc, bềnh bồng mây trắng bay.

California, ngày 25.10.2017

---

[4] Như Nobel Prizes, được thành lập năm 1895, là di sản của nhà phát minh người Thụy Điển, Alfred Nobel (1833-1896), tăng ích mỗi năm trên những giải thưởng dành cho các cá nhân và tổ chức sáng tạo, cống hiến lợi ích cho nhân loại qua các lĩnh vực Vật lý (Physics), Hoá học (Chemistry), Y học (Medicine), Văn học (Literature) và Hòa bình (Peace). Đến năm 1968 thì Swedish National Bank lập thêm giải Khoa học Kinh tế (Economic Sciences) để tưởng nhớ Alfred Nobel.

Niềm Vui Tịch Lặng

Thư tòa soạn số 73, tháng 12.2017

Mưa nhẹ trong đêm. Lắng tai thật kỹ mới nghe được tiếng rơi tí tách bên ngoài qua khung cửa kiếng đóng kín. Hàng cây cao rũ lá ướt trên các nhánh khô gầy đầu thu. Đèn đường lặng soi trên những vũng đọng. Côn trùng im tiếng. Không có tiếng đập cánh của chim đêm. Không có tiếng chân người dẫm xào xạc trên lá. Cũng không có tiếng động cơ nào của xe cộ trên đường. Hơi thở nhẹ như tơ trời. Nhẹ như hư không.

Không bữa tiệc hay buổi họp mặt nào có thể đem đến niềm vui lâu dài. Mọi người sẽ đến, và mọi người sẽ đi. Nếu vui được gặp thì sẽ buồn vì chia xa.

Mỗi người hí hửng đi vào bữa tiệc đời với những trang bị tự thân; chỉ mong kéo dài niềm vui cho mình, cho người. Nhưng không lâu sau đó, tiệc tan—hợp nào lại chẳng tan! Có khi tiệc chưa tàn mà người đã bỏ cuộc chơi.

Tiệc đời và hội chợ có nhiều hấp lực, lôi cuốn người ta tìm đến. Những trò vui của đám đông luôn sôi động, nhộn nhịp, có khi rất bát nháo, ồn ào. Nhưng con người, như nhiều loại sinh vật khác, vẫn thường có khuynh hướng hăm hở chạy theo tiếng gọi của bầy đàn, của số đông. Nơi đó, họ hy vọng tìm thấy sự an ổn, và tìm thấy chính bản ngã của mình được phản ảnh qua gương soi của nhiều bản ngã khác. Thực ra, những bản ngã khư khư với những đặc tính cố hữu của mình, sẽ không bao giờ soi chiếu nhau, mà là những từ trường đối nghịch, chỉ tạo xung lực phản ứng nhau, đẩy lùi nhau. Càng tiến đến gần, càng xa nhau mạnh hơn.

Bày ra những tiệc vui và hội hè chẳng qua cũng chỉ để an ủi, nương tựa, hoặc mượn vai nhau mà vươn lên giữa đời thường buồn bã, trống vắng. Hả hê với những lời chúc tụng của kẻ khác. Hãnh diện khi được nêu tên giữa đám đông với những tràng pháo tay rôm rả. Hài lòng với lời khen áo mão đẹp, xe đắt tiền, điện thoại thông minh (hơn cả chủ nhân). Sung sướng được khen giọng ca hay, điều khiển lễ lạc linh động, chọc cho đám đông cười/khóc thật tài với những kịch bản soạn sẵn... Đám cưới, đám ma, tiệc chay, tiệc mặn, đại hội, hội chợ, liên hoan... hầu như cũng chỉ là những cơ hội để người ta truy tìm bản ngã của mình, cũng chính là truy tìm niềm vui chân thực chưa từng được hưởng trong đời sống.

Niềm vui ấy, thực ra, không thể là cái có thể truy tìm. Cái tìm được thì không phải là cái của mình, mà là cái gì ở bên ngoài; cũng không phải là cái mà một ai ban cho, vì của ai ban cho thì vẫn là cái gì bên ngoài, có thể có được thì có thể mất được.

Niềm vui ấy không thể được tìm thấy từ tiếng nói và nụ cười râm ran rổn rảng của đám đông, từ lễ hội với âm thanh náo nhiệt ồn ào phát ra từ những cái loa thật to vây quanh người tham dự.

Cho đến những câu nói và nụ cười nhẹ nhàng trao nhau trong nghi thức trịnh trọng, lễ mễ... cũng không thể mang lại niềm vui ấy. Không từ đâu, cũng không từ ai mà có được.

Niềm vui ấy sâu lắng tự bên trong. Hương vị của nó là thứ hương vị không có tên gọi hay ngôn ngữ nào của trần gian có thể diễn đạt. Tịch mịch. Cô liêu. Không thể cùng ai chia sẻ.

Chỉ có thể lặng lặng cảm nhận, bằng sự trở về của những bước chân cẩn trọng, nhẹ nhàng trên phiến băng tâm, không lưu vết tích; bằng đường bay cô tịch của cánh chim qua chân trời hoàng hôn bảng lảng ráng hồng. Chính ở nơi cùng tuyệt hiu hắt, không một bóng người, không một âm thanh, không một ý niệm, không một cảm giác hay ý chí truy cầu khởi lên, niềm vui ấy mới ngập tràn, mênh mông, trùm khắp.

Trời phương đông lấp lánh ánh ban mai. Sương sớm, hay những giọt mưa đêm qua, còn long lanh trên lá cỏ. Buổi sáng yên bình trong khu xóm nhỏ. Nắng xiên qua những hàng cây, lọt vào khung kiếng cửa sổ. Thủng thỉnh pha một tách cà-phê nóng. Nơi bàn viết có màn ảnh mở ra thế giới vô tận, hân hoan chào đón nhân gian đầu ngày.

California, ngày 19 tháng 11 năm 2017

Những Ngày Cuối Cùng

Thư tòa soạn số 74, tháng 01.2018

Những ngày cuối năm không hẳn là những ngày được nghỉ ngơi, thư giãn.

Dù là dịp lễ, được nghỉ nhiều ngày trước năm mới, vẫn là những ngày bận rộn nhất của những người nhiều trách nhiệm.

Ai ở đời cũng có trách nhiệm liên đới với xã hội, đất nước và nhân loại – trực tiếp hay gián tiếp. Nếu vô trách nhiệm với đời, ít ra cũng phải biết trách nhiệm với gia đình, hoặc trách nhiệm với chính mình.

Không trách nhiệm được ngay cả với chính mình thì đời nầy xem như bỏ đi.

Hãy tự gánh cho mình trách nhiệm làm con người đàng hoàng, ngay thẳng, sống không dối trá dua nịnh trước kẻ giàu sang quí phái, không khúm núm luồn cúi trước những kẻ chức trọng quyền cao; yêu người, yêu đời, không ngại khó khăn gian khổ, thấy việc lợi ích cho người thì sẵn sàng đưa vai gánh lấy.

Nghèo không mang lại lợi lộc vật chất cho ai thì hãy làm người nghèo tốt bụng, đem trí tuệ, kiến thức, thời gian và công sức của mình ra mà làm lợi ích cho người.

Không có tài năng đóng góp được gì cho đời thì hãy làm người vô danh với từ tâm, rộng lượng, cho đi những gì có thể cho được.

Người sống có trách nhiệm là người biết cho đi, bởi khi sinh ra đã nhận được từ cuộc đời vô vàn điều kiện thuận lợi dành sẵn; và bởi ai trong đời cũng có nhu cầu thu nhận, hoạch đắc những gì họ thiếu, hoặc chưa có; ai trong đời cũng tìm kiếm, đuổi bắt những gì họ tin là có thể mang lại hạnh phúc cho họ.

Những ngày cuối năm, bước qua đầu năm, ở phương đông hay phương tây, thường là cơ hội để cho đi—và cũng là cơ hội để nhận vào.

Mà kỳ thực, nhu cầu (hay lòng tham?) của con người luôn thúc bách hàng ngày, hàng giờ, không đợi đến cuối năm đầu năm. Nỗi thống khổ của thế gian cũng diễn ra triền miên bất tận ở khắp nơi trên địa cầu, không phải chờ đến đầu năm, cuối năm để giải trừ, cứu giúp.

Ngày tháng qua đi. Năm cũng hết. Nhưng trong chuỗi dài sinh-tử, tử-sinh của một sinh thể, chẳng có ngày nào là ngày cuối cùng; và cũng chẳng có ngày nào là ngày đầu tiên. Có chăng thì ngày đầu tiên của người đau khổ là ngày hết khổ, được vui; và ngày cuối cùng của người hạnh phúc là ngày hết vui, bị khổ.

Người ta có thể sản xuất ra hàng loạt những cuốn lịch xác định ngày nào cuối năm, nhưng không ai có thể tiên liệu chính xác ngày nào là ngày cuối cùng của đời mình.

Vì vậy, hãy bắt đầu cho ngày mai, cho ngày mới nhất, bằng thái độ và hành động buông xả, cho đi. Ngày ấy, ít nhất có hai người hạnh phúc: người đón nhận và người trao tặng.

Đừng chờ đến cuối ngày, cuối năm, hay cuối đời mới trao đi hạnh phúc cho người. Hãy cho khi còn cơ hội để cho, và hãy cho khi người nhận vẫn còn cơ hội để nhận.

Dù sao, cây phong ở sân trước cũng đã trút sạch những lá vàng, và đang ươm những lộc mới đón xuân sang. Ước mơ có thể gửi đến muôn người muôn vật niềm hạnh phúc an vui như trùng trùng lá non đâm chồi.

California, ngày 21.12.2017

Tìm Xuân, Đón Xuân

Thư tòa soạn số 75, tháng 02.2018

Những tờ lịch cuối năm dương lịch hãy còn vương trên tường, không màng gỡ xuống. Lịch mới chưa thấy treo lên. Thư phòng ngổn ngang sách báo. Bàn viết bày biện giấy tờ và các tập hồ sơ trong ngăn bìa màu nầy màu kia. Những mẩu giấy nhỏ, ghi chú chằng chịt với những dòng chữ vắn tắt hay ký hiệu, con số gì đó khó ai đoán được, xếp từng hàng cạnh máy vi tính. Thư từ cũng xếp từng lớp theo thứ tự thời gian, cái nào đến trước thì nằm ở trước. Một đời sống vừa bề bộn nhiêu khê, vừa trật tự ngăn nắp, thể hiện ngay nơi bàn làm việc của người cầm bút.

Đời sống của người trong những ngành nghề khác cũng thế. Nhìn nơi làm việc là biết được tính cách của con người. Không có tính cách nào giống hệt nhau. Nhưng đời sống của mọi người, mọi loài, hầu như đều được sắp xếp trong một trình tự thời gian nào đó, theo một chu-kỳ sinh (trụ, dị) diệt nhất định—nhất định chứ không cố định.

Tình cảm, tư duy, tri kiến và sự biểu đạt của con người cũng dần dà, vô tình trôi theo dòng chảy của thời gian.

Thời thanh xuân, tiếng nói trong trẻo, du dương; trung niên, tiếng trầm như sấm; lão niên, tiếng khàn đục như cối xay. Tuổi càng trẻ, càng nói nhiều, nói mạnh; tuổi càng cao, càng trầm lặng ít nói.

Các định kiến, thành kiến thời trẻ cũng bị rạn vỡ qua những trận ma-xát trường kỳ của tư duy, đối chiếu, phân loại và trải nghiệm thực tế trong đời sống; để rồi, từ một thiếu niên tự hào, nông nổi, giờ đã thành cụ lão chín chắn, chững chạc, nghĩ điều gì cũng ba lần bảy lượt, nói điều gì cũng rào trước đón sau...

Không có cách thế sinh diệt nào như nhau. Không có những trật tự hay trình tự cố định của vạn hữu. Nên chi, mùa xuân của người nầy lại là mùa thu của người kia, mùa đông của nơi nầy là mùa hạ của chỗ khác. Trong mùa đông, có những lá vàng khô rơi rụng, cùng lúc, cũng có những nụ hoa còn khoe sắc thắm; mà vào mùa xuân, khi muôn hoa rộ nở thì cũng có những chiếc lá xanh lìa cành. Có những người trẻ khóc người lão niên, và cũng có tre già khóc măng non. Niềm đau nhân thế, nói sao cho cùng.

Lặng nhìn trời đất xoay vần, nhân gian dịch chuyển, lòng vời vợi nhớ về cố quận quê xa. Chệch một bước đi, thần tiên nghìn năm lạc lối. Chuếnh choáng bước vào cõi trần, mắt xanh đổi màu mây xám. Trăng soi đường, trời mở lối, mà ngày đêm cứ quàng xiên đi mãi như cùng tử lang thang. Thương mình lao đao, thương người thống khổ, mà có làm, có nói được gì đâu!

Quả tình đôi lúc muốn được một lần như Không Lộ năm xưa:

"Chọn nơi địa thế đẹp sông hồ
Vui thú tình quê quen sớm trưa

Có lúc trèo lên đầu chóp núi
Kêu dài một tiếng lạnh hư vô." [1]

Một tiếng kêu dài hay một tràng cười cất lên từ đầu non, khi ngôn ngữ không thể trực chỉ bản thể, không thể biểu đạt được chí nguyện ban đầu, không thể trải phơi được tấm lòng, không diễn bày hết nỗi phù du chóng vánh của cuộc đời trong chuỗi dài trùng điệp tử-sinh.

Có khi cô đơn cùng tận giữa trần thế lao xao, trong phố hội đông đúc nói cười; mà lòng tạnh như nước trong giếng cổ (2).

Phế-hưng bao lớp sóng dồn. Người người lần lượt đến-đi.

Ai chẳng bao phen đi tìm mùa xuân.

Ai chẳng một lần đi qua thuở xuân thì.

Tìm mùa xuân cho nỗi điêu linh thống khổ của cuộc đời. Tìm mùa xuân cho vạn vật hồi sinh.

Ôi là nhớ, cây rừng, hốc đá ven suối. Tiếng chim kêu, một sáng tinh mơ khi sương sớm chưa tàn trên cánh hoa rừng. Củi thông đã tắt trong lò, hương trà cũng đã nguội lạnh. Lòng tịnh yên. Giấc mộng mùa xuân vừa tàn. [2]

---

[1] Bản dịch của Nguyễn Lang, (trích từ Việt Nam Phật Giáo Sử Luận, Tập I, Saigon, nxb Lá Bối 1973), nguyên văn bài kệ **Ngôn Hoài** của Thiền Sư Không Lộ như sau:
"Trạch đắc long xà địa khả cư
Dã tình chung nhật lạc vô dư
Hữu thời trực thướng cô phong đỉnh
Trường khiếu nhất thanh hàn thái hư."
[2] Ý và hình ảnh được mượn từ bài thơ Xuân Đán của Chu Văn An (? – 1370) thời nhà Trần:

Nhưng mùa lộc mới cũng vừa về trên những cành khô. Cỏ thơm xanh rợp núi đồi. Ngàn hoa rực rỡ dưới trời xanh biêng biếc. Chim oanh lại hót trên cành. Lòng cũng rộn ràng nao nức như trẻ thơ đón Tết.

Xuân, thêm một lần vui đón xuân sang.

California, ngày 30.01.2018

Xuân đán
Tịch mịch sơn gia trấn nhật nhàn,
Trúc phi tà ủng hộ khinh hàn.
Bích mê vân sắc thiên như túy,
Hồng thấp hoa tiêu lộ vị can.
Thân dữ cô vân trường luyến tụ,
Tâm đồng cổ tỉnh bất sinh lan.
Bách huân bán lãnh trà yên yết,
Khê điểu nhất thanh xuân mộng tàn.

Dịch nghĩa:
Sớm xuân
Nhà trên núi vắng vẻ, suốt ngày thảnh thơi,
Cánh cửa phên che nghiêng ngăn cái rét nhẹ.
Màu biếc át cả sắc mây, trời như say,
Ánh hồng thấm nhành hoa sương sớm chưa khô.
Thân ta cùng đám mây cô đơn mãi mãi lưu luyến hốc núi,
Lòng giống như mặt giếng cổ, chẳng hề gợn sóng.
Mùi khói thông sắp hết, khói trà đã tắt,
Một tiếng chim bên suối làm tỉnh mộng xuân.
(Thơ Văn Lý Trần, Tập III, trang 61. NXB Khoa Học Xã Hội Hà Nội 1978)

Đức Hạnh

Thư tòa soạn số 76, tháng 03.2018

Ở đời có những người không đức lại tự cho rằng quá nhiều đức; không tài lại nghĩ mình kỳ tài không ai bằng; làm lợi ích cho người không được bao nhiêu mà nghĩ mình làm quá nhiều; thành tựu không lớn mà nghĩ là thành tựu chưa từng thấy... là bởi "cái tôi" quá lớn.

Cái tôi (the Self, the Ego) ấy vượt khỏi giới hạn của thân xác, đóng cọc cắm rào khắp nơi nào nó hướng đến. Nó vô hình nhưng lại mượn cái hữu hình để tự thể hiện sự hiện hữu của nó. Và sự hiện hữu theo cách thế bành trướng, lấn lướt của một cái tôi lớn, làm cho không gian chung quanh chật chội, tù túng. Ngay cả môi trường sống của gia đình, trường học, làng xóm, tổ chức tôn giáo, quốc gia, cho đến thế giới, trước sự hung hăng hãnh tiến, tự tin, tự mãn của một *cái tôi đáng ghét,*[1] sẽ bị ô nhiễm, khó thở. Cái tôi ấy nếu là người bình thường thì chỉ gây khó chịu, hoặc làm trò cười cho hàng thức giả trong vài phút giây; còn như cố gắng giành lấy

---

[1] Blaise Pascal (1623-1662), "the Self is hateful."

trách nhiệm lãnh đạo tập thể nữa thì mới là hiểm họa cho nhiều người, trong một thời gian dài lâu khó lường.

Thế giới nầy có bao nhiêu "cái tôi" như thế? — Có bao nhiêu sinh loại thì có bao nhiêu "cái tôi." Nhưng không phải cái tôi nào cũng đáng ghét. Có những "cái tôi" biểu lộ nhẹ nhàng, không muốn lấn lướt, tranh giành với ai, có thể hòa được với những cá thể khác; và có những "cái tôi" khá mờ nhạt, có mà dường như không—những cái tôi "không tôi."

Cái-tôi-không-tôi sống hòa với con người và thiên nhiên, vì giữa họ và tha nhân không có giới hạn của tuổi tác, thế hệ, thời đại; không có biên giới của màu da, sắc tộc, quốc gia, tôn giáo. Cái tôi ấy chẳng là gì, chẳng là ai, chẳng có công danh hay sự nghiệp vĩ đại nào với đời; nhưng nó là cốt lõi, làm trung gian, trung hòa cho một thế giới an bình, thương yêu, không xung đột đối chõi nhau.

Muốn sống như một "cái-tôi-không-tôi," cần phải học và thực tập rất nhiều.

Các đạo gia và hiền triết Đông-Tây đều sống như thế. Phật gia cũng dạy về vô-ngã, không chỉ là triết thuyết mà là pháp-hành để thực chứng trong đời sống hàng ngày. Điểm chung của đạo gia, triết nhân và Phật gia là: quên mình, không vì mình.

Quên mình là bước đầu để dẹp bỏ những hàng rào ngăn cách với người khác.

Không vì mình là vì muốn làm lợi ích cho số đông.

Giản dị, khiêm cung, không tranh giành, mà thành tựu tất cả việc chung trong trời đất.

Như Lão Tử từng nói: *"Hậu kỳ thân nhi thân tiên; ngoại kỳ thân nhi thân tồn*".[2] Lui về phía sau, đặt mình ở ngoài, mà lại thành tựu tất cả việc. Làm mọi việc, thành mọi việc, mà không thấy có mình. Không có người làm. Không có cái danh của người làm. Không có người thành công. Không có cái danh của người thành công. Đây mới gọi là người đức hạnh của mọi xứ, mọi thời.

California, ngày 27.02.2018

---

[2] Lão Tử (thời đại nhà Chu, Trung Hoa, khoảng thế kỷ thứ 4 trước Công nguyên). Nguyên văn: *"Thiên trường địa cửu. Thiên địa sở dĩ năng trường thả cửu giả, dĩ kỳ bất tự sinh, cố năng trường sinh. Thị dĩ thánh nhân, hậu kỳ thân nhi thân tiên, ngoại kỳ thân nhi thân tồn. Phi dĩ kỳ vô tư da? Cố năng thành kỳ tư."* (Trời dài đất lâu. Trời đất sở dĩ dài lâu, Là vì không sống cho mình, Nên mới đặng trường sinh. / Vì vậy Thánh nhơn, Để thân ra sau, mà thân ở trước; Để thân ra ngoài, mà thân đặng còn. Phải chăng vì không riêng tư, Mà thành được việc riêng tư?)

天長地久。天地所以能長且久者，以其不自生，故能長生。是以聖人後其身而身先，外其身而身存。非以其無私耶？故能成其私。《道德經 • 第七章》 (Đạo Đức Kinh, Chương 7, bản dịch của Thu Giang Nguyễn Duy Cần, Quyển I, trang 64). Có thể đối chiếu đoạn văn nầy qua *Đức Đạo Kinh*, Phần Đạo, Chương 51, trang 181, bản dịch của Huỳnh Kim Quang)

Dòng Sông Qua Đi...

Thư tòa soạn số 77, tháng 04.2018

"You could not step twice into the same river..."
— Heraclitus

Khi dòng sông phút trước không còn là dòng sông phút sau, thì đời người phút trước cũng không giống đời người phút sau.

Theo dòng thời gian, mọi thứ trôi qua còn nhanh hơn thế nữa.

Nhưng thời gian có không, trong sự dịch chuyển của đơn vị vật chất nhỏ nhất (neutron, proton, quantum, photon...)? Một phần triệu giây, hoặc ngắn hơn! Có đơn vị thời gian nhỏ nhất hay không? Có tên gọi cho một khoảnh thời gian quá nhỏ nhiệm như thế không? Thời gian, đối với lý thuyết vật lý hiện đại, chỉ còn là một khái niệm, dường như có, dường như không, hoặc không hề tồn tại, hoặc tồn tại như một ảo tưởng, ảo giác từ tâm thức, hoặc như là một mộng ảo từ sự sinh diệt của một lượng tử, một hạt 'ánh sáng' hay 'sóng' mơ hồ tức-hữu tức-vô. Long Thọ[1] từ thế kỷ thứ hai chẳng đã từng nói là không làm gì có thời gian hay sao![2] Vì thời gian do nơi vật thể mà có; mà vật thể như *photon* (hạt căn bản— elementary particle) còn không thể nói là có hiện hữu như là một "vật" thì thời gian làm gì hiện hữu?[3]

Dù sao, trong cuộc sống hàng ngày, trong hiện tượng dịch chuyển của vật chất hay tinh thần, của con người và mọi sự mọi vật, người ta không thể phủ nhận có một dòng chảy, một dòng biến thiên, thay đổi, tương tục, trong từng khoảnh khắc vi tế nhất (mà đạo Phật gọi là *sát-na sinh-diệt*).

Và người ta không thể phủ nhận có dòng sông trôi qua những

---

[1] Long Thọ - *Nāgārjuna,* vị luận sư lỗi lạc của Phật giáo, sinh và mất tại Nam Ấn khoảng từ năm 150 đến 250 A.D. (sau công nguyên); tác giả của những bộ luận nổi tiếng, ảnh hưởng sâu rộng trong nền tư tưởng, triết học Phật giáo như *Trung Luận, Thập Nhị Môn Luận, Đại Trí Độ Luận, Hồi Tránh Luận...*

[2] **Trung Luận,** phẩm Quán Thời thứ 19, bài kệ thứ 5, bản dịch của HT. Thích Thiện Siêu, trang 213: *"Thời đứng yên không thể có được, thời đi qua cũng không thể có, nếu thời không thể có được, thời làm sao nói tướng thời."* (Nói cho rõ hơn: thời gian đứng yên không thể có, thời gian trôi đi cũng không thể có; nếu thời gian không thể có thì làm gì có tướng trạng của thời gian!)
"Thời trụ bất khả đắc / Thời khứ diệc phả đắc,
Thời nhược bất khả đắc / Vân hà thuyết thời tướng!"
時住不可得　時去亦叵得
時若不可得　云何說時相

[3] Sđd., bài kệ thứ 6, trang 214: *"Nhân nơi vật thể nên có thời gian, lìa vật thể thì đâu có thời; nhưng vật thể còn không có, huống gì có thời."*
"Nhân vật cố hữu thời / Ly vật hà hữu thời
Vật thượng vô sở hữu / Hà huống đương hữu thời."
因物故有時　離物何有時
物尚無所有　何況當有時

xóm làng; với những bờ lau, bãi cỏ, những hàng cây rủ bóng trên mặt nước phù sa.

Đời người cũng trôi qua như một dòng sông.

Ngày đón mặt trời, đêm hứng trăng sao, tranh vân cẩu trải dài năm tháng.

Nước xuống, nước lên, cuốn theo vô số những bùn đục hỉ, nộ, ái, ố...

Bên lở, bên bồi, đẩy đưa thuyền bến nọ, bờ kia.

Nào người giặt giũ, tắm mát; nào người phóng uế, xả rác... sông vẫn lặng lờ, kham nhẫn, cưu mang và chuyên chở tất cả.

Và cũng có khi gió lặng, sóng yên, nước trong veo ảnh hiện một vầng trăng vằng vặc, ngời sáng.

Sông như thế, đời người cũng thế, vẫn một dòng trôi xuôi về biển lớn.

Hãy sống như một dòng sông. Đừng ngăn bít, đắp bờ, dựng cọc, che chắn đường ra đại dương. Đừng tự biến con sông thành vũng, thành hồ, rồi vui thích, đắm mình trong nước đọng ao tù.

Dòng sông, hãy trôi, và hãy qua đi...

California, ngày 24 tháng 3 năm 2018

Mùa Sen

Thư tòa soạn số 78, tháng 05.2018

Lá và cành khô đã gãy đổ, giạt theo mặt hồ từ những ngày tàn xuân. Một số cành khác đã mục rữa từ dưới nước, nhưng vẫn gắng bám rễ nơi sình lầy, đong đưa những chiếc lá khô teo rúm cho đến khi thực sự bật gốc. Rồi một ngày, hai ngày, rồi nhiều ngày qua đi... khi nắng hạ oi ả nóng bức bắt đầu thiêu đốt những lá khô sót lại cuối mùa, những chồi xanh mơn mởn của lá sen vươn lên; từng lá, từng lá, mở ra tròn đầy, mạnh mẽ như thể đang chuẩn bị bảo vệ, chào đón sự xuất hiện phát tiết của những cành hoa. Và khi lá đủ lớn, màu trở nên xanh thẫm hơn, thì những nụ sen cũng vừa trồi khỏi mặt nước, đong đưa theo làn gió nhẹ trưa hè.

Thế gian như ao tù vẩn đục. Con người và chúng sinh lặn hụp trong ấy. Mịt mờ bụi đỏ, rêu xanh. Tìm vui trong những trò chơi tạm bợ. Tranh giành những điều vớ vẩn, vu vơ. Tham lam chiếm đoạt của người. Sân hận gieo rắc tai ương cho kẻ khác. Si mê đẩy xô nhau vào những hầm hố của khổ đau và nỗi chết. Hăm hở đốt cả tuổi thanh xuân cho những giấc mộng hão huyền. Quờ quạng một đời chỉ để vinh danh một cái tôi hay nhiều cái tôi giữa trùng trùng những cái tôi vô minh, điên đảo. Một đời, hai đời, rồi nhiều đời trôi qua... cho đến khi ánh triêu dương bừng lên sau đêm dài đằng đẵng u mê, Người đã hạ sinh nơi trần gian mộng mị nầy.

Không có sự mặc khải của thần linh hay sự ủy thác từ bất cứ quyền năng tối thượng nào, Người đã đến với những bước chân trần của con người, như bao nhiêu người, bao nhiêu sinh loại đã sinh ra nơi đây. Hình thể và tinh thần của Người cũng mượn hợp chất của đất, nước, gió, lửa, tâm thức, không gian, và thời gian trần thế; để từ đó, Người có thể cảm được nỗi thống khổ vô vàn của chúng sinh vạn loại. Người đã có ngai vị vững chắc của một vương quốc để trải nghiệm cuộc sống vương giả cao sang; đã bước xuống đời sống dân dã để chia sẻ cơn đói lạnh triền miên của những kẻ bần cùng hạ tiện. Người đã làm con, làm chồng, làm cha, để rung động xót xa về nỗi ly biệt của tình thương. Người đã dãi dầu trải thân dưới những cơn mưa tầm tã, dưới những ngày nắng bỏng cháy rát thịt da, dưới những đêm sương giá lạnh và những mùa tuyết phủ mênh mang, tê cóng đến tận xương cốt. Rồi một sớm tinh mơ nơi rừng già tịch lặng im vắng, Người đã nhìn ra tất cả sự thực của thế gian, của tất cả vạn loại chúng sanh, của tận cùng vô biên thế giới. Ánh đạo từ đấy bừng khai. Chân trần rảo khắp bao vương quốc và lãnh địa xa xôi. Từ hàng đế vương đến người hạ tiện, từ hàng tu sĩ đến kẻ cùng đinh, ai cũng được bình đẳng tiếp nhận và thực hành những sự thực cao cả[1] để vượt thoát khổ đau,

---

[1] *Tứ Diệu Đế* hay *Tứ Thánh Đế*, là bốn sự thực (chân lý) cao cả — giáo lý cốt lõi được tất cả các truyền thống Phật giáo công nhận là nền tảng giáo pháp của Đức Phật, gồm: Khổ đế (chân lý về thực trạng khổ đau), Tập đế (chân lý về nguyên nhân của khổ đau), Diệt đế (chân lý về sự chấm dứt khổ đau) và Đạo đế (chân lý về con đường chấm dứt khổ đau).

đạt đến cảnh giới an vui tuyệt đối.

Lòng tràn ngập niềm hoan hỷ và tri ân sâu xa đối với Đức Phật và giáo pháp vi diệu của Ngài, tự cảm nhận đời mình thật hạnh phúc, quá hạnh phúc! Và cũng thật tuyệt vời khi nhận ra rằng chính mình và tất cả sinh loại nơi trần gian nầy đều bao hàm phẩm tính cao quý của Như Lai.[2] Nghĩa là, không riêng Đức Phật, mà tất cả mọi người đều có khả năng đạt được toàn giác, nếu tri kiến, tư duy, sống và nỗ lực thực hành đúng đắn theo con đường Ngài đã đi qua.

Người đã một lần sinh ra, đã một lần đi qua cõi nầy với bước chân trần trụi của một du sĩ không nhà. Dấu chân năm ấy đã phai nhòa đi theo gió bụi trần gian, nhưng âm hưởng còn dội mãi đến ngàn sau. Sinh ra như thế, là bất sinh; đi qua như thế, là bất diệt.

Bầu trời trong vắt khi nắng hạ đầu mùa trở nên vàng hanh, thúc đẩy mầm sống của những gì khô chết, làm bừng lên nhịp sống từ những ao hồ và cánh đồng rộ nở muôn sen. Sinh ra và lớn lên từ nơi sình lầy ấy, những sen hồng, sen trắng, sen vàng, sen xanh..., khi thời tiết nhân duyên đến, sẽ lần lượt mãn khai.

California, ngày 15 tháng 4 năm 2018

---

[2] Là một trong mười danh hiệu dùng để tôn xưng Đức Phật (Như Lai, Ứng Cúng, Chánh Biến Tri, Minh Hạnh Túc, Thiện Thệ, Thế Gian Giải, Vô Thượng Sĩ, Điều Ngự Trượng Phu, Thiên Nhân Sư, Phật-Thế Tôn).

Ký Ức Một Ngày Nhàn

Thư tòa soạn số 79, tháng 06.2018

Trời mù mù. Gió lành lạnh. Mây đen vần vũ nửa bầu trời phương đông. Đàn chim sẻ đã về lại trên cây sồi của nhà hàng xóm, ríu rít. Hương bạch đàn thỉnh thoảng quyện theo gió, mang về đây ký ức một thời tuổi trẻ trên vùng đất cằn cỗi quê hương...

Hương đồng nội ngan ngát mùi rơm rạ và mùi nắng khét lẹt giữa trưa hè đứng bóng. Ruộng nhà ai bông lúa trĩu hạt, đong đưa những cành vàng trước gió. Vài con cò trắng lêu nghêu bước qua thửa ruộng đã gặt mấy ngày trước, sục tìm cá tôm sót lại trong vũng sình lớp nhớp. Cây tràm khô, trơ trụi, vươn lên từ bờ ruộng, như một vị thần cô độc gàn bướng, thách thức phong vũ bốn mùa. Tiếng chim quốc kêu đâu đó trong những lùm bụi, nghe khắc khoải một nỗi gì thê lương, tê tái. Túp lều tranh, hai cửa sổ đan bằng nan tre mở ra hai hướng đông tây lộng gió. Người tuổi trẻ, sáng vác cuốc ra đồng; chiều khép cửa đọc sách; tối mài chí xung thiên dưới ánh đèn dầu lay lắt... Có khi trăng rạng một trời, cùng bằng hữu ôm đàn ca vang lời sông núi. Có khi giông bão ì ầm, một mình khóc tràn nỗi thương dân. Lên đường, hiên ngang bầu nhiệt huyết. Đôi bàn tay không, một ngòi bút thép. Ngang dọc đất trời chí nam nhi.

Rồi một sáng, xe cộ vào ra như mắc cửi. Loa phóng thanh rộn ràng, inh ỏi, gọi kêu. Những người cầm súng lăm le đi bắt những người tay không. Bá tánh xôn xao đi lễ đầu năm; hỏi thăm ai còn ai vắng. Chùa quê vẫn an hòa điểm tiếng chuông ngân. Rừng tràm xào xạc khua hương theo gió xuân. Và ruộng đồng chung quanh, vẫn ngát xanh màu mạ mới. Nơi thảo lư châm trà độc ẩm. Chờ đợi người trói người.

Rồi một năm, hai năm, ba năm, khi người tù trở về thôn xóm cũ, cây tràm đã bị đốn hạ, thảo am đã sụp đổ và đất ruộng bị chiếm dụng ngang nhiên bởi chủ mới. Dưới trăng, người trẻ tuổi một mình, trầm ngâm chuyện nước non. Trời kia rách nát, vẫn chưa người vá. Người xưa cảnh cũ hư hao. Đi qua một vùng biển dâu, mất trắng. Ngậm ngùi giấc tang bồng tan theo sương mai.

Rồi mười năm, hai mươi năm, ba mươi năm, những người năm cũ chia tay nhau, không lời. Có những mùa trăng đi qua vùng đất mới, ánh vàng không soi thấu hồn xưa. Có những đêm khuya tĩnh mịch, nhìn ra cửa sổ, thấy ánh đèn đường nhẫn nại dọi lối đi; và cây bạch đàn siêng năng khua cành theo gió. Đêm thinh lặng tưởng chừng làm bùng cả thính giác. Bỗng nhớ tiếng chim quốc thê thiết gọi hè về. Nao lòng ai một thuở. Tấc dạ quê hương ngỡ chỉ còn là hoài niệm, mơ hồ ẩn hiện trong những giấc mơ yên bình...

Sáng sớm một ngày vào hè, hương bạch đàn quyện theo gió. Người tuổi trẻ năm nao, nay là ông lão bạc phơ râu tóc, lúi húi đem thức ăn, nước uống cho bầy chim sẻ đang líu lo trên cây sồi của nhà người hàng xóm. Bình trà ban mai đã cạn. Tách cà phê nóng uống từ từ khi nắng lên cao. Một mình ngồi nhìn mây trắng bay. Ngày rằm sắp đến. Trời rạng một màu trăng, mà mắt mờ có thấy trăng đâu. Lui hui lau mắt kiếng trong đêm. Nhớ nước non xa vời.

California, ngày 24.5.2018

Thắp Nến Nguyện Cầu

Thư tòa soạn số 80, tháng 07.2018

Kể từ năm 1975, sau khi Cộng sản Bắc Việt toàn chiếm Miền Nam Việt Nam, hàng triệu người đã vượt biển, vượt biên, rời khỏi đất nước để mưu tìm tự do; và hàng chục triệu người khác đã phải ở lại để gánh chịu bao bất công, tủi nhục, nghèo đói, mất tất cả các quyền căn bản của con người trên chính quê hương của mình.

Sau 43 năm cai trị một cách độc tài dưới cái vỏ "cộng sản" lỗi thời, những đảng viên CSVN càng lúc càng lộ rõ ý đồ bán nước, buôn dân, sẵn sàng vì lợi ích cá nhân và đảng phái mà quay lưng với dân tộc.

Gần đây nhất, Đảng CSVN đã đưa ra một dự luật mà bất cứ ai đọc vào cũng hiểu ngay là một giấy phép chính thức mời gọi và mở đường cho ngoại bang Trung Quốc xâm thực, đồng hóa Việt Nam; đó là "Dự Luật Đơn vị Hành Chánh – Kinh Tế Đặc Biệt" với thời gian cho thuê đến 99 năm, biến 3 hải đảo Vân Đồn (tỉnh Quảng Ninh), Bắc Vân Phong (tỉnh Khánh Hòa) và Phú Quốc (tỉnh Kiên

Giang) trở thành nơi đón nhận di dân dễ dàng, và chắc chắn sẽ là nơi trú quân hợp pháp cho Quân đội CS Trung Quốc nhằm uy hiếp và thực hiện ý đồ xâm lăng nước ta trong tương lai. Dự luật nầy do Đảng CSVN chỉ thị Quốc Hội thông qua vào ngày 15/6/2018, nhưng vì sự phản ảnh, chống đối của hàng triệu con dân nước Việt khắp các tỉnh thành cũng như hải ngoại, Quốc Hội đã tạm hoãn việc biểu quyết thông qua dự luật cho đến tháng 10 năm nay.

Ngoài dự luật về "Đặc khu Kinh tế" (Special Economic Zone Bill) nói trên, Đảng CSVN còn đưa ra Luật An Ninh Mạng (Cybersecurity Law), nêu lý do nơi Điều 1 rằng để *"bảo vệ an ninh quốc gia và bảo đảm trật tự, an toàn xã hội trên không gian mạng;"* thực chất là nhằm kiểm soát, bịt miệng người dân, xâm phạm quyền tự do ngôn luận, tự do báo chí, tiếp cận thông tin, và quyền riêng tư của người dân được hiến định trong Hiến Pháp 2013, Chương II, Điều 25 và 21. Luật An Ninh Mạng không được phổ biến rộng rãi và cũng vì tính cách chuyên môn của ngành IT (Information Technology), quần chúng nhân dân đã không chú ý nhiều cho đến khi Quốc Hội thông qua vào ngày 10/6/2018, và sẽ có hiệu lực từ ngày 01/01/2019.

Tổ chức Phóng viên Không biên giới (RSB – Reporters Without Borders) nhận định rằng Luật An Ninh Mạng Việt Nam chỉ sao chép lại Luật An Ninh Mạng Trung Quốc vốn đã có hiệu lực từ tháng 6 năm 2017 tại quốc gia cộng sản "đàn anh" nói trên.

Trước nguy cơ đất nước bị xâm thực kinh tế, và đồng hóa văn hóa bởi Trung Quốc, cũng như trước nỗi thống khổ vô vàn của toàn dân dưới chế độ độc tài của Đảng CSVN, người con Phật không thể thụ động ngồi im để cho cái ác sinh sôi, áp đảo, khống chế sinh dân vô tội; vì vậy, được sự ủy nhiệm của Giáo Hội Phật Giáo Việt Nam Thống Nhất Hoa Kỳ), chúng tôi đứng ra tổ chức cuộc họp báo và thắp nến cầu nguyện hôm nay để,

Thứ nhất, cáo tri cùng thế giới hiểm họa xâm lăng của Trung Quốc đối với lãnh thổ, lãnh hải Việt Nam, bao gồm một phần biển Đông thuộc hải phận Việt Nam, để nhờ sự giúp đỡ, can thiệp bằng kinh tế, truyền thông, ngoại giao và chính trị của các chính phủ, các tổ chức quốc tế (NGOs), các công ty công nghệ thông tin;

Thứ hai, tạo cơ hội cho các tổ chức tôn giáo và đoàn thể người Việt tại Hoa Kỳ được ngồi lại với nhau để thảo luận và đề ra các phương án yểm trợ toàn dân chống lại dự luật "Đặc khu Kinh tế" và Luật An Ninh Mạng nhằm bảo vệ chủ quyền đất nước và quyền tự do căn bản của người dân trong chế độ CSVN;

Thứ ba, kêu gọi toàn thể con dân nước Việt trong và ngoài nước hãy mạnh dạn đứng lên, trong hoàn cảnh và điều kiện riêng của mình, bày tỏ lòng yêu nước và ý chí quật cường bảo vệ quê hương vốn hàm tàng trong máu huyết của con cháu Lạc Hồng.

Thứ tư, kêu gọi quý vị đại biểu Quốc Hội và chính phủ nước CHXHCNVN hãy thức tỉnh, ý thức trách nhiệm và lương tri của người Việt chân chính, đứng về phía nhân dân mà hủy bỏ hoàn toàn dự luật "Đặc khu Kinh tế" và thu hồi tức khắc Luật An Ninh Mạng để hộ quốc an dân;

Và cuối cùng, trong tư cách những người xuất gia theo Phật, chúng tôi xin nguyện trải lòng Từ Bi đến với tất cả, thành tâm thắp lên những ngọn nến Tỉnh Thức để nguyện cầu đất nước Việt Nam được yên bình thịnh trị, dân tộc Việt Nam thực sự được hạnh phúc, an vui.

Thành thật tri ân tất cả quý liệt vị.

(chấp bút thay cho Đại diện Giáo Hội Phật Giáo Việt Nam Thống Nhất Hoa Kỳ, đọc trong Buổi Họp Báo và Thắp Nến Nguyện Cầu Hủy Bỏ Dự Luật Đặc Khu Kinh Tế và Thu Hồi Luật An Ninh Mạng tại Chùa Bát Nhã, Santa Ana, California, Hoa Kỳ, ngày 29.6.2018)

Cha Mẹ Dân

Thư tòa soạn số 81, tháng 08.2018

Vào tháng 10, mùa đông, nhằm tiết đại hàn, giá lạnh, vua Lý Thánh Tông (1023 – 1072) nói với các quan hầu cận rằng: "Trẫm ở trong cung, sưởi than xương thú, mặc áo lông chồn còn rét thế này, nghĩ đến người tù bị giam trong ngục, khổ sở về gông cùm, chưa rõ ngay gian, ăn không no bụng, mặc không kín thân, khốn khổ vì gió rét, hoặc có kẻ chết không đáng tội, trẫm rất thương xót. Vậy lệnh cho Hữu ty phát chăn chiếu, và cấp cơm ăn ngày hai bữa."[1]

Một lần khác, "Mùa hạ, tháng 4, vua ngự ở điện Thiên Khánh xử kiện. Khi ấy công chúa Động Thiên đứng hầu bên cạnh, vua chỉ vào công chúa, bảo ngục lại rằng: 'Ta yêu con ta cũng như lòng ta làm cha mẹ dân. Dân không hiểu biết mà mắc vào hình pháp, trẫm rất thương xót, từ nay về sau, không cứ gì tội nặng hay nhẹ đều nhất luật khoan giảm'."

Ở nơi chốn an ổn, ấm cúng mà chợt chạnh lòng nghĩ đến người

---

[1] *Đại Việt Sử Ký Toàn Thư*, Bản Kỷ Toàn Thư, Quyển 3.

đói rét trong ngục thất; cùng con gái chứng kiến việc xử kiện mà động lòng thương tưởng tội nhân.

Cả hai trường hợp trên, được ghi vắn tắt trong Đại Việt Sử Ký Toàn Thư theo lối biên niên,[2] đều liên quan đến tội nhân, tù nhân. Xem ra, sử chỉ ghi sự quan tâm của nhà vua đối với tội nhân, tù nhân; nhưng nên hiểu lòng vua đối với dân cũng như thế. Nghĩa là vua cũng đặt lòng thương của mình đối với dân như cha mẹ đối với con cái, như quan niệm "dân chi phụ mẫu" (cha mẹ của dân)[3] được nói đến trong Kinh Thi.[4]

Quan niệm vua/quan là cha mẹ của dân, ngay từ thời Mạnh Tử (372 – 289 trước Tây lịch), đã đổi khác, với chủ trương "dân vi quý, xã tắc thứ chi, quân vi khinh." [5] Thực ra, triết học chính trị và lãnh đạo Tây phương và Đông phương từ ngàn xưa đã xem dân là chủ nhân ông của đất nước; vua/quan là công bộc của dân (servant of the people). Lãnh đạo có mặt để phục vụ quần chúng chứ không phải để được quần chúng phục vụ. Dù vậy, tư tưởng "dân chủ"

---

[2] Ghi chép sơ lược các sự kiện hay biến cố xảy ra từng năm, gom thành biên niên sử từng thập kỷ, thế kỷ, thiên kỷ.

[3] Quan niệm của Nho gia ngày xưa, xem vua là cha mẹ của dân; các quan chức lớn nhỏ cũng theo đó mà tự đặt mình vào ngôi bậc cha mẹ để chăm sóc, cai trị dân như cha mẹ chăm nom con cái. *"Kinh Thi nói: "Vui thay người quân tử, là cha mẹ của dân." Điều gì dân thích, thì mình thích, điều gì dân ghét, thì mình ghét. Như vậy thì gọi là cha mẹ dân."* (Thi. Tiểu nhã. Nam Sơn hữu đài, chương 2, câu 3-4)." Trích lại từ *Đại Học*, phần Bình Thiên Hạ, do Tăng Tử (tức Tăng Sâm, 505 - 435 trước Tây lịch) truyền lại.

[4] *Kinh Thi* là một trong *Ngũ Kinh*, 5 kinh điển nền tảng cho học thuyết Nho giáo (gồm *Kinh Thi, Kinh Thư, Kinh Lễ, Kinh Dịch, Kinh Xuân Thu*), tương truyền là do Khổng Tử biên soạn.

[5] Dân là quý nhất, thứ đến là xã tắc, sau cùng mới là vua. Mạnh Tử (372 – 289 trước Tây lịch) được xem là người kế thừa học thuyết của Khổng Tử (551 – 479 trước Tây lịch).

nẩy, trớ trêu thay, dường như chỉ mới được đón nhận về mặt lý thuyết (và khẩu hiệu) tại Việt Nam trễ tràng vào thế kỷ 19, 20. Thực tế cho thấy, quan chức thời nay, dưới chế độ độc đảng luôn miệng lên án sự bất minh và độc tài của các chế độ vua chúa thời xưa, đã công khai tự nhận mình là "cha mẹ của dân," theo cái nghĩa là có quyền đè đầu cưỡi cổ người dân, định đoạt mọi thứ cho đời sống của nhân dân. Người dân Việt Nam cho đến thời đại văn minh tân tiến ngày nay—thời đại mà các tiêu đề "tự do, dân chủ" luôn được rêu rao nhắc đến trên từng bảng hiệu và giấy tờ hành chánh—vẫn chưa từng được quý trọng, thương yêu bởi những người "công bộc" hay "đầy tớ." Theo cách ấy, quan chức lãnh đạo ngày nay làm cha mẹ thì là cha mẹ vô tâm, thiếu trách nhiệm với con cái; còn làm đầy tớ thì cũng là đầy tớ phản phúc, vô luân.

Làm thế nào mà một vị vua được cả nước tôn quý, đứng trên thiên hạ, ở nơi cung vàng điện ngọc mà vẫn xót thương, tưởng nghĩ đến tù nhân và dân đen? Có khi nào những người lãnh đạo ngày nay dành một phút nhìn thẳng vào thực trạng thống khổ của nhân dân, thay vì chỉ lo tìm cách trấn áp, bỏ tù người dân có ý kiến trái ngược với mình? Có thể nào lãnh đạo ngày nay dừng lại một phút, bớt nói bớt luận bàn, bớt tìm kế sách bảo vệ đảng phái và ngôi vị của mình, để lắng nghe tiếng nói trung thực và tiếng kêu đau thương của người dân?

Vua Lý Thánh Tông sở dĩ có tiếng là vị vua nhân đức, thành công trong việc trị quốc an dân, là nhờ lòng thương chân thành đối với con cái, cũng như đối với con dân[6]. Lòng thương không hề là điểm

---

⁶ Hãy đọc thêm nhận xét của sử gia Ngô Sĩ Liên viết về vua Lý Thánh Tông: *"Xót thương vì hình ngục, nhân từ với nhân dân, là việc đầu tiên của vương chính. Thánh Tông lo tù nhân trong ngục hoặc có kẻ vô tội mà chết vì*

yếu của một chế độ, một chính thể. Lòng thương không làm nhu nhược, yếu hèn đi dũng khí của trượng phu; ngược lại, có thể làm chất liệu hàn gắn những vụn vỡ, phân ly, tạo sức mạnh hòa hợp, đoàn kết trong toàn dân. Bằng chứng là trong thời gian 18 năm tại vị, ông vua nhân từ Lý Thánh Tông đã đánh Tống, bình Chiêm, với những chiến công lẫy lừng khiến quân Tống không còn dám xâm lấn Đại Việt, và vua Chiêm phải đầu hàng, triều cống cả ba Châu (Địa Lý, Ma Linh và Bố Chính – ngày nay là một số các huyện thuộc tỉnh Quảng Bình, Quảng Trị).

Chuyện người xưa làm, không khó: cha mẹ thì phải ra cha mẹ, công bộc thì phải ra công bộc. Thương dân như con đẻ thì phải làm tất cả cho dân, vì dân; chứ không phải chỉ thương nơi cửa miệng hay khẩu hiệu. Đối với gia đình, cha mẹ ngoài trách nhiệm chăm sóc, nuôi dưỡng, còn phải biết lắng nghe, nhận biết sở trường, sở đoản, cảm nghĩ, lý tưởng và quan niệm sống của con; và trên tất cả, phải thương yêu con. Không có thương yêu thì cha mẹ không còn là cha mẹ.

Lãnh đạo có lẽ không cần phải học đòi chiêu thuật chính trị nào để an dân, mà chỉ cần nuôi lớn và biểu hiện lòng thương của cha mẹ, thành thực hướng về muôn dân. Cha mẹ sinh dưỡng con cái không phải để được con cái phụng sự, mà chính là để yêu thương,

---

đói rét, cấp cho chiếu chăn ăn uống để nuôi sống, lo quan lại giữ việc hình ngục hoặc có kẻ vì nhà nghèo mà nhận tiền đút lót, cấp thêm cho tiền bổng và thức ăn để nhà được giàu đủ. Lo dân thiếu ăn thì xuống chiếu khuyến nông, gặp năm đại hạn thì ban lệnh chẩn cấp người nghèo, trước sau một lòng, đều là thành thực. Huống chi lại tôn sùng đạo học, định rõ chế độ, văn sự thi hành mau chóng bên trong; phía nam bình Chiêm; phía bắc đánh Tống, uy vũ biểu dương hiển hách bên ngoài." (Đại Việt Sử Ký Toàn Thư, Quyển 3) chăm sóc bằng cả lòng thương và trách nhiệm trọn đời của mình. Không thể làm cha mẹ của dân được thì hãy cúi mình làm công bộc, làm con cháu, tận tụy phụng dưỡng nhân dân như chính cha mẹ của mình.

Ý tưởng nầy không có gì mới; nhưng cũng chẳng bao giờ lỗi thời trong việc hộ quốc an dân, nhất là trong giai đoạn cùng khốn nguy vong của đất nước.

California, ngày 19 tháng 7 năm 2018.

Gió Mới Đầu Thu

Thư tòa soạn số 82, tháng 09.2018

Những ngày cuối hạ oi bức, không làn gió thoảng. Cây cối trơ ra như những tượng đá trong vườn thần chết. Mọi thứ như dừng đứng để chờ đợi một phép lạ. Tuần trước, rừng ở quận hạt lân cận bị cháy suốt mấy ngày khiến bầu trời mù mịt khói đen, nắng không xuyên qua được, chỉ ửng lên cả một vùng trời màu vàng nghệ lạ thường. Nay thì trời trong không một gợn mây. Bầy quạ đen lại tranh nhau miếng mồi nào đó, kêu quang quác đầu hè. Rồi im. Bầy chim sẻ đi đâu mất dạng gần một tháng hè gay gắt nắng. Bất chợt, có con bướm cánh nâu lạc vào khu vườn nhỏ. Và gió từ đâu rung nhẹ những nhánh ngọc lan đang lác đác khai hoa, thoảng đưa hương ngát hiên nhà. Phép lạ đã đến. Gió đầu thu.

Dục vọng là một bản năng, đến với chúng ta từ khi chào đời, và được nuôi dưỡng theo ngày tháng với sự khích lệ (nhẹ nhàng hay mạnh mẽ, vô tình hay cố ý) của gia đình, học đường, xã hội. Dục vọng, biểu hiện rõ rệt qua cảm giác và tư tưởng, luôn có đối tượng của nó. Đối tượng có khi chỉ là cái bánh, viên kẹo, đem lại cảm giác vui thích nho nhỏ; có khi là món quà sinh nhật hay quà Tết với áo quần mới; có khi là bằng cấp, việc làm có lương cao; có khi là nữ trang, hột xoàn của ngày đính hôn, ngày cưới; có khi là sắc đẹp, tài năng, nhà cửa, tài sản, v.v... và hơn thế nữa, là danh vọng cao sang, quyền bính tột bực trong xã hội, quốc gia. Dục vọng không bao giờ thỏa mãn với đối tượng mà nó nhắm đến. Nó luôn nhàm chán, và muốn vượt qua đối tượng, mưu tìm một đối tượng khác cao hơn, mang cảm giác mạnh hơn. Và tiến trình mưu cầu sẽ là con đường dài truân chuyên, khổ ải xuyên qua cuộc đời trăm năm (có khi là nhiều đời kiếp khác ở tương lai), không biết đâu là chỗ dừng lại.

Tiện nghi vật chất càng tăng trưởng, dục vọng càng được thúc đẩy cho những cuộc săn lùng mới, đầy kích thích và thú vị. Thế giới vì vậy, càng lúc càng trở nên hỗn loạn, bất an, bất toàn.

Thảng hoặc một lúc nào đó, gã cùng tử mệt mỏi, dừng chân, không muốn tìm kiếm nữa; khát vọng trong hắn vẫn thúc đẩy một cuộc kiếm tìm ở cung bậc cao hơn, nhẹ nhàng, thánh thiện hơn, chẳng hạn một đời sống xả ly, tiết dục, giảm thiểu nhu cầu vật chất. Nhưng đó cũng chỉ là mặt ngoài, là vỏ bọc của một quả cầu lửa—trái đất—mà hắn đang đứng bên trên một cách bình an mỗi ngày. Nếp sống xả kỷ và sự tuân thủ giới luật, vẫn chỉ là hình thức, không thể dập tắt được sự âm ỉ hay hừng hực của lửa dục.

Theo triết lý nhà Phật, vấn đề là phải nhận chân được căn nguyên của dục vọng, chứ không phải là tìm cách dập tắt nó hoặc dẹp bỏ những đối tượng. Một khi nhìn ra được nó một cách rõ ràng, chân xác, nó sẽ không còn sai xử chúng ta truy tìm, chạy đuổi theo những đối tượng, ảo tượng.

Căn nguyên của dục vọng là gì?

Khi một người chỉ biết vơ vét, tích lũy, dành dụm của cải tài sản, không biết ban phát hiến tặng một tí gì cho đời: hắn đang bị cột trói bởi một chủ nhân.

Khi một người luôn tự cao, tự đại, tự tôn, kiêu kỳ, ngạo mạn, nghĩ mình là hàng thượng đẳng, nghĩ mình là trung tâm, mọi người phải tuân phục: hắn đang bị cầm đầu bởi một chủ nhân.

Khi một người luôn tự ái, nóng giận, hận thù và thường xuyên bị tác động bởi những tiếng khen-chê: hắn đang bị điều khiển bởi một chủ nhân.

Khi một người luôn cho mình là bậc trí tuệ, sáng suốt không ai bằng, chỉ có mình mới có khả năng giải quyết được vấn đề của cuộc đời: hắn đang bị bịt mắt bởi một chủ nhân.

Chủ nhân của hắn là ai?

Con chó được người hàng xóm dắt đi dạo, ngang qua nhà người khác, chõ mõm sủa người chủ nhà.

Con quạ giành được miếng ăn, hăm hở mổ, ngấu nghiến nuốt trọng, rồi bay đậu trên nóc nhà, ngoái cổ nhìn qua nhìn lại; kêu lên một tiếng khô khan, ý chừng đã thỏa mãn.

Báo chí nói rừng bị cháy lan suốt cả tuần là do một người bệnh hoang tưởng nổi lửa đốt. Hàng chục ngàn người được lệnh chuẩn bị di tản. Hàng trăm ngôi nhà bị cháy, hàng trăm ngàn mẫu rừng bị thiêu rụi. Nhưng ngôi nhà của người bệnh nầy an toàn, không hề hấn gì.

Ban trưa, bầy chim sẻ bỗng từ đâu quay về, lùng sục thức ăn khắp vườn sau, không thấy gì, réo nhau bay đi, để lại một sân ngập nắng.

Con bướm cánh nâu nhẹ nhàng nhịp cánh, nhởn nhơ, vờn trên

những nụ hoa thơm ngát.

Có phép lạ nào đâu! Gió đầu thu hôm nay không giống gió đầu thu năm trước, nhưng cũng là gió, không gì mới; chỉ là sự lặp lại của một vận hành thời tiết.

Con người trong thế giới hiện đại cũng chẳng làm nên phép lạ gì, chẳng làm thêm trò gì mới trong cuộc mộng nhân sinh ngoài việc sáng chế và phát triển những tiện nghi đời thường, sao cho thỏa mãn những thị hiếu tham lam của mọi người. Đối tượng thì có mới, có đổi thay, nhưng bản chất của dục vọng chưa hề thay đổi.

Không chuồn chuồn bay, nhưng biết, *gió heo may đã về*[*], rồi sẽ có lá vàng rụng khắp nơi cho một mùa thu mới.

California, ngày 25 tháng 8 năm 2018
(ngày Rằm tháng Bảy, Vu Lan)

---

[*] Lời của nhạc sĩ Trịnh Công Sơn trong ca khúc *"Nhìn những mùa thu đi."*

Lá Thu Rơi

Thư tòa soạn số 83, tháng 10.2018

Từ non cao, những đợt lá vàng cuốn theo gió, rơi theo dòng suối, trôi giạt xuống con sông nhỏ trong làng; rồi từng nhóm lá xuôi dòng, tấp vào bờ này hay bờ kia. Đôi khi cũng có vài chiếc lá đơn chiếc, chẳng tụ bên nhau, không ghé nơi đâu, trôi thẳng ra biển lớn.

Khi chú tiểu dừng chổi, ngồi nghỉ nơi bậc cấp dẫn lên chánh điện, gió se sắt thổi qua sân, lạnh run những chiếc lá vàng. Có khi lá cuốn theo làn gió xoáy, quấn quýt nhảy múa với nhau trong những thoáng phù du chóng vánh. Chú tiểu vô tư lự, ngồi nhìn lá bay, rồi ngước nhìn mây xám trên bầu trời nắng nhạt.

Khi cô lái đò đưa người qua sông, những chiếc lá khô tấp gần bờ, bị xoắn vào vũng xoáy của mái chèo, có chiếc bị đẩy sâu xuống nước, có chiếc được đẩy lui phía sau, lặng lờ trên mặt nước bạc. Nhịp chèo tiếp tục đẩy-đưa, lên-xuống. Người vượt bờ mấy phen. Đò qua sông bao chuyến. Con nước vô tình xô giạt những lá khô. Thời gian như dòng sông, không bao giờ ngưng đọng.

Khi người tiều phu gom củi khô bên bờ suối, những con sóc tung tăng rượt đuổi nhau khua tiếng lào xào trên thảm lá vàng; con hươu đang thong thả uống nước, ngẩng đầu ơ hờ nhìn lên. Gót giày nặng trịch của tiều phu, nghiền trên bao xác lá. Lá khô nơi đây, chừng như chỉ nằm im, lặng lẽ, chờ ngày mục rữa cho phì nhiêu đất rừng.

Khi người quét đường cào dồn những lá khô rụng ngày hôm trước, gió thu tiếp tục thổi qua công viên làm rụng thêm những lá vừa héo úa sáng nay. Công viên sạch sẽ, hiếm khi có người xả rác. Lá vàng khô rụng chính là rác. Cây vô tình buông lá, lá vô tình rời cây, chẳng muốn nhọc lòng ai quét dọn. Người phu quét đường im lặng làm việc; thỉnh thoảng hát nho nhỏ một khúc nhạc không tên.

Khi những người đánh cá nơi bãi biển kéo lưới vào bờ, cũng có vài chiếc lá và gỗ mục chen lẫn với những con cá lớn, cá nhỏ đang vùng vẫy. Nỗi chết, niềm sợ hãi, bản năng sống còn và ước vọng tự do, cùng hiện diện trong một mẻ lưới.

Cuộc đời cũng gom tất cả vào trong một mảng lưới lớn, trong đó, tất cả chúng ta, con người, con vật, cỏ cây hoa lá, núi rừng, ao hồ, sông suối, đại dương, gió và lửa... đều bình đẳng trong vũ điệu vô thường.

Đừng nói nhiều.

Im lặng. Quan sát. Lắng nghe.

Sắc lá đổi thay trong từng thoáng chốc. Xanh, vàng, cam, đỏ... một sớm một chiều, chẳng biết khi nào là khởi điểm cho tiến trình biến hoại, dù thu đến thì vàng ngập cả núi đồi.

Tiếng lá khô cựa mình khi thu về phả hơi lạnh trên những nhánh cây.

Đàng sau những âm, thanh và tiếng vọng, là tịch mịch.

Đàng sau tịch mịch là một cõi gì mênh mang, vắng bặt cảm giác, tư tưởng, nhận thức; vắng bặt cả hư không.

Chú tiểu quét lá bao năm, nay là vị sư già ẩn tích nơi am vắng. Tiếp tục quét lá, lắng nghe. Không có chi phải vội vã khi lá vàng mãi rơi. Gác chổi, nghỉ ngơi bên thềm, hồn nhiên ngước nhìn trời cao mây trắng.

California, ngày 24 tháng 9 năm 2018
(Rằm tháng 8, Trung Thu)

Nhẹ Như Mây

Thư tòa soạn số 84, tháng 11.2018

Bão mạnh và sóng thần ở châu Á khiến hàng ngàn người thiệt mạng, hàng ngàn người mất tích; tàn phá nhà cửa, tài sản công và tư, thiệt hại vô kể. Bão lớn quét qua miền Đông và Đông nam nước Mỹ cũng lấy đi mạng sống của ba mươi người và hàng ngàn người còn mất tích... Hàng trăm ngàn người vẫn còn phải chịu đựng sự lụt lội, mất điện, lạnh giá, thiếu nước uống. Trong khi đó, gió Santa Ana như mọi năm đã thổi về, mang hơi nóng hầm hập sau cơn mưa rỉ rả một ngày một đêm của miền Tây nam. Lá thu cuốn theo gió, tràn ra đường nhựa, chạy đuổi theo xe cộ ngược xuôi. Những hàng dây điện giăng mắc qua các phố nhỏ lung lay như đưa võng dưới cơn nắng vàng hanh. Có mùi gì khét lẹt như khói xăng hay tro ẩm của nạn cháy rừng tháng trước, còn phảng phất trong không khí của ngày vào thu. Trời vẫn vũ mây xám. Phố chợ vẫn tấp nập những người là người. Các bích chương quảng cáo bầu cử với tên ứng viên rất lớn và nổi bật, trưng đẩy ở các góc đường.

Trong cái xôn xao của những cuộc đấu tranh, biểu tình, chống đối, ủng hộ, người nào cũng cố gắng bày tỏ tối đa quan điểm của mình, cho cách nghĩ cách sống của mình mới là đúng. Thường thì sự bày tỏ đơn độc được cổ vũ bởi đám đông, dễ tiến đến cực đoan; mà cũng có thể từ sự cực đoan của một vài cá nhân đã tác động lên hành động và lời nói của quần chúng. Xét cho cùng, chẳng có cái cực đoan nào gọi là hay, là tốt. Đàng sau, bên dưới những nhãn hiệu và danh xưng tốt đẹp, vẫn chỉ là mặt thực của tham vọng cá nhân—lại thường vay mượn, núp bóng cái dù tập thể.

Từ sinh hoạt quốc gia, chính trị đảng phái, cho đến cả tôn giáo (với nhiều tai tiếng chấn động niềm tin của tín đồ), người ta càng nhìn rõ mặt trái của lòng tham, của bản ngã. Có người rời bỏ những nhãn hiệu với thái độ hoặc lời nói công kích. Có người lặng lẽ rút lui, tìm về nơi ở ngoài những thị-phi, thiên kiến. Có người cố gắng nán lại, tìm cách điều chỉnh thực trạng, sao cho giữ được chính danh.

Nhưng *danh* thế nào mới là *chính*? Cái danh mà không phản ảnh đúng cái thực thì danh đó chỉ là danh suông, sáo rỗng. Có cần hô hào lớn tiếng để bảo vệ một cái danh rỗng tuếch hay không? Thực chất đã mục ruỗng thì không cái danh nào có thể cứu vãn sự sụp đổ của một tập thể đã từng một thời vang bóng. Một tập thể mà đa phần là những người hủ bại, háo danh, tham quyền cố vị, thì sự có mặt của thiểu số chỉ là để tiếp sức cho sự tồn tại của một con thuyền mục rã, chệch hướng.

Nói theo ngôn ngữ nhà thiền thì danh của lão tăng cũng là giả danh. Nhưng nói theo thông tục thì lão tăng đúng là một danh tăng đạo hạnh, đã làm thật nhiều việc: xây dựng tăng trưởng, phiên dịch, trước tác, giảng dạy, đào tạo nhiều thế hệ tăng ni và phật-tử. Điều kỳ lạ là khi tiếp xúc ông, người ta thấy dường như ông chưa từng làm gì cả. Nơi ông không toát ra hào quang của một người nổi tiếng hay một người đã từng đóng góp rất nhiều cho đạo, cho đời. Phong vận từ bi của ông trùm lấp tất cả những ý niệm phân biệt, đánh giá của người đối diện.

Mùa hè năm nay, lão tăng từ quê nhà qua thăm. Mượn một thiền đường nơi thị tứ làm chỗ tương ngộ một văn nhân. Cả hai đều *"văn kỳ thanh, bất kiến kỳ hình."* Lão tăng có bệnh nan y, có lẽ là không chữa được nữa; chỉ mượn dịp đi xa để từ giã những người hữu duyên. Văn nhân thì có tâm bệnh—cái bệnh là hay bất mãn, bất phục, có lẽ cũng khó chữa. Nơi thiền đường, lão tăng nhờ thiền chủ đặt sẵn hai ghế dựa song song, quay mặt về hướng tôn tượng Đức Phật Thích Ca; không có bàn ghế nào khác trước mặt, nên khoảng cách từ chỗ này với bàn thờ Phật là một khoảng không gian rộng, trống. Văn nhân bước vào, xá Phật rồi quay sang bái lão tăng. Từ tăng phòng, lão tăng cũng vừa mới bước vào chánh điện, chắp tay đáp lễ, chờ văn nhân bước đến, mời ngồi nơi ghế còn lại. Từ vị trí này, cả hai cùng nhìn về một hướng. Im lặng khá lâu như thể cuộc hội ngộ chỉ là để dùng tâm mà nghe tâm. Văn nhân ký tặng hơn mười tác phẩm mà lão tăng yêu cầu để đem về cho thư viện ở quê nhà. Câu chuyện ở tù, bị biệt giam trong tác phẩm ấy có thực không, hay chỉ là hư cấu. Dạ, có thực; nhưng chỉ thực một phần thôi, không phải tất cả là thực. Lão tăng gật gù. Một chặp, lão tăng đặt bàn tay ấm lên lưng bàn tay văn nhân, vỗ về. Cố gắng, cố gắng nha. Vào đời hành đạo không dễ đâu.

Bằng đi gần nửa năm. Rồi một sáng sớm, nghe tin lão tăng viên tịch. Nhớ lại cuộc tương ngộ đầu tiên và cũng là cuối cùng của hôm ấy, chợt sa lệ. Trong nhập nhòa nước mắt và tâm tưởng, chỉ nhớ hình bóng một lão tăng đôn hậu, hiền lành, nói năng nhỏ nhẹ, ngôn ngữ bình dân, và đặc biệt là nơi nhân cách ấy, tất cả các danh xưng, nhãn hiệu, chức vị, đều không thể bám vào.

Theo dõi tang lễ qua một đoạn phim quay trực tiếp đăng lên mạng, chỉ thấy một kim quan bằng gỗ đơn giản, màu nâu, được mười mấy đệ tử tục gia mặc áo tràng lam khiêng. Có lẽ kim quan cũng nhẹ như tâm thái của lão tăng khi còn sinh tiền; chỉ là vì phải đặt trên một giàn gỗ kềnh càng, nên nặng. Tăng nhân mấy trăm vị đưa tiễn kim quan đến lò thiêu. Nghi lễ đơn giản. Tiếng niệm Phật vang đều cho đến khi kim quan được đặt gọn vào hầm lò thiêu. Từ phương ngoại, văn nhân tĩnh tọa nơi bàn viết, chắp tay cung kính tiễn biệt. Có một vầng mây trắng, nhẹ nhàng bay cao.

California, ngày 19 tháng 10 năm 2018

Buông Xả

Thư tòa soạn số 85, tháng 12.2018

Những ngày tháng cuối năm đối với tuổi thơ, thiếu niên, và ngay cả những người thanh niên tuổi trẻ, thường là giai đoạn kìm nén cảm xúc, cố gắng hoàn thành bài học ở trường, công việc ở sở, để rồi sẽ được bùng vỡ ra với những ngày vui đầu năm. Dường như ở trước mắt, hay ngày mai, chỉ có những trò vui chờ đợi. Quá khứ và hiện tại không là gì cả. Giấc mơ tuổi trẻ là thế, là tương lai. Có khi hăm hở phóng cái nhìn quá xa về tương lai mà quên đi thực tế hiện tiền. Niềm đau, nỗi khổ, thất vọng, tuyệt vọng của người tuổi trẻ trong cuộc sống thường khi bắt nguồn từ những ước mơ xa vời.

Người trung niên tương đối có thể quân bình được giữa ước mơ và hiện thực. Kinh qua những va chạm với con người và xã hội, trải nghiệm sự thất bại hay thành công, họ nhìn sự việc thực tế, cẩn thận hơn, kéo những giấc mơ về gần với thực tại, hoặc từ thực tại, xây dựng từng bước dè dặt hướng về tương lai. Đời sống ổn định, vững chắc khi biết kết hợp, sắp xếp hài hòa quá khứ, hiện tại và tương lai.

Đối với người lão niên, hiện tại là những ngày tháng lặng lờ, mệt mỏi, không muốn làm gì cả; và tương lai là một chuỗi thời gian mong manh, mà sức lực cũng không còn nhiều để sống hăng say sôi nổi như thời trẻ. Những mộng ước cao vời đã dần lắng xuống. Tương lai của đời này là một khoảng thời gian rất ngắn, chỉ hy vọng tương lai của đời sau, nếu có, sẽ mở ra một chương hồi trường thiên đầy hứa hẹn. Tương lai ấy rất gần, nhưng có khi cũng rất mơ hồ vì chẳng thể nào thấy trước được những gì đàng sau kiếp sống. Thế nên, cái gần nhất của người lão niên lại chính là quá khứ, là những gì họ đã thực sự nếm trải. Quá khứ ấy, có khi là chuỗi dài buồn đau, có khi là một thời vàng son mà giờ nhìn lại với nhiều hối tiếc.

Người học đạo, hành đạo, không để bị rơi vào tâm cảnh hối tiếc quá khứ hay vọng tưởng tương lai. Hạnh phúc chỉ có thể hiển hiện ngay nơi thực tại hiện tiền. Nhưng hạnh phúc thực sự không phải là thứ hạnh phúc có được tất cả, mà chính là buông được tất cả. Người nào không buông được tất cả sẽ không bao giờ nếm được hương vị của tịch nhiên, giải thoát.

Không buông xả được có nghĩa là vẫn ôm mấy chục năm quá khứ, thậm chí vô số đời kiếp quá khứ, để dợm chân từ hiện tại bước vào tương lai.

Quá khứ ấy có gì mà nuối tiếc không buông bỏ được? Trí năng, sắc đẹp ư? — Trí đã cùn lụt lú lẫn, thân cũng hao mòn rã rượi, còn gì mà níu kéo! Danh vọng ư? — Thứ này, người bình thường của thế gian vào một lúc nào đó cũng bỏ được nhẹ nhàng không lẽ người học đạo vẫn còn ôm theo? Danh có được là nhờ đức hạnh và tài năng đã cống hiến cho đời, cho người. Nhưng nhìn sâu từ hiện tượng đến bản chất, danh cũng chỉ là một thứ vay mượn của quá khứ, là dấu vết của tự ngã đi ngang cuộc đời. Danh vô hình, nhưng rất nặng, bởi đối với người vô minh mê chấp, danh chính là ngã. Không buông được danh, tức không phá được ngã.

Bậc đại trí, đại hạnh, không hẳn phải là kẻ thông minh, làm được nhiều việc lành, danh tiếng lẫy lừng vang xa; có khi chỉ là một người bình thường, dung dị, vô danh, làm tất cả việc mà tâm không vướng mắc, đi qua cuộc đời như lữ khách vãng lai, như thiên nga bỏ lại ao hồ[*].

Tâm không trú nơi quá khứ, hiện tại hay tương lai; tâm vượt khỏi ba thời gian, vượt khỏi cái sát-na và nơi chốn hiện tiền; vắng lặng trong veo như băng tuyết; an nhiên tịch tĩnh như hư không; hành tất cả hạnh, buông tất cả hạnh, mà không thấy có kẻ hành, không thấy có kẻ buông. Tâm hành như thế, không có sự lượng giá xếp hạng nào của trần gian chạm đến được.

California, ngày 30 tháng 11 năm 2018

---

[*] *"Kẻ dũng mãnh chánh niệm, tâm không ưa thích tại gia; ví như con thiên nga, khi bay đi, đã bỏ lại ao hồ không chút nhớ tiếc."* (Kinh Pháp Cú, phẩm A La Hán, câu 91)

Xuân Như Ý

Thư tòa soạn số 86, tháng 01.2019

Hỏa hoạn qua đi, để lại vết tích hoang tàn của hàng trăm nghìn mẫu cây rừng, nhà cửa, cơ sở thương mại, và niềm đau mất mát của hàng nghìn gia đình ở miền tây. Trong khi đó, bão tuyết đã phủ trùm một vài tiểu bang miền đông, hàng trăm nghìn gia cư mất điện, hơn một nghìn chuyến bay bị hủy bỏ.

Thiên tai và nhân họa như luôn chờ chực để phá hủy, cướp đoạt những gì con người gầy dựng bằng trí tuệ, tài sản, công sức và thời gian của họ. Sự thành tựu nơi đây có thể là hiểm họa ở nơi kia, và ngược lại.

Khi ngọn gió vô thường thổi qua, núi biếc nghìn năm cũng phủ màu rêu khói. Người và sông, không thể cùng là người và sông của giây phút trước[1]. Không kỵ sĩ nào có thể ngồi mãi trên lưng ngựa;

---

[1] Ý của Heraclitus, triết gia Hy lạp thế kỷ thứ 5-6 trước Tây lịch:*"You could not step twice into the same river…"* (Bạn không thể bước qua hai lần trong cùng một dòng sông).

cũng không vó ngựa nào rong ruổi mãi trên đồng hoang.

Thế rồi, từ hoàn cảnh bất lực không thể hiểu, không thể giải đáp về sự bất công, đau khổ trong đời sống, người ta đi cầu cạnh kẻ trên; không được thì khấn vái đến thần linh. Danh vọng chưa có, cầu cho có; đã có, cầu cho nổi thêm. Phú quý chưa có, cầu cho có; đã có, cầu cho ngày càng tăng hơn... Ai cũng mong được một thứ gì đó tốt đẹp hơn hiện trạng.

Rồi khi năm hết Tết đến, khi muôn hoa mãn khai, không khí phong quang của ngày xuân làm người ta náo nức, vui tươi, kỳ vọng một vận hội mới, người người chúc mừng nhau: vạn sự như ý!

Vạn sự như ý—nói cho văn vẻ cái ý "muốn chi được nấy"—là một giấc mơ không bao giờ trở thành hiện thực, nhưng người ta vẫn cứ chúc tụng nhau mỗi khi xuân về.

Làm thế nào mà mọi điều mong ước (vạn sự) của một người có thể thành tựu trong năm mới, hay trong một đời!

Làm thế nào mà mọi điều mong cầu của nhân loại trên toàn cầu có thể thành tựu trong một đời, thậm chí chỉ trong một năm mới đang đến!

Chỉ một vài ước vọng thôi, mong được như ý, đã là khó, huống chi "vạn sự" đều được thỏa đáng, vừa lòng! Mà nếu mười ngàn cái muốn của một người đều được đáp ứng, hẳn phải có mười ngàn người khác chịu thiệt thòi ít nhiều theo luật bù trừ.

Một gian thương chuyên lách thuế, lường gạt khách hàng mà muôn sự mong cầu đều được như ý thì sẽ làm khó, làm khổ cho bao nhiêu người khác!

Nhà lãnh đạo vô nhân, thất đức, nhũng lạm của công, hối mại quyền thế, đã là một đại họa cho dân cho nước rồi, không lẽ còn cầu chúc "muốn chi được nấy" cho thỏa lòng tham của kẻ độc tài!

Cho nên, cảnh giới mà tất cả mọi người đều được vạn sự như ý là cảnh giới hoang tưởng. Ước mơ mọi người đều được vạn sự như ý là ước mơ không tưởng.

Bản chất của cuộc đời là vô thường, bất định, vì vậy, con người đứng trong trời đất, thường là sẽ bất như ý. Không thể tìm cầu sự như ý tuyệt đối.

Xét cho cùng, chỉ nên hiểu đơn giản: *"vạn sự như ý"* là lời chúc tụng mọi việc đều hanh thông tốt đẹp, vừa lòng mình mà chẳng tổn hại ai (rất khó!). Nhưng ước vọng mong cầu gì thì cũng tương đối, vừa phải, đừng cầu mong quá giới hạn tài năng và hoàn cảnh của mình. Khi lòng tham của một người vượt khỏi lằn ranh nhu cầu, đời sống hài hòa của cá nhân và gia đình bắt đầu lung lay; khi lòng tham của ngàn người cùng lúc trào dâng, xã hội rối loạn; khi hàng triệu sự muốn của hàng vạn người đều tranh nhau được thỏa đáng, thế giới đảo điên. Và thế giới đã thực sự điên đảo kể từ thời kỳ cổ đại của lịch sử nhân loại, khi mà của cải vật chất trở thành yếu tố phân chia giai cấp xã hội, củng cố địa vị của các guồng máy thống trị vô nhân. Cái gốc của sự điên đảo chính là mong cầu những gì chưa có, và ham muốn được nhiều hơn những gì đã có.

Theo nhà Phật, sống ít muốn (thiểu dục) và biết đủ (tri túc) thì sẽ có hạnh phúc, an nhàn. Ít muốn là ít mong cầu, giảm tham muốn, tức là tự giới hạn mình với nhu cầu cần có thay vì mong cầu cái chưa có; và biết đủ là biết chấp nhận, hài lòng với hiện trạng tương đối của mình. Ít ham muốn thì sẽ bớt mưu tìm, biết đủ thì sẽ ít ham muốn. Thay vì dành hết thời gian, năng lực cho tham cầu danh tiếng và của cải, người ít muốn biết đủ có thêm nhiều thời giờ để vui sống với gia đình, giúp đỡ tha nhân, cứu tế xã hội, và hòa đồng với thiên nhiên.

Như ý, theo nghĩa này, chính là niềm hạnh phúc đơn giản có thể có được trong tầm tay mỗi người, dù ở trong hoàn cảnh nào. Bằng lòng với hiện tại, dừng lại những vọng cầu tương lai. Ít muốn, biết đủ không phải là chấp nhận cuộc sống bần cùng thiếu thốn, không chịu thăng tiến, mà là biết hài lòng với cuộc sống bình dị, vừa đủ, không đòi hỏi quá nhiều nhu cầu. Lòng tham, hễ biết đủ thì đủ; không biết đủ thì sẽ chẳng bao giờ đủ[2]. Hạnh phúc là biết sống nhàn hạ, vô ưu: không tham để tâm không lo lắng tân toan; không sân để tâm không ưu phiền náo động; không si để tâm không ù lì ủ dột. Giữ cho đèn tâm vững chãi trước những ngọn gió chướng[3] thì vạn sự cũng thành vô sự; vì **vạn sự** có đến, lòng vẫn **như ý**, an vui, không lay động.

Và bây giờ, hãy nói về mùa xuân của chúng ta. Đâu đó nơi những miền đất giá lạnh, ngàn hoa đã bắt đầu trổ nụ sau bão tuyết mùa đông; và nơi miền nắng ấm, dưới những tro tàn đổ nát từ hỏa hoạn để lại, cây cỏ cũng kiên trì vươn lên, trổ những nhánh lá đầu xuân. Lau dọn bàn thờ. Dâng trái chưng hoa. Trầm hương thoảng. Thiền phòng tịch mịch. Gió xuân sang rụng phấn hoa vàng. Lòng vô sự mở toang cửa sổ, đón chào xuân như ý.

California, ngày 31 tháng 12 năm 2018

---

[2] *"Trí túc tiện túc, đãi túc hà thời túc / Tri nhàn tiện nhàn, đãi nhàn hà thời nhàn."* Nghĩa là, biết đủ là đủ, đợi đủ bao giờ mới đủ? / Biết nhàn là nhàn, đợi nhàn bao giờ mới nhàn? (Nguyễn Công Trứ, *Chữ Nhàn*).

[3] Bát phong (tám ngọn gió): được/mất, nhục/vinh, khen/chê, và khổ/vui (lợi/suy, hủy/dự, xưng/cơ, và khổ/lạc)

Trước Thềm Xuân Mới

Thư tòa soạn số 87, tháng 02.2019

Mưa rơi, mưa rơi, ngập nước những con đường
Lá vàng trải thảm trên sân, ướt đẫm ngày cuối đông
Nắng trưa xiên qua những nhánh cây trơ xương khi
mưa tạnh
Nơi góc cửa sổ, con nhện nằm ủ một cuộn tơ
Con tàu ký ức thuở thiếu thời xồng xộc lăn bánh quay về, kéo còi,
nhả khói
Những chuyến phiêu du không bao giờ có thực
Cánh buồm lộng gió xa khuất sóng trùng khơi.
Hồn vô tư gửi cửa thiền thanh vắng
Sáng quét lá, chiều nghe kinh, cất cao mật ngôn Phạn ngữ
Đáy tâm sâu hun hút, chơi vơi những bóng hình, bồng bềnh
những ẩn điệu
Mộng ban sơ, lặng lẽ, trôi đi những tháng ngày...

Bình minh xe hoa đi qua, sắc hương diễm lệ reo vui theo nắng
Hoàng hôn xe tang trở về, mắt buồn đượm một trời không
Hí trường lao xao giọng cười tiếng hát
Những tên hề đeo mặt nạ trắng, với những vòng mắt đen thui,
nhào lộn nhảy nhót

Khoé miệng luôn kéo lên những nụ cười tươi mãi không phai
Lãnh tụ, lãnh đạo, chưa bao giờ lãnh hội được cùng đích của số đông
Rêu rao những chương trình, những chính sách ưu việt không bao giờ thực hiện nổi
Bán đất, bán biển, bán cả linh hồn cho tham vọng ngôi cao
Bầy tiểu yêu xúm xít nịnh nọt những kẻ mị dân, giả dối
Đẩy dân lành vào thảm cảnh đau thương
Thoáng chốc bể dâu, nhà đẹp vườn xinh trở thành bình địa
Xuân Tết về biết chào đón nơi đâu!

Chiều tha hương, bỗng nhớ con tàu năm ấy
Đưa viễn mộng hun hút chân mây
Xuân đến, xuân đi, bao lần trùng lặp
Mộng ban đầu u uẩn mắt xanh xưa
Mục đồng cỡi trâu vi vu cánh diều vương khói nhạt
Bướm vàng chui ngược vào kén, rụng đôi cánh mỏng phiêu du,
mơ làm con sâu trong giấc ngủ yên lành
Vườn xanh hoa nở trắng như mây
Gió lay chiếc phong linh hiên ngoài
Chim non giật mình quay cổ ngóng
Tiếng hót đầu mùa vọng mãi những xuân sau
Lật trang kinh, lòng an hòa
Thương nhân sinh thống khổ bao đời kiếp
Điểm nhẹ tiếng chuông khi mặt trời rực rỡ trên đại dương xanh
Xuân sang, mùa đã sang
Nghe sâu sóng vỗ nhịp chơn thường.

California, ngày 18 tháng 01 năm 2019

Bình Minh
Trong Hoàng Hôn

Thư tòa soạn số 88, tháng 03.2019

Xe lên đỉnh đèo khi mặt trời từ từ xuống thấp ở biển tây. Mặt trời đỏ ửng và hiện rõ nét hơn trước khi khuất hẳn vào lòng biển rộng. Mây dồn từng lớp ở chân trời xa thẳm, che mất vạch thẳng của mặt nước, khép lại vẻ mênh mông của biển sau một ngày dài. Đàn hải âu từ khơi quay về, bay thật nhanh, trong im lặng, rồi đáp xuống đâu đó trên những ghềnh đá dọc bãi biển.

Nền trời vẫn còn phản chiếu nắng nhạt, tạo những vệt vàng, cam, tím chen giữa những đường mây. Sắc màu của thiên nhiên, núi đồi và cỏ cây vẫn còn được nhận ra rõ ràng khi xe xuống đèo, băng qua đồng cỏ bạt ngàn phía đông. Thấp thoáng vài căn nhà gỗ sơn trắng, nổi bật giữa nền cỏ xanh và các tường rào màu nâu sẫm. Những cơn mưa xuân tuần rồi đã thanh tẩy bụi bặm trên lá cây. Hoa dại xác xơ, run rẩy trong tiết lạnh trái mùa. Xa xa, từ lò sưởi của một ngôi nhà nằm sâu dưới thung lũng, khói lam tỏa nhẹ một dải lụa mềm trong không gian bảng lảng ánh chiều.

Chạnh lòng buồn nhớ quê xa.

Nhớ chiều lang thang trên đồi, nhìn mây tím chân trời khi chuông chùa gửi vào phố thị tiếng hải triều ngân vang.

Nhớ chiều thôn dã, tiếng cười trong trẻo vô tư của những thôn nữ từ ruộng đồng kéo về hòa trong tiếng lá lao xao rừng bạch đàn.

Nhớ chiều phố thị, bâng quơ chân bước lữ hành. Tiếng người huyên náo, tiếng máy xe inh ỏi và khói xăng mù mịt như thúc giục chốn về bình an.

Có những con thuyền xa khơi, khuất bóng nơi góc bể chân mây.

Có những người ra đi, heo hút đường chân trời.

Và nỗi buồn, như thể lúc nào cũng chực sẵn, sa xuống mỗi chiều. Man mác như sương nhẹ buông. Niềm thương cũng tỏa ra. Bàng bạc những phương trời.

Hoàng hôn. Rồi lại bình minh. Rồi lại một chiều vạt nắng kéo về phương tây. Chim bay mỏi cánh không đuổi kịp mặt trời. Góc trời sẫm tím như hối hả chìm sâu về phía trước. Có khi như rượt đuổi từ phía sau. Chân người quýnh quáng quàng xiên khi bóng đêm chùng xuống.

Đêm. Nghĩa gì đâu! Chỉ là khi mặt trời bị che khuất.

Trừng mắt ngó vào đêm sâu. Tìm kiếm chi giữa u minh mịt mùng.

Đêm và ngày. Tối và sáng. Vô minh và minh.

Đêm có vẻ là khởi điểm cho những lệch lạc, sai lầm, u mê; và ngày có vẻ là khởi điểm cho sự bừng sáng của trí tuệ giác ngộ.

Kỳ thực, có một khoảng (thời gian và không gian) chuyển tiếp cho đêm và ngày—bình minh, cũng như có một khoảng chuyển tiếp giữa ngày và đêm—hoàng hôn. Chia chẻ khoảng chuyển tiếp ấy ra manh mún, sẽ không thấy đâu là điểm cuối cùng, cũng không thấy đâu là chỗ khởi điểm, khởi phát. Ngay nơi cái khoảnh thời gian và không gian nhỏ nhiệm nhất, đêm cũng chính là ngày, ngày cũng chính là đêm. Không phải là hai cái riêng biệt. Không có gì để có thể gọi được tên riêng là đêm hay là ngày. Đêm không làm nhân hay làm duyên để sinh ra ngày; ngày cũng không làm nhân hay làm duyên để sinh ra đêm.

Vô minh và giác ngộ cũng thế. Thực sự không có vô minh, cũng như không có giác ngộ. Không có vô minh khởi sinh rồi vô minh bị tận diệt[1]; cũng không có giác ngộ nào phát sinh hay chứng đắc khi vô minh đoạn tận[2]. Vô minh đã không có thì nó không thể làm nhân hay làm duyên cho bất cứ thứ gì khác[3].

Nghiệm từ lý thuyết thì là như thế. Nhưng trên thực tế, có một hoàng hôn buông xuống phía tây và một bình minh vén lên từ phía đông, là khoảng nối kết giữa ngày và đêm, giữa đêm và ngày. Khoảng nối kết ấy, do ước lệ tri thức và kinh nghiệm của con

---

[1] *"Vô vô minh, diệc vô vô minh tận"* (không có vô minh, cũng không có sự hết vô minh), Bát Nhã Tâm Kinh.

[2] *"Vô trí diệc vô đắc"* (không có trí giác ngộ, cũng chẳng có sự chứng đắc), Bát Nhã Tâm Kinh.

[3] Theo giáo lý Phật, vô minh là chi đầu tiên trong Thập nhị nhân duyên; từ vô minh, tác động lên hành (vô minh duyên hành, hành duyên thức, thức duyên danh sắc…) mà kết nên đời sống này trong chuỗi nhiều đời sống của vòng luân hồi, sinh tử. Thập nhị nhân duyên gồm: vô minh, hành, thức, danh sắc, lục nhập, xúc, thọ, ái, thủ, hữu, sanh, lão tử.

người, là có thực. Có nghĩa rằng có sự khởi đầu và kết thúc của một chuỗi thời gian (đo đạc bằng không gian). Và vì nó có thực, có khởi sinh và tận diệt, nên đêm và ngày cũng có thực.

Vô minh cũng có thực trong nhiều kiếp luân hồi lưu chuyển khi chúng ta khởi ý niệm phân biệt ban đầu, chia chẻ những cặp đối đãi, từ đó vẽ ra đêm, ngày, hoàng hôn, bình minh, con người, cuộc đời, và trùng trùng vô tận thế giới.

Mặt trời đã khuất hẳn trong lòng biển lớn. Ráng hồng băng qua trời tịch lặng.

Xe đi trong đêm theo ánh đèn dẫn trước. Đường còn dài, chong mắt canh thâu.

Nỗi buồn mênh mang lúc hoàng hôn bất chợt tan biến như chưa từng hiện hữu.

California, ngày 22 tháng 02 năm 2019

Sống Hòa

Thư tòa soạn số 89, tháng 04.2019

Khó giữ được tâm an khi con người và thế giới chung quanh thường xuyên chuyển động, loạn động...

Tâm dễ vọng động khi quan sát, lắng nghe hình ảnh, âm thanh, tin tức (tốt hay xấu, lành hay dữ, vui hay buồn)... dù chỉ gián tiếp qua một màn ảnh nhỏ nơi bàn viết.

Tâm cũng dễ dao động, xúc động trước những tiếng kêu đau thương của con người, con vật.

Có những tiếng thét gào khổ đau, mất mát nhân thân và tài sản từ những nạn nhân bão lụt, động đất, lốc xoáy, hỏa hoạn... cũng như từ tai nạn giao thông, tật bệnh, bom mìn chiến tranh, bắn giết vì thù hận, ganh ghét và kỳ thị...

Trong khi nền văn minh kỹ thuật của nhân loại bước vào thế kỷ 21 đã phát triển và mở mang vô hạn thì lòng người càng lúc càng trở nên hẹp hòi, cố chấp, thành kiến, vô cảm, ác độc.

Vũ khí của loài người cổ xưa là để tự vệ hoặc săn mồi với từng loài thú, nay là những công cụ giết người hàng loạt (hàng chục đến hàng trăm, hàng ức đến hàng triệu) chỉ qua một ngón tay lẩy cò hoặc nhấn nút.

Người lớn đã bày vẽ những trò chơi chiến tranh, kinh doanh vũ khí, khích động hận thù... để rồi trở thành nạn nhân của chiến tranh: âu lo và hãi sợ, đe dọa và bắt nạt, điều đình và mặc cả... để tìm sự an toàn trong ngưng chiến hay hòa bình (tạm thời).

Và lạ thay, khi lòng hận thù, kỳ thị và hiếu chiến của con người đi đến chỗ xuẩn động nhất thì lại được một số đông tán thưởng, cổ võ; rồi càng được cổ võ, người ta càng hăng say, điên cuồng hơn, lấy sự giết hại, đày đọa cho khổ đau người khác làm thành tích và để nhân danh giai cấp, tôn giáo hay sắc tộc được cho là trên hết, là trung tâm của tất cả.

Đặt mình trên tất cả, sẽ không hòa được với những người ở dưới.

Đặt mình bên trái, sẽ không hòa được với những người bên phải; đặt mình bên phải, sẽ không hòa được với những người bên trái.

Đặt mình vào giữa, sẽ không hòa được với những người chung quanh. Thực ra, mỗi người ở đời đều cùng lúc ở trên, ở dưới, ở bên trái, ở bên phải và ở giữa. Trên-dưới, phải-trái, trước-sau hay ở giữa đều chỉ là một vị trí tương đối và tùy theo góc độ và nhãn kiến của chủ thể và đối tượng. Tất cả đều hỗ tương, liên hệ, tương thuộc lẫn nhau. Không có vị trí tối thượng, tối hảo, cố định nào dành riêng cho ai. Mọi người đều bình đẳng trong sự sinh ra, bệnh tật, già yếu và chết đi; mọi người đều bình đẳng trong máu lệ (chết và khổ đau).[1] Điều quan trọng là sống và chết như thế nào trong hành

---

[1] Ý này từ câu *"Không có giai cấp trong dòng máu cùng đỏ và nước mắt cùng mặn như nhau,"* được cho là của Đức Phật; thường được trích dẫn một cách phổ

trình trăm năm đi qua trần gian này.

Không cần vay mượn triết lý của các tôn giáo, chủ nghĩa, học thuyết từng dẫn dắt con người từ mấy ngàn năm qua. Chỉ cần tự quan sát kinh nghiệm bản thân trong giao tiếp, ứng xử với đồng loại.

Sống hòa với người mới có hạnh phúc.

Ngoại trừ muốn ẩn dật trong rừng thẳm núi cao, còn như sống với gia đình, xã hội thì phải sống hòa. Nhưng vào rừng, lên núi ẩn cư mà bất hòa với thiên nhiên và muông thú thì cũng không thể hạnh phúc.

Hạnh phúc an vui chỉ có được nếu biết sống hòa với người khác. Vợ chồng hòa hợp sẽ hạnh phúc. Cha-con, mẹ-con hòa hợp, sẽ hạnh phúc. Hàng xóm láng giềng hòa hợp sẽ hạnh phúc. Chủ nhân

---

thông trong các sách vở của Phật giáo Việt Nam, nhưng nguồn gốc từ kinh nào thì người viết chưa tìm ra được. Trong Chương 43, sách *Đường Xưa Mây Trắng* của Thiền sư Nhất Hạnh có kể giai thoại Đức Phật độ cho Sunita xuất gia, tựa của chương này là *"Máu ai cũng đỏ, nước mắt ai cũng mặn."* Câu chuyện Sunita thì được tìm thấy trong Trưởng Lão Tăng Kệ, Chương XII, Phẩm Mười Hai Kệ, do HT. Thích Minh Châu dịch, không thấy câu nói về bình đẳng giai cấp hay hình ảnh máu và nước mắt. Nhưng tư tưởng về bình đẳng thì được thể hiện qua sự thu nhận người xuất gia làm đệ tử Phật một cách cởi mở, không phân biệt thành phần xã hội, cũng như pháp Lục Hòa được áp dụng trong sinh hoạt Tăng đoàn; còn ý tưởng phủ nhận giai cấp, dòng dõi, nơi sinh của hàng tự cho là "thượng tầng" trong xã hội Ấn-độ thời Phật thì được tìm thấy trong Kinh Pháp Cú, Phẩm Bà-la-môn, Câu 376, bản dịch và chú thích của HT. Thích Thiện Siêu, như sau: *"Chẳng phải vì bện tóc, chẳng phải vì chủng tộc, cũng chẳng phải tại nơi sanh mà gọi là Bà-la-môn; nhưng ai hiểu biết chân thật, thông đạt Chánh pháp, đó là kẻ Bà-la-môn hạnh phúc."* (Chú thích số 205 của dịch giả: *"Bà-la-môn (Brahmana) ở đây là tiếng chỉ chung người hành đạo thanh tịnh, chứ không phải như nghĩa thông thường chỉ riêng về giai cấp đạo sĩ Bà-la-môn."*)

và nhân viên hòa hợp sẽ hạnh phúc. Xã hội hòa hợp sẽ hạnh phúc.

Nhưng làm thế nào để hòa được với kẻ khác? – Đơn giản là hãy tự làm mờ nhạt mình đi, đừng tô đậm cái tôi của mình trước kẻ khác. Vì lòng thương, vì mong mỏi hạnh phúc an vui đến với người khác mà quên mình đi; đừng cho mình là quan trọng, cao quý, còn kẻ khác là phụ thuộc, thấp hèn.

Lòng tự tôn, tự đại và nỗ lực tiến thân bất chấp mọi thủ đoạn có thể dẫn người ta đến một chóp đỉnh vinh quang nào đó, nhưng con đường ấy thường là con đường gập ghềnh, khúc khuỷu, nhiều gian nan, đau khổ cho tự thân, và hẳn nhiên là gieo rắc khổ đau cho nhiều người khác.

Tự cao, tự mãn là mầm mống tạo mâu thuẫn, xung đột. Người tự cao tự mãn đi đâu, đến đâu cũng bị người ghét và xa lánh; trong khi người biết nhường nhịn và tha thứ, chia sẻ và cho đi, mới hòa được với người, gần gũi được với người.

Một lần đến, một lần đi, qua cuộc sống mong manh ngắn ngủi này, hãy như suối tìm về nơi thấp nhất, như sông chảy về biển cả, như mưa rơi xuống rừng sâu, cánh đồng, núi cao, thung lũng và sa mạc. Hòa, tan.

California, ngày 21 tháng 03 năm 2019

Mây Trắng
Hỏi Đường Qua

Thư tòa soạn số 90, tháng 05.2019

Khuya dậy nghe tiếng dế gáy đâu đó ở vườn sau. Trăng hạ huyền mảnh khảnh phương tây. Bầu trời không mây, trong vắt, như tấm gương ảnh hiện một góc sáng, loang dần lên từ phương đông. Gió nhẹ mơn man cành liễu rũ. Hương thơm từ nhiều loài hoa sau vườn tỏa nhẹ vào cửa sổ để hé. Hai con quạ từ đâu bay về đậu trên cây phong, không gây tiếng động. Nỗi cô liêu bất chợt trùm cả hư không.

Bóng lữ hành về đâu trong gió bụi nghìn trùng.

Cồn cát, bãi hoang, trầm tích muôn vàn dấu chân, đi qua rồi đi lại; dấu sau xóa dấu trước; trùng lặp bao lần trong giông bão, gió chướng.

Có những đêm mưa không nơi trú ẩn, thủng thỉnh từng bước, dẫm trên sình lầy, băng qua xóm làng yên ngủ. Vội vàng chi, áo này sẽ kịp khô trước bình minh.

Trên cô phong đỉnh, đầu chạm trời xanh, chân dẫm mây trắng, mắt đa tình phóng nhìn làng mạc xa trong bóng chiều sương khói, thương nhân sinh khổ lụy trong mê lộ đời kiếp, biết hỏi ai con đường![1]

Niềm cô tịch ngập tràn dưới những bước chân, lừng lững đi vào phố thị.

Giữa chốn phồn hoa, nghe ra tiếng nhạc du dương, êm đềm ru giấc trăm năm.

Mộng bình sinh không lưu mãi trong linh đinh thế cuộc. Người với ta chung nhịp u mê. Vui thì cười, buồn thì khóc. Vọng động tìm nhau buộc/mở dây oan trái. Thấy việc bất nhân không thể không nói. Nhìn người vô tình chẳng thể khoanh tay. Bất mãn, đấu tranh. Yêu thương, chiếm hữu. Vào tù ra tội, khổ sai tủi nhục một phen đã biết mùi nhân thế. Trong đau khổ cùng tận vẫn nhìn ra vẻ sâu thẳm tịch liêu...

Ai từng đi qua đường mây nổi
Dặm dài xa hút bóng chim bay
Phơ phất chiều hoang sương lạnh núi
Lãng tử canh tàn tỉnh giấc say.

---

[1] Hình ảnh từ bài thi kệ bốn câu, tương truyền là của Hòa thượng Bố Đại (? – 916): *"Nhất bát thiên gia phạn / Cô thân vạn lý du / Thanh mục đỗ nhân thiểu / Vấn lộ bạch vân đầu."* Bài đã được dịch và phổ biến trong văn học Phật giáo Việt Nam: *"Bình bát cơm ngàn nhà / Thân chơi muôn dặm xa / Mắt xanh trông người thế / Mây trắng hỏi đường qua."* Trong thiền môn khoa nghi cũng có bài thi kệ này, hai câu sau đổi khác: *"Nhất bát thiên gia phạn / Cô thân vạn lý du / Kỳ vi sinh tử sự / Giáo hóa độ quần mê."* Tạm dịch thành bài thất ngôn như sau: *"Một bình bát, khất thực muôn nhà / Đơn thân rảo bước muôn dặm xa / Chỉ có sinh-tử là việc lớn / Tận tụy hóa độ khắp hà-sa"* (Vĩnh Hảo, Thư Tòa Soạn Chánh Pháp số 13, tháng 12.2012).

Hương vị cô liêu[2] từ rừng thẳm,
Rót tràn đáy mắt những đêm thâu.
Ngọt ngào tiếng ca bên bờ suối
Mơ màng thức/ngủ mộng liêu trai

Lững thững quay về ghềnh đá bạc
Tìm lại mục tử hỏi đường mây
Người đâu tuyệt tích, ai tra vấn
— Mây trắng, phương nào lại chẳng bay.

Không người, không ta, không bờ bến
Tịch mịch đầu non đá đơm hoa
Lặng lẽ xếp lại cuộc đi/đến
Mắt xanh vẫn ngời dặm trùng xa.

California, ngày 23 tháng 04 năm 2019

---

[2] *"Trên tất cả là hương vị cô liêu tuyệt đối. Bởi vì, hương vị của Chánh pháp chính là hương vị cô liêu của sự sống."* (Tuệ Sỹ — *"Dẫn vào thế giới văn học Phật giáo"*)

Chí Nhỏ, Chí Lớn

Thư tòa soạn số 91, tháng 06.2019

Thử nhìn con người qua những giai tầng xã hội:

Chí lớn mà tài kém, cả đời chẳng làm nên đại sự gì.

Chí nhỏ tài cao, vào đời chỉ biết dọn đường mở lối cho tiểu nhân cầm cờ đứng lên.

Chí nhỏ không tài, nhờ ranh ma qua mặt kẻ dưới, lòn cúi dua nịnh người trên, có thể được thành công (trên thương trường hay chính trường), chễm chệ ngồi trên chóp đỉnh vinh quang.

Chí lớn tài cao mà không gặp thời vận, cũng trở thành kẻ bất đắc chí, lất lây một đời với nghèo khổ, bất hạnh; cố gắng bon chen để tìm một nấc thang nào đó trong xã hội thì bị đày đọa chèn ép bởi những kẻ bất tài, vô đức.

Nhưng chí lớn là chí như thế nào?

Kiếm tiền, làm giàu, bủn xỉn chắt mót từng xu để dành cho được số tiền lớn; mỗi ngày nhìn số tiền trong tài khoản ngân hàng tăng dần mà toại chí thành công?

Khổ nhọc học hành, quên ăn bỏ ngủ cho có được bằng cấp để hãnh diện, khoe khoang với người; không có thì tìm cách mua cho có... mới hài lòng, thỏa chí?

Lao tâm, khổ trí, dua nịnh kẻ có quyền, bợ đỡ đảng cầm quyền, dùng miệng lưỡi ru ngủ, dối gạt người để trèo lên đỉnh cao danh vọng quyền thế, hầu mặc sức nhũng lạm lợi ích cho cá nhân và gia đình bè phái, có phải chí lớn?

Chí lớn của kẻ sĩ ở đời, từ xưa đến nay, thực ra, không phải ở chỗ có được danh vọng, quyền thế, cũng không nhất thiết phải nắm được quyền bính để "trị quốc, bình thiên hạ"[1], vì không phải ai cũng có cơ hội này. Cốt lõi của trị quốc, an dân, cũng là chỗ mà chí lớn vươn tới, chính là mang lại lợi ích cho số đông, cho nhân quần xã hội. Có thể mượn hình ảnh của những nhà từ thiện vĩ đại như tỷ phú Bill Gates, Ni sư Chứng Nghiêm[2], v.v... làm biểu trưng cho chí nguyện lớn lao trên trần thế này. Tất nhiên nhờ có tài sản lớn mà họ có thể thực thi được nhiều điều ích lợi cho hàng triệu người trên trái đất; nhưng không phải ai có tiền cũng làm được điều họ làm. Điều to tát vĩ đại họ đem lại cho con người và cuộc đời được khởi đi từ Lòng Thương Rộng Lớn - Đại Bi Tâm. Họ không nắm

---

[1] *"Tu thân, tề gia, trị quốc, bình thiên hạ"* (4 trong 8 mục để thực hiện cương lĩnh của Nho giáo - gồm có: Cách vật, Trí tri, Thành ý, Chính tâm, Tu thân, Tề gia, Trị quốc, Bình thiên hạ, do Khổng Tử đề ra trong sách *Đại Học* - một trong Tứ Thư).

[2] Pháp sư Chứng Nghiêm, 1937, vị danh Ni của Phật giáo Đài Loan, đệ tử của Đại Sư Ấn Thuận. Pháp Sư Chứng Nghiêm thành lập Hội Công Đức Từ Tế vào năm 1966 với 30 thành viên là các phụ nữ nội trợ và số tiền dành dụm ít ỏi. Hiện nay thành viên của Hội Từ Tế đã lên đến 5 triệu người trên 30 quốc gia từ Đông sang Tây; hoạt động rộng khắp cho công ích xã hội với việc cứu trợ nghèo đói, thiên tai, đóng góp to lớn cho y tế, giáo dục quốc gia và quốc tế.

quyền lực chính trị, không điều hành guồng máy quốc gia (theo nhiệm kỳ, hay độc tài vô thời hạn), nhưng ảnh hưởng của họ là rộng khắp, dài lâu, không có giới hạn thời gian.

Còn như nói chí lớn của kẻ trị quốc, theo quan điểm Phật giáo, không phải ở chỗ quốc gia đó lớn hay nhỏ, có tầm hạn cục khu vực hay tầm quốc tế, mà chính là ở chỗ vị "quân vương" đó có tâm chí và thuật trị quốc an dân như thế nào để xứng đáng được tôn xưng là "Chuyển Luân Thánh Vương."[3] Vị quân vương ấy trước hết phải có từ tâm của bậc Thánh, hành xử của bậc Thánh, truyền rộng Chánh Pháp khắp nơi, mang lại lợi ích an vui cho toàn thế giới.

Và bây giờ, hãy nói về chí lớn của người tại gia và xuất gia đệ tử Phật.

Mục tiêu tối hậu của tất cả pháp hành là giải thoát, giác ngộ: giải thoát tự thân, giải thoát cho người; giác ngộ tự thân, giác ngộ cho người. Tâm nguyện hướng về mục tiêu ấy là chí lớn. Chí lớn ấy cũng khởi phát từ bi-nguyện cứu khổ chúng sinh. Vì khổ não của

---

[3] Theo kinh Phật, Chuyển Luân Thánh Vương là vị vua *"...trị vì quả đất này cho đến hải biên, dùng Chánh pháp trị nước, không dùng trượng, không dùng kiếm..."* Ở một đoạn khác, khi vị thái tử nối ngôi Chuyển Luân Thánh Vương hỏi vua cha 'Thế nào là Thánh Vương Chánh Pháp?' thì được trả lời: *"Này thái tử thân yêu, con y cứ vào Pháp, kính trọng Pháp, cung kính Pháp, đảnh lễ Pháp, cúng dường Pháp, tôn trọng Pháp, tự con trở thành Pháp tràng, Pháp kỳ, xem Pháp là thầy, tự trở thành người bảo vệ hợp pháp cho thứ dân, cho quân đội, cho Sát đế ly, cho quần thần, cho Bà la môn, cho gia chủ, cho thị dân, thôn dân, cho Sa môn, Bà la môn, cho các loài thú và loài chim. Chớ có làm gì phi pháp trong quốc độ của con... Con hãy ngăn chận họ khỏi sự bất thiện và khuyến khích họ làm điều thiện. Này con thân yêu, như vậy là Thánh vương Chánh pháp."* (*Trường Bộ Kinh – Digha Nikaya, 26. Kinh Chuyển Luân Thánh Vương Sư Tử Hống*, HT. Thích Minh Châu dịch)

thế gian mà đem cả thân tâm, hướng về giải thoát, giác ngộ. Nói rõ hơn thì chí lớn của người tu Phật là thành Phật, tức là được giải thoát và giác ngộ hoàn toàn như Đức Phật để có thể cứu độ tất cả chúng sinh.

Không nuôi dưỡng và thực hiện chí nguyện cao xa này thì dù tại gia hay xuất gia, cũng chỉ là lạm xưng: không thể là kẻ "thừa tự Chánh pháp"[4].

Đừng nói chí lớn là tạo dựng chùa chiền nguy nga "hoành tráng" hay những kỷ lục quốc gia, châu lục, thế giới... (trong khi muôn dân đói rách lầm than).

Đừng nói chí lớn là nỗ lực leo hết những thang bậc giới phẩm trong giáo hội hay chức vụ trong thế quyền (mà không nhớ rằng tất cả danh vọng, quyền lợi của thế gian đối với bậc hiền trí vô tham đều phù phiếm như đôi dép bỏ).

Đừng nói chí lớn là gán ghép Đức Phật song hành với một lãnh tụ chính trị, hoặc hệ thống tổ chức Phật giáo đồng hành với một đảng phái thế tục bất nhân, bất cận nhân tình. (Song hành và đồng hành thế nào được giữa Phật và Ma, giữa Chánh và Tà, giữa Thiện và Ác... trong khi sinh linh rên siết thống khổ mà người con Phật thờ ơ, không khởi lên được chút từ tâm để dang tay cứu độ!)

Chí nguyện của người con Phật, đặc biệt là người xuất gia, thật phi thường, cao viễn; không có thước đo hay bằng khen thưởng

---

[4] "Thừa tự Chánh pháp" là thừa kế sự nghiệp của Đức Thế Tôn bằng cách thực hành Chánh Pháp. *Kinh Bất Đoạn* trong *Trung Bộ Kinh – Majjhima Nikaya*, có câu tán thán Thánh giả Sariputta (Xá-lợi-phất) như sau: *"Người này là con chánh tông của Thế Tôn, sanh ra từ miệng, sanh ra từ Pháp, do Pháp hóa thành, thừa tự Chánh pháp, không thừa tự vật chất."*

nào của thế gian có thể chạm đến được. Chí nguyện thâm thiết ấy đã được cất lên từ khi mới bước vào thiền môn, cạo bỏ tóc xanh, tham dự hàng ngũ xuất trần:

"Hủy hình thủ khí tiết

Cát ái từ sở thân

Xuất gia hoằng Phật đạo

Thệ độ nhất thiết nhân."[5]

Dù đã trải qua 20 năm, 30 năm, cho đến nửa thế kỷ hay gần một thế kỷ tu tập, những vị trưởng tử Như Lai cũng cần khắc ghi và thắp sáng chí nguyện ban sơ này.

Vì lợi ích cho số đông mà hoằng truyền Chánh Pháp. Vì thương chúng sinh mê mờ khổ ách mà nguyện dấn thân độ khắp. Chí nguyện như vậy, trùm khắp nhân gian, có đâu mà lẩn quẩn trong lợi danh, quyền thế bé nhỏ tầm thường.

California, ngày 19 tháng 5, năm 2019
Kỷ niệm ngày sinh Đức Từ Phụ

---

[5] Hủy hình giữ khí tiết / Cát ái, xa người thân / Xuất gia hoằng Phật đạo / Thệ độ hết chúng sinh.

Chân Thực Và Giả Dối

Thư tòa soạn số 92, tháng 07.2019

Phương tiện kỹ thuật càng tinh xảo, con người càng dễ đi đến chỗ dối mình, dối người, hại mình, hại người, một cách tự nhiên, đến độ lòng chẳng có chút cắn rứt nào khi đã lỡ tạo ra những hậu quả xấu, làm khổ đau, thậm chí tổn hại đến sinh mệnh của kẻ khác.

Đa phần sự dối gạt, lừa đảo xuất phát từ lòng tham lam lợi lộc, danh vọng, quyền bính; nhưng trong một số trường hợp, có những người chỉ nói dối, làm dối, vì kỹ thuật khéo léo, "làm giả như thật," đã cho phép, khuyến khích họ thi triển kỹ năng của họ, và lấy sự thi triển này làm điều thú vị trong cuộc sống. Ở trường hợp đặc biệt khác, kẻ nói dối vì lớn lên trong môi trường cần nói dối (như trong thương trường, quảng cáo chẳng hạn), đã nói khuếch đại, nói khoa trương, nói quá sự thật, nói để tô điểm nâng cao tự thân và món hàng muốn rao bán, nói sao cho lợi mình và tập đoàn, tổ chức của mình. Dối lâu thành thói quen, thành đặc tính, đến độ chính kẻ nói dối cũng tin tất cả điều dối đều là thật. Cũng bởi chính mình tin như thế, lời nói ra rất khẳng khái, nghe tựa như lời chân thực xuất phát từ con tim, khiến cho hàng trăm, hàng nghìn, thậm chí cả triệu người tin theo. Thành công trong sự nói dối như thế, kẻ nói dối hài lòng, thỏa mãn, không ngại ngùng chi để tiếp tục nói dối, dối liên tục, triền miên... trước quần chúng, thiên hạ.

Hậu quả của sự dối trá như thế nào thì qua kinh nghiệm tự thân, cũng như qua sách vở, lời dạy của cổ nhân, thánh hiền, giáo chủ các tôn giáo... mọi người đều đã biết. Dối nhỏ, hại nhỏ; dối lớn, hại lớn. Không sao lường được hậu quả và sức lan truyền, tác hưởng của nó.

Người thực hành lời dạy của bậc chánh giác, luôn tôn trọng sự thực; và đạo lý của bậc chánh giác thường được mệnh danh là "đạo như thật."

Người áp dụng "đạo như thật" trong đời sống, lấy sự chân thực làm nền tảng. Tính cách chân thực ấy đã được đức Thế Tôn minh thị và hướng dẫn thực hành bằng Bát Chánh Đạo — Con Đường Chánh Tám Ngành[1]: đặt tất cả quan kiến, tư duy, ý niệm, lời nói, hành động, năng lực, và sức tập trung vào con đường chân thực, thánh thiện. Có thể hiểu là đặt chân lên con đường ấy là đặt chân lên con đường mà các Thánh giả đã đi qua: con đường thoát ly khổ đau sinh-tử, chứng nhập niết-bàn.

Tám Ngành đều quan trọng, nhưng ngành về lời nói (Chánh Ngữ: nói năng chân chánh) là mặt biểu hiện dễ nghe, dễ cảm nhận

---

[1] Còn gọi là Bát Thánh Đạo hay Bát Thánh Đạo Phần (Pàli: Ariyaṭṭhaṅgikamagga), Con đường Thánh Tám Ngành (The Noble/Holy Eightfold Path) gồm: Chánh Kiến (Right View/Understanding), Chánh Tư Duy (Right Thinking), Chánh Ngữ (Right Speech), Chánh Nghiệp (Right Action), Chánh Mạng (Right Livelihoood), Chánh Tinh Tấn (Right Effort), Chánh Niệm (Right Mindfulness), và Chánh Định (Right Concentration).

nhất trong sinh hoạt, quan hệ hàng ngày. Lời nói thốt ra tác động rất nhanh và trực tiếp đến người nghe, cho nên người xưa thường nhắc "uốn lưỡi bảy lần trước khi nói" là ý khuyên nên cẩn trọng cái miệng, thận trọng lời nói, vì nó có thể hại mình, hại người[2]. Ngày nay, người ta dùng bàn phím điện thoại hay máy vi tính để gõ, gửi lời nói, tin nhắn, hình ảnh qua Twitter, Facebook, Youtube, Snapchat, Google+, LinkedIn... đến hàng triệu người khác trong nháy mắt. Nhanh cấp kỳ như vậy thì càng nên cẩn trọng hơn, vì một khi lời nói hay tin nhắn đã buông ra rồi, khó mà rút lại được – dù sau đó có sửa lại đi nữa, phát ngôn ban đầu cũng đã lan đi khắp nơi rồi, biết đâu lại chẳng tác động, khơi mào cho một loạt những người tự tử, thúc đẩy cầm súng giết người hàng loạt, khởi động một cuộc chiến thảm khốc, hoặc gieo rắc thảm họa cho một số người nào đó không biết mặt biết tên.

Vì vậy đối với việc thông tin, truyền thông, hay giao tiếp bằng lời nói hàng ngày, người học Phật nhất thiết phải thực hành Chánh Ngữ; và không thể không biết về Chánh Ngữ mà Đức Phật đã dạy cụ thể như sau: "Và này các Tỷ-kheo, thế nào là chánh ngữ? Này các Tỷ-kheo, chính là từ bỏ nói láo, từ bỏ nói hai lưỡi, từ bỏ nói lời độc ác, từ bỏ nói lời phù phiếm."[3] Bốn điều Đức Phật dạy "từ bỏ" trong Chánh Ngữ, cũng chính là bốn dạng nói dối của giới thứ Tư[4]

---

[2] *"Bệnh tùng khẩu nhập, họa tùng khẩu xuất,"* bệnh tật là từ ăn uống mà vào, tai họa là từ lời nói mà ra.

[3] Kinh Tương Ưng Bộ, Thiên Đại Phẩm, Chương I, Mục 8, Phân Tích, Tương Ưng Đạo, HT. Thích Minh Châu dịch.

[4] Năm Giới của người phật-tử tại gia: giới sát sanh, giới trộm cắp, giới tà dâm, giới nói dối và giới uống rượu. Giới ở đây có nghĩa là ngăn ngừa, phòng hộ. Vì vậy nói "giới nói dối" có nghĩa là ngăn ngừa, không làm việc nói dối. *"Chức năng của giới là phòng hộ căn môn, tức ngăn ngừa những pháp bất thiện khởi lên làm*

trong Năm Giới nền tảng của người phật-tử tại gia[5].

Đối với **Chánh Ngữ**, không những chính bản thân người con Phật thực hành mà còn phải khuyến khích người khác làm theo; không những thực hành Chánh Ngữ, còn phải tránh xa kẻ nói dối, không ủng hộ nói hùa theo kẻ xảo ngôn, ngụy ngữ.

Đối với giới **Vọng Ngữ**, người con Phật không tự mình nói dối, không xúi giục người khác nói dối, cũng không nghe người khác nói dối mà tán trợ, vui theo. Trong Năm Giới căn bản, cả ba hình thái: tự làm, xúi người làm, vui theo việc người làm, đều là phạm giới[6].

Nghiệm xét từ những lẽ trên, người con Phật trong giao tiếp với

---

phương hại đến các phẩm tính thiện căn." (Tuệ Sỹ, Thắng Man Giảng Luận, Chương III: Bồ Tát Giới, Tiết 1: Bồ Tát Tâm Địa Giới).

[5] Giới thứ Tư trong Năm Giới là Giới Nói Dối. Giới Nói Dối được nói rõ trong *Sa Di Luật Nghi Yếu Lược, Chương Trước: Phần Giới Luật* – HT. Thích Trí Quang dịch, như sau: "*Nói dối có bốn. Một, nói dối trá, là phải bảo trái, trái bảo phải, thấy nói không, không nói thấy, dối trá không thật vân vân. Hai, nói thêu dệt, là trau chuốt lời nói phù phiếm, từ ngữ hoa mỹ khúc nhạc diễm lệ, lời ca tình tứ, dắt dẫn dục vọng, tăng thêm sầu bi, làm đăng tâm chí của người vân vân. Ba, nói thô ác, là nói thô tục, độc ác, mắng chửi người vân vân. Bốn, nói hai lưỡi, là đến người này nói người kia, đến người kia nói người này, ly gián ân nghĩa, khêu chọc và xúi bảo cho họ đấu nhau, tranh nhau vân vân. Cho đến trước khen sau chê, mặt phải lưng trái, chứng vào tội người, rêu rao lỗi người, đều thuộc loại vọng ngữ.*"

[6] Ngoại trừ trường hợp phải vì phương tiện mà nới lỏng (khai), cho phép tạm thời không giữ giới đó trong thời gian và hoàn cảnh đặc biệt nào đó. Ví dụ, bác sĩ bảo cần phải uống rượu thuốc để trị bệnh nan y, bệnh nhân phật-tử được phép uống rượu thuốc, nhưng khi hết bệnh, phải ngưng; nếu lạm dụng vì lý do "phương tiện" mà tiếp tục uống rượu thì phạm giới. Ví dụ khác, về nói dối, trong *Sa Di Luật Nghi Yếu Lược* cũng có ghi: "*Ngoài ra, vọng ngữ vì cứu hoạn nạn cấp bách cho kẻ khác, phương tiện quyền biến, từ bi mà ích lợi, cứu giúp, thì không phạm.*"

con người, xã hội, phải luôn tôn trọng sự thật, nói lời chân thật: không vì danh lợi mà nói lời xu nịnh người quyền thế; không vì an toàn và lợi ích cá nhân mà ca tụng, tâng bốc đảng phái chính trị xấu-ác; không vì cảm tính riêng hoặc chạy theo phong trào mà ca tụng hoặc bênh vực những lãnh tụ không xứng đáng; không vì bảo vệ vị thế, tài sản của mình mà ngoảnh mặt với sự thật, quay lưng trước thống khổ vô vàn của sinh dân.

Không sống với sự thật thì thường là sống dối. Ngợi ca, ủng hộ người ngoa ngụy dối trá, chính là tòng phạm của dối trá.

Người con Phật chân chính sống với giáo lý như thật, không sống với hư ngụy, giả dối.

California, ngày 22 tháng 6, năm 2019

Tiếng Thơ Của Mẹ

Thư tòa soạn số 93, tháng 08.2019

Tiếng Mẹ reo mừng con mới sinh ra, hoặc cười vui trong nghẹn ngào cảm xúc, là tiếng thơ đầu đời của con.

Tiếng Mẹ ru giấc ngủ yên bình là tiếng thơ.

Tiếng Mẹ ấp ủ, dỗ dành hoặc nghiêm nghị răn bảo, cũng là tiếng thơ.

Khi xa cách, nhớ Mẹ, con luôn hồi tưởng giọng nói dịu hiền, ấm áp của Mẹ.

Lời thơ, tiếng thơ của Mẹ đầy ắp trong đời con.

An ủi, vỗ về khi con khổ bệnh.

Khích lệ, nâng đỡ khi con vấp ngã đớn đau.

Có được niềm hạnh phúc nào trong cuộc sống, dù lớn hay nhỏ, con đã nghĩ đến Mẹ, muốn chia sẻ niềm hạnh phúc ấy với Mẹ, và muốn gọi "Mẹ ơi!"

Nhớ thương Mẹ xa cách trùng dương, con cũng chỉ biết gọi khẽ

"Mẹ ơi...!"

Trong nguy cấp hiểm nạn, tâm trí con không còn nhớ gì khác hơn là gọi Mẹ.

Và khi cùng đường tuyệt lộ, khi mà khổ đau được nén thành những tiếng cô đọng nhất, con cũng đã bật gọi hai tiếng "Mẹ ơi!"[1]

Tiếng Mẹ trong con là tiếng gần gũi, trong veo và ngọt ngào như vị cam lồ.

Tiếng Mẹ ấy là hóa thân, là hiện thân của Đức Mẹ Quán Âm, Đức Mẹ Maria, Đức Mẹ Thượng Ngàn, Đức Mẹ Liễu Hạnh, Đức Mẹ Thiên-y A-na... để luôn bên con từng giây phút, và trên từng bước thăng-trầm cuộc đời.

Tiếng Mẹ vi diệu vượt thinh không
Nghe sâu cõi đời khổ mênh mông
Thanh tịnh lưu ly tâm trùm khắp
Tiếng lan như sóng dậy muôn trùng[2]

Gọi Mẹ với ý thức, hay từ vô thức, mà con luôn tin sâu rằng bao giờ và ở đâu, Mẹ cũng lắng nghe được niềm vui hay nỗi khổ của con; và Mẹ sẽ luôn ứng hiện theo tiếng gọi tha thiết của con.

Gọi Mẹ là gọi đến tận cùng bản thể của con; đánh thức tất cả năng lực thậm thâm nơi con...

---

[1] Mời đọc truyện ngắn *Quê Hương và Tình Mẹ* trong tác phẩm "Mẹ, Quê Hương và Nước Mắt" của Vĩnh Hảo:

http://www.vinhhao.info/Van/Cac%20tac%20pham%20khac/quehuongvatinh me.htm

[2] Diễn ý hai câu kệ trong Phẩm Phổ Môn, Kinh Diệu Pháp Liên Hoa: *"Diệu âm, quán thế âm / Phạm âm, hải triều âm..."*

Có những lần bơ vơ, nhớ Mẹ, con vẫn thường tự hỏi, con luôn gọi Mẹ mà Mẹ có bao giờ gọi con không; và Mẹ đã gọi con như thế nào.

Thành phố nhỏ có chàng thi sĩ trầm ngâm ít nói, nhưng thơ thì tuôn trào bất tận, ý thơ vời vợi cao xa, bay bổng những phương trời. Mẹ chàng cũng là một nhà thơ danh tiếng. Nhà thơ con, có gia thất riêng, vì bệnh nặng mà đành phải từ trần trước Mẹ. Trong nhà bàn với nhau, giấu Mẹ tin buồn. Nhưng cuối cùng thì cũng thưa thiệt với nhà thơ Mẹ về sự ra đi của nhà thơ con.

Từ phương xa con hồi hộp, lo lắng, theo dõi diễn biến tâm trạng, cảm xúc của Mẹ. Chỉ sợ Mẹ già yếu, tim Mẹ dễ vỡ. Và con thực sự không biết một thi nhân sẽ khóc một thi nhân như thế nào bằng ngôn ngữ thơ; và tình Mẹ của thi nhân sẽ biểu hiện như thế nào trước nỗi đau mất mát đứa con; có khác chi với biểu hiện của bao người khác hay không. Con hỏi anh chị em trong nhà. Rồi sao? Rồi Mẹ... thế nào? Người nhà ngần ngại kể, như thể sợ con vỡ òa ra từng mảnh — Mẹ ngồi lặng một lúc rồi bật khóc, rồi nấc lên từng tiếng đứt đoạn: "Con ơi...! Con ơi... là con ơi!"

Tình yêu của Mẹ, tiếng thơ của Mẹ, ở ngoài phạm trù ngôn cú, văn chương. Vẫn như mọi người trong cuộc đời: nén tình yêu và đau khổ trong tiếng kêu gào thống thiết, buông vào vô tận hư không.

Bên này biển Thái Bình, con cũng ngồi lặng, ngồi lặng thật lâu, rồi cũng bật lên tiếng thơ: "Mẹ ơi! Mẹ ơi!"

California, Mùa Vu Lan năm 2019

Vầng Trăng Thu

Thư tòa soạn số 94, tháng 09.2019

Khi cùng tử đến đây, mùa hạ chưa qua, mùa thu chưa đến. Lá trên cành còn xanh màu lộc biếc. Những cây tùng già cỗi được cắt xén bao lần, vẫn kiên trì chan nắng giữa công viên. Chiều bâng khuâng mây bạc ngủ trên ngàn. Đàn chim hiền hòa vỗ cánh băng qua phố. Nơi quán trọ, lữ khách hồn nhiên đưa mắt nhìn. Không nhà ai nhóm bếp bằng than củi, khói chiều không bay trời xứ lạ. Những con đường phố thị không một mẩu rác. Vội vàng bước qua những sân ga ngập dòng người. Người rất đông nhưng không ai nói một lời. Chỉ có âm thanh của bước chân, gõ loạn nhịp trên sàn đá hoa bóng lưỡn. Từng đoàn người đi qua. Từng đoàn xe đi qua. Mà thực ra không có đoàn nào cả. Tất cả đi qua bằng thân phận cô lẻ, riêng tư. Mỗi người ôm một giấc mơ thật lớn, và thật nhỏ. Bên trong giấc mơ — khi thức hay khi ngủ, là nơi cái tuyệt đối vô hình vô ảnh lúc ẩn lúc hiện, mà hầu như chẳng ai thèm quan tâm chú ý.

Mishima đã thấy gì nơi vẻ lộng lẫy một cách tĩnh lặng của *Kim*

Các Tự[1]; và Kawabata đã thấy gì nơi cái đẹp muôn thuở của *Ngàn Cánh Hạc*[2] qua vạt áo kimono của người con gái trang nghiêm pha trà, mà cả hai văn hào vĩ đại này lần lượt tự vẫn? Cùng tử trầm ngâm trước mộ văn hào. Phải chăng chỉ có thể đạt đến kỳ cùng lý tánh bằng cách tự hủy xác thân này? Phải chăng chỉ có thể chứng nghiệm được cái tuyệt đối qua khoảnh khắc mong manh huyền ảo giữa hai bờ tử-sinh? Phải chăng chú tiểu Mizoguchi[3] phải thiêu rụi toàn bộ Kim Các Tự mới thâm nhập được cảnh giới nội tại tuyệt mỹ?

Như Lô Sơn, Kim Các Tự cũng thế: đến rồi, thấy không gì lạ, không gì ngoại lệ. Căn gác của một ngôi chùa dác vàng đứng bên hồ nước trong veo. Ngày soi óng ánh mặt trời, đêm dọi huyền hoặc trăng sao. Nghìn xưa nghìn sau có vẻ không khác gì. Nhưng kỳ thực thì Kim Các Tự đã bị đốt cháy bởi một chú tiểu, sáu năm trước khi Mishima cho xuất bản tiểu thuyết mang tên ngôi chùa này.

Hàng đoàn người từ nhiều phương xứ kéo về đây, nói cười, thay

---

[1] Yukio Mishima (1925 – 1970), nhà văn cận đại hàng đầu của Nhật bản; tác giả cuốn *Kim Các Tự* (nguyên bản tiếng Nhật năm 1956, An Tiêm xuất bản năm 1970, Đỗ Khánh Hoan - Nguyễn Tường Minh dịch từ bản tiếng Anh *"The Temple of the Golden Pavilion,"* do Ivan Morris dịch, Charles E. Turtle Co. xuất bản năm 1959). Mishima mổ bụng tự tử ngày 25 tháng 11 năm 1970.

[2] *Thousand Cranes*, bản dịch từ tiếng Nhật sang Anh ngữ của Edward G. Seidensticker, A Perigee Book xuất bản năm 1959. Văn hào Yasunari Kawabata (1899 – 1972) là nhà văn đầu tiên đem về giải Nobel Văn Chương cho Nhật bản vào năm 1968; tác giả của những tác phẩm nổi tiếng đã được dịch ra nhiều thứ tiếng; trong tiếng Việt là *Ngàn Cánh Hạc, Xứ Tuyết, Cố Đô, Cái Hồ, Căn Nhà của Các Người Đẹp Đang Ngủ, Vũ Nữ Izu, Âm Thanh của Miền Núi,* v.v… Kawabata tự vẫn bằng hơi gas vào ngày 16 tháng 4 năm 1972.

[3] Nhân vật chính, xưng tôi, trong tiểu thuyết *Kim Các Tự* của Yukio Mishima.

nhau tìm vị trí thích hợp để chụp hình với cái phông Kim Các Tự ở nhiều góc cạnh. Trong không khí náo động ồn ào của du khách thập phương, cùng tử đi quanh, lặng lẽ ngắm nhìn ngôi chùa vàng in bóng mặt hồ. Bất chợt trong nắng hạ lấp lánh và ngôi chùa rực rỡ phản chiếu trên mặt nước im, trình hiện một vầng trăng thu.

Osaka, Nhật bản, một ngày cuối hạ năm 2019

Nảy Lộc Đầu Thu

Thư tòa soạn số 95, tháng 10.2019

Thu đã sang mà lá chưa vàng. Những cành cao vẫn còn sum sê tán lá. Thời tiết có vẻ bất thường. Vài ngày trời nóng bức rồi lại vài ngày trời giá lạnh. Làn gió thu thổi hắt sương khuya vào cửa sổ làm rùng mình người dậy sớm. Chung trà độc ẩm, hoài niệm những mùa thu cũ. Nhớ những bạn bè, tri âm. Nhớ những ngày dài lao lung trong ngục thất chỉ vì lên tiếng chống lại điều ác. Điều ác, kẻ ác, giờ càng tăng nhiều hơn, tưởng chừng lấn áp hết lẽ thiện ở đời. Lặng nhìn bầu trời mờ mịt mây xám giăng. Có tiếng chim lạc lõng rơi vào thinh không làm chùng xuống nỗi buồn.

Thiên nhiên ngày càng có nhiều biến đổi dồn dập, bất thường. Băng tan. Bão tố. Đất sụt. Cháy rừng. Mực nước biển dâng cao. Hạn hán. Lũ lụt... Sự biến đổi khí hậu ngày nay được nhận thức như là hậu quả hiển nhiên của hiện tượng hâm nóng toàn cầu mà nhân loại, từ các nhà khoa học cho đến học sinh trung-tiểu học, của nước giàu hay nước nghèo, dân trí cao hay thấp, cũng dần ý thức và nhận phần trách nhiệm phải cải đổi cách sinh hoạt (trong sản xuất và tiêu thụ), giảm thiểu việc khai thác nguyên liệu hóa thạch, cắt giảm việc phát thải khí nhà kính, nhằm bảo vệ môi trường. Chung qui, trong sạch hay ô nhiễm trên hành tinh này, đều do con người.

Không tĩnh lặng ôn hòa như thiên nhiên theo vận hành thời tiết, cõi người vốn biến động, đổi thay nhanh chóng theo tâm ý. Chiến tranh từ cung tên giáo mác đến súng đạn, xe tăng, rồi bom nguyên tử... đều từ một tâm. Kinh tế từ trao đổi hàng hóa ở buôn làng bộ lạc bằng vật thực cho đến buôn bán qua tiền tệ, rồi vượt biên giới quốc gia, tiến đến xuất cảng nhập cảng hàng hóa vật dụng giữa châu lục, rồi buôn bán vũ khí, giao thương quốc tế, rồi chiến tranh thương mại... cũng đều do một tâm. Văn hóa giáo dục xuống cấp vì trao tay những kẻ bất lương thiếu giáo dục; y tế tồi tệ vì vuột khỏi bàn tay của những lương y, cũng đều do một tâm. Tự do, dân chủ bị tước đoạt và được qui định từ khuôn khổ của những kẻ độc tài, vô luân và những người (hay đảng phái) tham quyền cố vị. Chỉ một tâm ô nhiễm tự bản chất, con người đã thải độc khắp hành tinh, phủ trùm nhân sinh vạn vật trong "nhà kính" vẩn đục. Tâm ô nhiễm ấy của con người đã bao trùm tất cả đời sống, trước khi quả đất được cảnh báo về hiện tượng tăng nhiệt toàn cầu. Chung qui, tâm tham, tâm sân, tâm si đã và đang vận hành thế giới, dẫn nhân loại tiến nhanh đến chỗ diệt vong.

Ngoài kia, lá chưa vàng. Nhưng đâu đó đã có lá xanh đâm chồi, thúc đẩy cho một mùa xuân mới. Không cứ là thu lá mới vàng; không cứ là xuân lá mới xanh.

Trong khi hàng triệu người già trẻ ở quê hương ồ ạt xuống đường gào thét, bấm còi inh ỏi (và xả rác, có khi dẫm đạp nhau đến chết) để biểu hiện niềm vui sướng với đội banh nhà chiến thắng; hoặc ùn ùn kéo nhau đi đón nam nữ minh tinh nước ngoài, khóc thét vì hãnh diện đã được nhìn tận mắt... thì những người trẻ tuổi ở các nước kia, hiên ngang đứng dậy, thách thức những họng súng, dùi cui, cất lên tiếng nói cho hòa bình, tự do.

Trong khi những nhà lãnh đạo các cường quốc, nhân danh lợi ích quốc gia, mặc cả với nhau về những lợi lộc và quyền bính cho cá nhân và bè phái, những người trẻ tuổi khác trên hành tinh đã bật dậy, đánh thức lương tri nhân loại bằng trí thông minh và sự dũng cảm của mình.

Họ rất trẻ, thật trẻ, như những chồi lá non xanh, đã gây sửng sốt và ngưỡng mộ đến những người lớn, và đã gây kinh ngạc với những người già nua đang cầm nắm vận mệnh của các quốc gia. Nào là Malala Yousafzai của Pakistan[1], Greta Thunberg của Thụy Điển[2]; Joshua Wong của Hong Kong[3]. Hàng triệu người đã lắng

---

[1] Malala Yousafzai, người Pakistan, sinh năm 1997, đấu tranh vì quyền được đến trường của nữ sinh; năm 2012, bị chiến binh Taliban bắn vào đầu nhưng được cấp cứu tại một bệnh viện quân đội ở Pakistan, sau đó được đưa sang Anh quốc để tiếp tục chữa trị; cô và gia đình sống ở Anh kể từ đó cho đến năm 2018 mới được trở về quê hương. Năm 2014, Malala đoạt giải Nobel Hòa Bình khi mới 17 tuổi, và là khôi nguyên trẻ tuổi nhất trong lịch sử Nobel Peace Prize.

[2] Greta Thunberg Yukio người Thụy Điển, sinh năm 2003. Là nhà đấu tranh cho môi trường, nổi tiếng khắp thế giới vào năm 15 tuổi (2018), bắt đầu bằng việc nghỉ học để yêu cầu chính phủ Thụy Điển cắt giảm khí thải theo Thỏa Thuận Paris 2005; tiếp đến là lời kêu gọi học sinh sinh viên nghỉ học và biểu tình vào mỗi thứ Sáu, đã tác động đến nhiều quốc gia trên thế giới, truyền hứng cảm cho các cuộc biểu tình hàng trăm ngàn, cho đến hàng triệu người cho môi trường xanh của trái đất kể từ tháng Ba năm 2019. Greta Thunberg được 3 thành viên của Quốc hội Na-uy đề cử giải Nobel Hòa Bình năm 2019.

[3] Joshua Wong (Hoàng Chí Phong), người Hong Kong, sinh năm 1996. Nổi tiếng từ năm 2012 với hội sinh viên "Học Dân Tư Triều," đã huy động được cuộc biểu tình chính trị với 100,000 người tại Hong Kong về cải cách giáo dục. Hai năm sau, 2014, tên tuổi Joshua Wong được quốc tế lưu ý qua "Phong trào Ô

nghe tiếng nói của họ. Tiếng nói của tuổi học trò vô tư, tâm không ô nhiễm; tiếng nói không bị thúc đẩy bởi tham, sân, si... Tiếng nói cất lên cho bình đẳng xã hội, cho môi trường xanh/sạch của trái đất, cho ước vọng dân chủ, tự do. Tiếng nói cất lên vì tương lai. Họ, những người tuổi trẻ trí tuệ ngày nay—đang ở độ tuổi mà những người già nua cho là "mầm non" của đất nước—đã bước ra khỏi tuổi tác và chỗ đứng của mình trong hiện tại, tự gánh lấy trách nhiệm với các thế hệ tương lai. Họ không chờ đợi sự ban phát hay hiệu lệnh từ những nhà lãnh đạo chính trị. Họ còn trẻ, tuổi học trò, chưa hề lập gia đình, mà đã tự nguyện cất gánh nặng cho "con cháu mai sau." Họ sẵn sàng đánh đổi tuổi xuân với ngục tù hay cái chết, vì với họ, hoặc là hành động ngày hôm nay, hoặc sẽ không bao giờ có ngày mai (Now or Never).

Mùa thu đang đến. Lá thu theo thời tiết, sẽ úa vàng trong những ngày tháng sắp tới. Nhưng nụ non của một vài loại thảo mộc nào đó, sẽ không chờ đợi thời tiết: nảy chồi, đâm lộc bất cứ khi nào cần thiết.

Ngày vào thu năm 2019

Dù" (Umbrella Movement – còn gọi là "Phong trào Dù vàng") với hàng trăm ngàn người biểu tình suốt 79 ngày để đòi hỏi cải cách bầu cử. Joshua Wong được đề cử giải Nobel Hòa Bình năm 2017.

Những sinh viên trẻ Hong Kong nổi bật trong các cuộc biểu tình đòi cải cách giáo dục, dân chủ, chống luật dẫn độ... từ năm 2012 đến nay, còn có Agnes Chow Ting (Châu Thính, sinh tại Hong Kong năm 1996, quốc tịch Anh), Nathan Law (La Quán Thông, sinh năm 1993), Alex Chow (Chu Vĩnh Khang, sinh năm 1990). Joshua Wong, Nathan Law và Alex Chow được hàng chục nhà lập pháp lưỡng đảng Hoa Kỳ đề cử giải Nobel Hòa Bình năm 2018 cho nỗ lực đấu tranh để đem lại cải cách chính trị và quyền tự quyết cho Hong Kong.

Phương Trời Siêu Tuyệt

Thư tòa soạn số 96, tháng 11.2019

Làm người quét lá dễ không? – Không dễ.

Nếu dễ thì thiên hạ tranh nhau xuất gia, vào chùa hết rồi.

Thiên hạ đã không làm như thế, bởi thú vui, dục lạc ở đời hấp dẫn hơn nhiều so với đời sống chay tịnh, lặng lẽ ở thiền môn.

Những gì người thế tục đam mê theo đuổi thì người xuất gia tự nguyện từ bỏ. Nào là tiền bạc của cải, nào là sắc đẹp, danh thơm... nào là ăn ngon mặc đẹp, nào là ngủ nghỉ ngon giấc với nệm ấm chăn êm. Người đời chạy theo, người tu từ bỏ.

Người xuất gia từ bỏ đời sống thế tục là để cất bước hướng về một *"phương trời siêu tuyệt"*[1]. Phương trời ấy, lý tưởng ấy, là giải

---

[1] *"Phù xuất gia giả, phát túc siêu phương..."* (Cảnh Sách Văn, của Thiền sư Quy Sơn Linh Hựu, hiệu Đại Viên [771 – 853], soạn viết để khuyến tấn người xuất gia).

thoát, giác ngộ; là mục tiêu tối hậu cuối con đường đầy khổ nhọc, gian truân.

Thức sớm từ canh năm[2], gióng tiếng hồng chung gửi nhân gian yên ngủ; tọa thiền bái sám, chuông mõ gội lòng chốn không môn.

Bình minh quét lá, hương đăng[3]; hoàng hôn tưới cây, cúng cháo[4]; lòng từ chan rưới khắp nhân gian.

Ngày đêm nghiên tầm giáo điển, thiền tọa công phu; mặc đơn sơ, ăn đạm bạc, ngủ giấc ngắn trên thiền sàng đơn chiếc; mộng phù sinh giũ sạch ngoài song.

Quét lá dễ không? – Không dễ.

Quét từ sân ngoài tới vườn tâm. Sân ngoài sạch lá thì người người vui mắt. Vườn tâm thanh tịnh thì trí tuệ siêu nhiên.

Này tham, này sân, này si... từng giây từng phút điểm mặt, quét, hốt.

Giữ tâm bình lặng khi tám gió[5] thổi qua.

Nhẫn nại quét, gom, rác về một mối. Rác đổ đi rồi, tâm địa làu làu suốt trong.

Đất sạch già-lam, tâm hạnh quét lá,
Được mấy người giữa cuộc thế đảo điên.
Căn lành đã gieo từ đời kiếp
Đến chùa gặp Phật mở thiện duyên.

---

[2] Canh 5, giờ Dần, theo cách tính của người xưa: từ 3 giờ đến 5 giờ sáng.

[3] Lau chùi, quét dọn nơi chánh điện và các bàn thờ trong chùa.

[4] Cúng cháo cho cô hồn ngạ quỷ trong thời công phu chiều.

[5] 8 ngọn gió (gồm 4 cặp đối đãi) thường khuấy động tâm người: được/mất, nhục/vinh, khen/chê, khổ/vui (lợi/suy, hủy/dự, xưng/cơ, và khổ/lạc)

Cảm mộ Pháp sâu lòng tha thiết,
Cạo tóc xa nhà vui nếp thiền[6]
Áo cơm chẳng bận lòng Thích-tử[7]
Chí lớn độ người mới ưu tiên.

Một mình một bóng đường xa hút
Phương trời lồng lộng ánh triêu dương
Chó nhà ai sủa người thiên lý
Bước chân độc hành hướng viễn phương.

California, ngày 20 tháng 10 năm 2019

---

[6] *"Kinh Phước điền nói, sa di phải biết năm đức tính: một là phát tâm xuất gia, vì cảm bội Phật pháp; hai là hủy bỏ hình đẹp, vì thích ứng pháp y; ba là cát ái từ thân, vì không còn thân sơ; bốn là không kể thân mạng, vì tôn sùng Phật pháp; năm là chí cầu đại thừa, vì hóa độ mọi người."* (Sa di ưng cụ Ngũ Đức, *Tỳ Ni Nhật Dụng Thiết Yếu* – HT. Thích Trí Quang dịch giải)

[7] Chữ dùng để gọi chung người xuất gia đệ tử Phật, lấy họ của Phật (Sakya – Thích) làm họ của mình.

Bất Động Trí Quang

Thư tòa soạn số 97, tháng 12.2019

TRÍ bất hữu-vô, bi nguyện rộng
QUANG phi sinh-diệt, trùm thái-không
Hành vô-hành hạnh tâm vô-trước
TRÍ HẢI thậm thâm chiếu vô cùng.

Thị-hiện ta-bà khua trống Pháp
Phụ-chánh tồi-tà gióng chuông Tâm
Bạt vía ma quân lừng thiên cổ
Văn bút nhà thiền rạng viên-âm.

Một thoáng canh tàn nơi liêu vắng
Nghiên mực gác lại bên thư-song
Cười vỡ trăm năm cơn đại mộng
Bạch hạc bay về chốn vô tung.

Trí Quang đạt giả vô danh tướng
Tiêu sái cõi ngoài bước thong dong

Bất động như như tâm kiên cố
Vô vi tịch lặng không hoàn không.

California, Rằm tháng 10 Kỷ Hợi
Học trò hư để thơ kính dâng Thầy,
VĨNH HẢO – Tâm Quang

Xuân Cảm

Thư tòa soạn số 98, tháng 01.2020

Sương mai mù mịt xóm nhỏ. Những hàng cây như yên lặng nín thở để đón nhận làn sương lạnh cuối đông. Lá cây ướt đẫm, tưởng chừng vừa được tắm dưới mưa. Long lanh nước đọng trên đầu những ngọn cỏ. Con quạ rủ lông trên nhánh cây phong. Có một nỗi buồn nào đó, một nỗi buồn rất cô liêu, lan nhẹ vào hồn khi không gian lắng xuống, tịch mịch.

Một thời tuổi xuân đã qua. Và nhiều mùa xuân đi qua. Đời người, có những giấc mơ chưa bao giờ đạt được và có thể sẽ không bao giờ chạm đến. Giấc mơ của một dân tộc, một đất nước hay một lãnh thổ, có khi cũng phải trải qua trăm năm, nghìn năm mới thành hiện thực.

Đã có mùa xuân Ả Rập với Tunisia, Ai Cập và Libya năm 2011[1],

---

[1] Mùa xuân Ả Rập (Arab Spring) khởi đầu từ cuộc biểu tình rộng lớn của dân Tunisia sau sự tự thiêu của công nhân Mohamed Bouazizi để phản đối tham nhũng và bạo lực của cảnh sát. Phương Tây gọi chung cho những cuộc cách mạng liên đới từ nhiều quốc gia Ả Rập là "Cách Mạng Hoa Lài," dẫn đến sự sụp

ảnh hưởng lên một loạt các quốc gia Trung Đông theo Hồi giáo. Nhiều "mùa xuân" sau đó đã đến, nơi này, nơi kia. Nhưng xuân đến rồi lại đi. Những chế độ độc tài, với sự xâu xé tranh giành ảnh hưởng và trợ giúp từ các cường quốc phương Tây, tiếp tục tọa hưởng trên máu lệ dân đen.

Đó là những mùa xuân bất chợt, không ở lại lâu dài. Và những phận người trên các mảnh đất ấy tiếp tục mơ ước xuân sau.

Ngẫm cuộc tồn sinh trên một vài nước phương Đông mệnh danh văn hiến bốn-năm nghìn năm, lòng thường băn khoăn tự hỏi, vì sao và từ khi nào người ta đã đánh mất những mùa xuân. Sử xuân lật qua trên bốn nghìn lần mà thực tế thì được bao nhiêu mùa xuân thực sự là xuân? Khổ đau, thống hận vẫn ngày đêm chụp phủ xuống số đông cam phận.

Bản chất độc tài, hám vị của các nhà lãnh đạo, từ xưa đến nay, không khác nhau lắm: một khi đã nắm được quyền lực thì không muốn buông, và luôn tranh thủ thu vét quyền lợi ngay khi đang cầm quyền. "Con trời" ngày xưa còn nghĩ vận mệnh mình gắn theo vận nước lòng dân, thời gian trị vì có thể vài chục năm, trăm năm, nên cũng có thời gian nhìn đến thống khổ của trăm họ. Còn những "công bộc của dân" ngày nay, từ Đông sang Tây, hầu như chỉ chăm lo vị thế của mình trong giai đoạn ngắn hạn của nhiệm kỳ 4 năm, 8 năm hay 10 năm. Ngay trong nhiệm kỳ, phải thực hiện cho bằng được những gì mình muốn, rồi hết nhiệm kỳ ai sống ra sao mặc ai. Dẫm trên luật pháp, mua quan bán chức, tham nhũng hối lộ, dối trên gạt dưới, phá rừng, bán biển, cắt đất nhường biên, bòn rút của

---

đổ của 3 chính phủ trong cùng năm là Tunisia (14/01/2011), Ai Cập (11/02/2011) và Libya (20/10/2011).

công, lạm dụng tài nguyên quốc gia... bao nhiêu việc xấu-ác cũng không từ, thất đức bao nhiêu cũng chẳng ngại; chỉ chăm chăm thu tóm lợi lộc về cho cá nhân, gia đình, đảng phái. Dân tình khốn khó khổ đau không bút nào tả hết, đến nỗi thảm trạng ngày nay chẳng khác năm xưa là mấy, thảm trạng mà cổ nhân một thời, từng đại cáo:

"Nhân họ Hồ chính sự phiền hà

Để trong nước lòng dân oán hận

Quân cuồng Minh thừa cơ gây họa

Bọn gian tà còn bán nước cầu vinh

Nướng dân đen trên ngọn lửa hung tàn

Vùi con đỏ xuống dưới hầm tai vạ

Dối trời lừa dân đủ muôn ngàn kế

Gây thù kết oán trải mấy mươi năm

Bại nhân nghĩa nát cả đất trời.

Nặng thuế khoá sạch không đầm núi.

... ...

Độc ác thay, trúc Nam Sơn không ghi hết tội,

Dơ bẩn thay, nước Đông Hải không rửa sạch mùi!"[2]

Lại nhớ quê nhà một thời tàn xuân oan nghiệt, thống nhất địa lý mà lại ly cách nhân tâm, đẩy xô triệu người vượt biển vượt biên, trăm nghìn nạn nhân vùi thây trong lòng đại dương, bỏ xương trên rừng sâu núi thẳm[3]. Ai người đi tìm mùa xuân, ai người còn rơi nước mắt xót thương! Từ độ xuân tàn năm ấy, chưa thấy bóng xuân trở lại.

---

[2] Trích từ *Bình Ngô Đại Cáo* của Nguyễn Trãi (1380 – 1442), bản dịch Ngô Tất Tố.

[3] Biến cố 30.4.1975.

Rồi cũng tàn xuân với cái chết của một lãnh đạo "mơ xuân," dẫn đến phong trào sinh viên Cửa Thiên An[4]. Tuổi trẻ bừng lên sức sống, như khí xuân ngập tràn khắp một trời quê hương Lão Đam, Khổng Tử... Nhưng rồi, xuân tàn thì giấc mộng tan theo. Xuân tàn năm ấy, chưa thấy thoáng hiện trở lại bao giờ.

Còn thấy gì, những mùa xuân tới, những mùa xuân sau!

Có chăng mùa xuân cho quê hương? Có chăng mùa xuân cho Hương Cảng? Có chăng mùa xuân xinh tươi cho tuổi trẻ toàn thế giới?

Biến đổi khí hậu, đe dọa hành tinh trong 50 năm, 100 năm tới. Nào là biển dâng, băng lở, đất sụt, bão giông cuồng nộ, rừng cháy dữ dội... liên tục hoành hành khắp nơi trên địa cầu. Nhưng 50 năm thì rất gần cho tuổi trẻ báo động, lên tiếng, đứng dậy hành động, còn những lãnh đạo già nua (tuổi đáng ông nội bà ngoại) thì không thấy lý do gì để phải quan tâm, vì những năm sắp tới, họ biết chắc sẽ không còn hiện hữu trên đời này. 50 năm đối với những lão gia tham lam, bủn xỉn (chỉ thấy lợi nơi tài nguyên), hãy còn xa lắm! Sống chụp giựt ngày hôm nay, vơ vét cho đầy những túi tham rỗng đáy, thổi cho phồng to những chức danh và thành tựu lừa dối, my

---

[4] Cựu Tổng bí thư Đảng Cộng Sản Trung quốc Hồ Diệu Bang—là người có chủ trương cải cách dân chủ, mất ngày 15.4.1989, hàng trăm ngàn sinh viên tổ chức tang lễ lớn cho ông, rồi dấy lên phong trào đòi hỏi tự do dân chủ vang dội quốc tế. Phong trào biểu tình của sinh viên Trung quốc kéo dài từ giữa tháng 4.1989 cho đến ngày 04.6.1989 thì bị quân đội cộng sản dập tắt. Số sinh viên và lương dân bị thiệt mạng trong đêm 04.6.1989 cho đến nay vẫn chưa có thống kê chính xác, nhưng báo chí và người trong cuộc phỏng chừng có khoảng 10 nghìn sinh mệnh bị bắn và nghiền nát dưới bánh xe tăng.

dân...

Mùa xuân, ôi mùa xuân cho quê hương, mùa xuân cho hành tinh!

Những nguyện ước trọng đại, những niềm vui to lớn dường như chỉ đến trong giấc mộng đêm xuân. Đêm xuân qua rồi, mộng bay vút như cánh chim.

Nhưng xuân qua rồi xuân lại đến. Xuân tàn, hoa rụng. Xuân đến, hoa lại nở.

Và dù tâm cảnh của người có khi rất điêu tàn, rã rời theo năm tháng, xuân bao giờ cũng đẹp[5]. Vâng, xuân bao giờ cũng đẹp và thực sự đẹp trong hiện tại. Đừng mơ giấc mơ xuân tương lai. Mỗi người từ giây phút này, biết giữ trong tim sự chân thành, tha thiết yêu thương đời thống khổ, tận tụy hiến dâng tài năng và thời giờ cho sự nẩy mầm đơm hoa của lẽ thiện, lẽ chân, thì mùa xuân hiển hiện.

California, ngày 01 tháng 01 năm 2020

---

[5] Ý của thi hào Nguyễn Du (1766 – 1820): "Nhân tự tiêu điều, xuân tự hảo" - người dù có tiêu điều xác xơ, xuân tự nó vẫn đẹp (thơ chữ Hán, bài *Xuân Tiêu Lữ Thứ*).

An Trong Cõi Bất An

Thư tòa soạn số 99, tháng 02.2020

Những cánh rừng bạt ngàn, nối nhau rực cháy suốt mấy tháng cuối năm ở Úc. Hình ảnh lửa phừng đăng trên báo chí, truyền hình thật kinh hãi! Tưởng chừng hỏa ngục được ghi lại trong những bản kinh cổ tôn giáo. Hàng trăm nghìn gia đình phải di tản, dạt về hướng ven biển để tránh lửa, nhưng vẫn không tránh khỏi cái chết đối với một số người; và thảm thương nhất là muông thú: tin tức cho hay khoảng một tỉ động vật hoang dã bị thiêu chết. Nạn cháy rừng ở Úc được toàn thế giới chú tâm theo dõi, đau xót, lo âu, đóng góp cứu trợ và cầu nguyện. Rồi mưa xuống. Mưa thật lớn trên những cánh rừng thưa, cây cỏ trốc gốc, khiến tạo nên lũ lụt ở một số nơi. Tai nối tai, họa nối họa, chẳng biết đâu mà lường.

Nhưng thiên tai thực ra chẳng phải là điều gì lạ lẫm trên hành tinh nầy. Cảnh giới này vốn là cảnh giới bất an, bất toàn.

Cộng nghiệp của loài người và các loài khác trên trái đất là cùng sinh sống trên một quả cầu lửa được bọc bằng lớp vỏ mỏng *(Crust)* có độ dầy từ 8 đến 45 cây số trong khi phần ruột bên trong, gồm lớp phủ *(Upper và Lower Mantle)*, có bề dầy 2,900 cây số từ mặt đất, với nhiệt độ của dung nham *(Magma)* từ 700 đến 1,300 độ C; cho đến lõi ngoài *(Outer Core)*, rồi lõi trong cùng trung tâm trái đất *(Inner Core)* sâu khoảng 6,377 cây số. Ở lõi ngoài, nhiệt độ từ 3,700 đến 4,300 độ C; còn ở lõi trung tâm, nhiệt độ lên đến 7,000 độ C. Nhiệt độ ở mức ấy, trên mặt đất và bầu khí quyển, người ta không thể nào tưởng tượng ra nổi.

Nói chung là muôn loài đang sống trên bề mặt của một hành tinh mà cốt lõi nguyên thủy là một khối lửa, nguội và rắn lại từ 4 tỉ rưỡi năm trước, trong khi đại dương hình thành từ 3 tỉ 800 triệu năm, và sự sống của một số thực vật và thú vật mới bắt đầu từ 500 triệu năm trước; còn loài người tiền sử thì chỉ xuất hiện sớm nhất cách nay từ 4 đến 6 triệu năm.

Nhìn bề dày của trái đất mà so với thân người bé nhỏ, rồi nhìn cái bao la vô tận của không gian vũ trụ với hàng nghìn tỉ tinh tú trong hàng nghìn tỉ thiên hà mà so với trái đất bé tí...; ngẫm niên đại thành hình của trái đất 4 tỉ rưỡi năm so với thời kỳ xảy ra Big Bang gần 14 tỉ năm, và tuổi của ngân hà, thiên hà... mới hay, đời người trăm năm thật chẳng là bao.

Thế nhưng đời người không phải chỉ có thân, không phải chỉ có tuổi tác. So sánh làm gì với tuổi tác và cái bao la của sơn hà đại địa, của ngân hà và thiên hà xa xăm!

Con người còn có tâm, và chính cái tâm này có thể vẽ nên muôn vàn cảnh giới, thiên đàng/địa ngục, thánh/phàm, hạnh phúc/khổ đau, giác ngộ/vô minh...

Cũng một tâm ấy, giữ bình thường, thì là bản tâm, chân tâm.

Vọng động, manh động lên bởi tham ái thì là vọng tâm.

Cũng không thể nói là "giữ" cho tâm bình thường. Vì có một sự cố gắng nào đó để giữ cho tâm bình thường, đã là vọng động.

Cũng không thể nói cứ để mặc như thế, trơ lì như gỗ đá là thể hiện được chân tâm.

Tâm linh hoạt, ảo diệu, như gương, soi và chiếu tất cả. Nó luôn có mặt như thế, ở đây và ở kia, chốn này và cùng khắp.

Nói thì đơn giản nhưng để có được một tâm như vậy, nhà đạo phải trải ngày đêm sáu thời, trừng trừng nhìn vào chốn ấy, miên mật quán sát *bộ mặt thực xưa nay*[1]: xuất sinh từ đâu và diệt đi về đâu. Quán tâm như ngọn sóng. Cõi nắng về mặt trời[2]. Quán ngọn sóng từ đâu khởi sinh, và khi diệt thì về đâu. Dõi theo tâm như dõi theo tia nắng mặt trời. Mặt trời là nơi sinh xuất tia nắng, muốn trở về với mặt trời thì cõi tia nắng mà về. Tức là tâm sinh từ đâu thì diệt cũng từ đó. Tìm đến tận nguồn sinh bằng chính chỗ về, chỗ diệt, giống như sóng sinh từ nước thì khi diệt nó cũng trở về nước. Bản tâm nằm ở nơi ấy.

Tâm bình thì thế giới bình. Tâm an thì thế giới an.

Cảnh giới bất an nầy đều từ vọng tâm mà dấy khởi. Nước trôi, lửa cháy, chiến tranh, giặc giã... đều từ một tâm tham mà tràn lan khắp chốn. Thế giới hiện bày từ vọng tưởng đảo điên của con người. Nói cách khác, con người đã vẽ nên cảnh giới tương xứng với tham tâm, vọng tưởng của nó.[3]

---

[1] Bản lai diện mục, một thuật ngữ nhà Thiền chỉ cho chân tâm.

[2] Các pháp quán tâm của Thiền.

[3] Chánh báo và y báo.

Nhưng vọng tưởng ấy, thực ra, không cần phải diệt trừ; mà chân tâm, cũng không cần phải vọng cầu[4]. Không thể diệt trừ cái không có thật. Cũng không thể cầu mong cái gì đã sẵn có, luôn có.

Lẳng lặng đi, đứng, ngồi, nằm - một tâm ấy trong tự tại an nhiên, không đặt tên, phán xét.[5] Chính nơi đó, bộ mặt Chúa Xuân hiển hiện.[6]

Trầm xông thoảng một cảnh thiền. Sương mai đẫm một vườn sau.

Hoa xuân rung nhẹ bên thềm hiên vắng.

Một chung trà nóng, mời tri âm.

California, 4 giờ 30 sáng mùng Một Tết Canh Tý
25.01.2020

---

[4] *"Bất trừ vọng tưởng bất cầu chân"* (Huyền Giác - Chứng Đạo Ca)

[5] *"Hành diệc thiền, tọa diệc thiền / Ngữ mặc động tịnh thể an nhiên."* Trúc Thiên dịch từ Chứng Đạo Ca: "Đi cũng thiền, ngồi cũng thiền / Nói im động tịnh thảy an nhiên."

[6] *"Đông hoàng diện,"* bộ mặt của Chúa Xuân (trong câu *"Như kim khám phá đông hoàng diện,"* bài Xuân Vãn, của Trần Nhân Tông).

Rong Chơi
Nghìn Cõi Nước

Thư tòa soạn số 100, tháng 03.2020

Có những mùa khô nắng đổ trên thịt da bỏng rát. Đất nứt từng rãnh, chia thành những ô vuông bé nhỏ. Mỗi ô vuông nứt ra một mệnh đời. Mỗi mệnh đời rơi mãi vào trong những cơn mê sảng với cổ họng khô rang khát nước, loắn quắn tìm về suối nguồn tận non cao. Đuôi mắt chân chim dõi theo dấu chân chim trên bầu trời không mây trong vắt. Không có gió nhẹ. Không cả dấu vết ngoằn ngoèo của các loài bọ sát. Nắng quái chiều hôm ngưng đọng mênh mông bãi vàng. Xương rồng xanh, xương thú trắng, lác đác nhô lên giữa trùng trùng đồi cát. Chết đi sống lại bao lần trong cuộc mộng phù hư mà vẫn cứ hăm hở đi tìm, đi tìm...

Có những cơn mưa tầm tã trên sông dài. Mờ mịt bóng thuyền ai cắm sào ven đê. Tiếng hát lặng câm khi nghìn giọt mưa vỗ nhịp xuống vòm mái khoan. Những ước hẹn cũng mơ hồ như bong bóng, vỡ lăn tăn. Ôi sông dài đưa tình đi suốt những tháng năm.

Lăn trên tóc tơ xưa giọt lệ sầu. Lòng từ bi một thời từng biến thành khối tình vô minh. Một lần vô minh, nghìn lần vô minh. Rồi một hôm, tình vô minh trong thoáng chốc, cũng chuyển thành lòng đại bi trên đại dương sống-chết.

Có những cõi nước lao xao. Ngày đêm tràn ngập ánh sáng và âm thanh. Ánh điện lấp cả trăng sao. Tiếng xe át lời của gió. Nhạc vỉa hè xập xình trên đường phố với điệp khúc khích động hận thù và nổi loạn. Những vũ công không nhà nhún nhảy nơi công viên. Khách bộ hành hối hả băng ngang những ngã tư đèn xanh đèn đỏ. Người từ muôn phương kéo về, ngược xuôi trên đường nhìn nhau lạnh mặt. Phẩm cách con người trình hiện nơi màu da. Da đỏ, da đen, da vàng, da nâu, da trắng. Màu da nào cũng bọc giấu một tâm tham. Lòng tham nào cũng quay quắt trong thống khổ âu lo. Đuổi hư danh, cầu bã lợi; cấu xé tranh nhau những miếng mồi. Lời ngoa ngụy được tôn vinh trên cung bậc cao nhất. Triết nhân, hiền giả, lui về vườn xưa cho ác đảng lên ngôi. Ôi, cõi đời đảo điên tưởng chừng không còn biên giới giữa những tà-chánh, chân-ngụy. Ác quỷ hiện thân làm người, nhân danh những điều thiện lương bêu rếu những người lương thiện, nhân danh phúc lạc cuộc đời gièm pha những người giúp đời; dẫn dắt từng bầy đàn cuồng nhiệt si mê, nắm tay cùng đi lơ mơ trong sương mù huyền ảo. Phù phép hô biến cả một bầy tiểu yêu đội vương miện, nhởn nhơ bủa khắp nhân gian, chế nhạo thách thức những quyền uy trần thế. Yến tiệc bày trên những ngai vàng vô chủ, thết nhau bằng máu đỏ xương trắng của những sinh loại vô tri vô thức. Sấm sét, cuồng phong, hồng thủy, đại hỏa tai... từng làm con người xưa nay khiếp sợ; nay phải lùi một bước cho sự cuồng nộ vô minh của chính con người tự mãn kiêu căng. Không thiên tai nào sánh nổi đại họa, đại dịch do con người tạo nên. Một ác quỷ hóa thân nghìn ác quỷ, nhận trách nhiệm thống lĩnh trần gian, chia nhau những thổ ngơi đã bị các tiểu yêu tàn phá tan hoang. Âm vang giọng cười sặc sụa đắc thắng, dội ngược về những đêm dài lịch sử cho tro bụi mù mịt tung bay.

Có những cõi nước yên bình, nhà không cửa, người không tham. Hoa thơm ngan ngát bao đồi núi, bướm bay vàng rợp đồng xuân xanh. Tiếng già gọi trẻ tắm sông về. Bếp chiều un xám khói lên mây. Lữ khách dừng chân bờ núi dựng. Lòng tràn nỗi nhớ quê xa. Vốc nước sông rửa bụi đường. Mặt xưa rỡ ràng chính ta. Đường dài băng ngang quán trọ. Thoảng hương nội cỏ đưa về. Một thân lại hiện trùng thân. Bước đi miên man trong vòng quay sinh-tử. Một đời lại níu muôn đời, cơn mê vọng dường như chẳng muốn lìa xa. Tay trắng đánh cược với những canh bạc đen-đỏ. Trò chơi huyễn mị không phải lúc nào cũng trình hiện một cách tuần tự, luân phiên. Tình yêu không phải lúc nào cũng đơn phương, song phương hay đa phương. Một khối tình biến hiện thành muôn cuộc tình; mỗi cuộc tình lại hiện bày vô số khối tình. Tình mênh mông chứa trong một trái tim bé nhỏ; trái tim bé nhỏ vỡ thành nghìn nụ hoa; mỗi nụ hoa lại hiện nghìn mặt trời. Nghìn mặt trời rụng rơi tan biến trong thiên hà nghìn tỉ tuổi. Chỉ còn một mặt trời rạng rỡ sau đêm dài u minh.

Mặt trời lên cho người tìm về quê xưa. Lối cũ lang thang, đã mòn bao dép cỏ. Dặm dài hoang mạc. Một bóng trên đường. Hiu hắt ráng hồng đổ xuống chân trời xa tắp. Sao rừng đã hiện ngay khi hoàng hôn chưa xuống. Hai vầng nhật-nguyệt mất dấu trong đêm dài. Nhưng vầng trăng xưa, một lần nhìn thấy, là nghìn đời không lạc bước chân phiêu bồng.

Cùng tử xa quê nghêu ngao đoản khúc về nhà. Một lời ca phổ thành nghìn lời ca. Nghìn lời ca dâng tràn muôn cõi nước. Mỗi cõi nước có nghìn đồng tử rong chơi, tụng những chân ngôn rung động cả núi cao, xây lâu đài cát đùa trêu trùng trùng sóng biển; quét lá vàng rơi khi bình minh vừa chớm; thả diều nguyện ước đến tầng mây; đồng xanh thổi sáo cỡi trâu xuôi dòng về; đất sét nắn hình ông bụt nhỏ, chắp tay một lần mà duyên cả nghìn sau.[1]

California, ngày 8 tháng 2 năm 2020
(Rằm tháng Giêng Canh Tý)

---

[1] "Nhất xưng nam mô Phật, giai dĩ thành Phật đạo" (Kinh Pháp Hoa, Phẩm Phương Tiện thứ 2).

Tên viết đủ: ***Nguyễn-phước Vĩnh Hảo.***

Nguyên quán Vĩ Dạ, Phú Vang, Thừa Thiên; sinh ngày 30-11-1958 tại Nha Trang. Sống nhiều năm tại Hội An, Sài-gòn, Long Thành-Đồng Nai trước khi vượt biển đến Songkhla, Thái Lan (1987). Ở trại chuyển tiếp tại Bataan, Philippines từ tháng 12.1987 đến cuối tháng 8 năm 1988 thì qua Mỹ. Hiện ở California.

Tổng Thư Ký kiêm Phụ tá Chủ Bút tạp chí Chân Nguyên (1992 - 2002); Tổng Thư Ký tạp chí Phật Giáo Hải Ngoại, Hoa Kỳ (1994); Chủ nhiệm kiêm Chủ bút tạp chí Phương Trời Cao Rộng (2006 - 2008); Chủ bút nguyệt san Chánh Pháp (từ 2009 đến nay); Chủ biên trang văn học www.vinhhao.net.

Cộng tác các báo chí văn học hải ngoại: Văn Học, Khởi Hành, Thế Kỷ 21, Gió Văn, Người Việt, Việt Báo, Hợp Lưu, Đi Tới, v.v...;

có bài đăng trên các báo và các trang lưới Phật giáo trong nước, ngoài nước.

Tác phẩm đã xuất bản:

- *Mẹ, Quê Hương và Nước Mắt* - truyện ngắn, 1989
- *Núi Xanh Mây Hồng* - truyện vừa, 1991
- *Biển Đời Muôn Thuở* - truyện ngắn, 1992
- *Thiên Thần Quét Lá* - truyện ngắn, 1993
- *Phương Trời Cao Rộng* - truyện dài, 1993
- *Sân Trước Cành Mai* – tùy bút, 1994
- *Bụi Đường* - truyện dài, 1995
- *Chạnh Lòng Tiếng Thơ Rơi* – thơ, 1996
- *Ngõ Thoát* - truyện dài, 1996
- *Cởi Trói* - truyện dài, tập 1, 1997
- *Cởi Trói* - truyện dài, tập 2, 1997
- *Con Đường Ngược Dòng* – tùy bút, 1998
- *Giấc Mơ và Huyền Thoại* – truyện ngắn, 2001.
- *Trong Những Thoáng Chốc* - tùy bút và tạp ghi, 2014.